ராம்சந்த்ரா சிங்கின் நாட்குறிப்புகள் அதனுடைய காலகட்டங்களைப் பற்றி சொல்கிறது – நக்ஸல் இயக்கம், எமர்ஜன்ஸி மற்றும் பொருளாதார மந்தநிலை என எல்லா முக்கிய நிகழ்வுகளுமே எழுபதுகளில் வாழ்வின் மீது தாக்கமேற்படுத்தியவை. இது மதிப்புமிக்க ஒன்றாகும், ஏனென்றால் இந்திய சிறைகளில் சிறிதளவுக்கே மாற்றம் ஏற்பட்டிருப்பதாக தெரிகிறது. சிறையில் பதிமூன்று வருடங்கள் இருந்திருப்பது ஒருவருடைய உணர்ச்சியை மரணிக்கச் செய்யப் போதுமானது, ஆனால் கால்விலங்குகள், காதல் மற்றும் புரட்சி குறித்த ராம்சந்த்ராவின் நேர்மையான விவரங்கள் உயிர்ப்புடன் பிரகாசிக்கின்றன.

அருண் ஃபெரைரா, ஆசிரியர் - கலர்ஸ் ஆஃப் ஏஜ்

இது மனதிலிருந்து சொல்லப்பட்ட புரட்சி, வாழ்க்கை மற்றும் காதல் பற்றிய நினைவுக்குறிப்பு. இதனுடைய எளிமையும் உண்மைத்தன்மையும் உணர்ச்சிகளை உருக்கக்கூடியது. 1970-கள் மற்றும் 1980-களில், மனிதப்பண்பு மற்றும் உணர்ச்சிகரமான இளைஞர்களின் உணர்வார்ந்த அரசியல் எழுச்சியை வடிவமைப்பதில் அரசும் எமர்ஜன்ஸியும் ஆற்றிய பங்கை நாம் அறிந்துகொள்ளலாம். நான் அவரை வணங்குகிறேன்.

கே.ஆர்.மீரா, ஆசிரியர் - ஹேங்வுமன்

சிங்கின் கதை ஒரு குறியீட்டுரீதியான காவியம். இந்தியா இப்போது கட்டாய உழைப்பு முகாம்களாக ஆகிவிட்ட மையத்தை இந்தக் கடத்திவரப்பட்ட விவரங்கள் வெளிக்கொண்டு வருகின்றன. அவசியம் படிக்கவேண்டிய ஒன்று.

ஆனந்த் டெல்டும்டே, எழுத்தாளர், சிவில் உரிமைகள் போராளி

சிறை உலகம் என்பது வெறுமனே சிறையில் அடைக்கப்படுவது மட்டுமே அல்ல, எல்லா சுய உரிமைகளையும் முற்றிலும் இழந்த நிலையுமாகும். இந்திய சிறைச்சாலைகள் நம் சமூகத்தினுடைய இருளார்ந்த பிரதிபலிப்புகள், கடும் பாசாங்குத்தனத்தால் சுமையேறிப் போயிருப்பவை. ராம்சந்த்ரா சிங் அளிக்கும் விவரங்கள் மனிதநேய உணர்வுகளை தக்கவைத்துக்கொண்டு மனித ஆன்மாவின் மீள்திறனுக்கு சாட்சியாக விளங்குகிறது. அவர் உயிர் தப்பித்தவர் மட்டுமல்ல, இந்த நாட்குறிப்புகளால் நம்முடைய ஒட்டுமொத்த அவமானங்களையும் நாமே பார்த்துக்கொள்ளும் வகையில் நம்முன் கண்ணாடியை பிடித்துக் கொண்டிருக்கிறார். இந்தியாவில் உள்ள நாம் தண்டனை வழங்கும் நீதிமுறையை – நாம் நாகரீகமடைந்தவர்கள் எனச் சொல்லிக்கொள்வதன் எந்த ஒரு நிஜமான அர்த்தத்தையும் இதன் மூலமாக மட்டும்தான் தக்க வைத்திருக்க முடியும் என்பதற்காக - விரும்பவில்லை என்றால், சிங்கின் நாட்குறிப்புகள் எழுப்புகின்ற கவலைகள் குறித்து நாம் உடனடியாக பேசியாக வேண்டும். உயர்நிலைகளில் இருப்பவர்கள் அவசியம் படிக்க வேண்டிய புத்தகம்.

தீஸ்தா செதல்வாட், ஆசிரியர் - *ஃபூட் சோல்ஜர் ஆஃப் தி கான்ஸ்ட்டிடூஷன்: ஒரு நினைவுக்குறிப்பு*

ராம்சந்த்ரா சிங் தன்னுடைய காலகட்டத்தை உத்தரப் பிரதேசத்தில் உள்ள மக்கள் இயக்கங்களில் இருந்து தொடங்குகிறார் – இது நக்ஸல்பாரி எழுச்சி செயல்பட்டதாக அறியப்படாத இடம். உன்னாவ் முதல் நேபாள எல்லைகள் வரை உள்ளடக்கியிருக்கும் பகுதியில் விவசாயிகளுடைய ஆயுதப் போராட்டத்தின் ஒரு பகுதியாக அவர் இருந்திருக்கிறார். தன்னுடைய ‘குற்றவாளி’ வாழ்வின் கீழ்மைப்பட்ட வாசத்தைக் கொண்டு சிங் நம்முடைய ஆன்மாக்களை எழுப்புகிறார். உண்மையில் அவருடைய நினைவுக்குறிப்புகள் நெருப்பின் வாசத்தைக் கொண்டிருக்கின்றன.

வரவர ராவ், ஆசிரியர் - *கேப்டிவ் இமேஜினேஷன்: லெட்டர்ஸ் ஃப்ரம் பிரிசன்*

13

வருடங்கள்

ஒரு நக்ஸலைட்டின் சிறைக் குறிப்புகள்

ராம்சந்த்ரா சிங்

ஆங்கிலத்தில்
மது சிங்

தமிழில்
இரா.செந்தில்

எதிர் வெளியீடு

13 வருடங்கள்
ஒரு நக்ஸலைட்டின் சிறைக் குறிப்புகள்
ராம்சந்த்ரா சிங்

ஆங்கிலத்தில்: மது சிங்
தமிழில்: இரா.செந்தில்

முதல் பதிப்பு: ஜனவரி 2020

எதிர் வெளியீடு,
96, நியூ ஸ்கீம் ரோடு, பொள்ளாச்சி - 642 002
தொலைபேசி: 04259 226012, 99425 11302

விலை: ரூ. 299

13 Years: A Naxalite's Prison Diary
Ramchandra Singh
Copyright © Ramchandra Singh

English Edition Published by Navayana Publishing Pvt Ltd., 2018
Translated by R. Senthil

First Edition: January 2020

Published by
Ethir Veliyeedu, 96, New Scheme Road, Pollachi- 642 002
email: ethirveliyedu@gmail.com
www.ethirveliyeedu.com

ISBN: 978-93-87333-69-7
Cover design: Santhosh Narayanan
Printed at Jothy Enterprises, Chennai.

All rights reserved. No part of this book may be reprinted or reproduced or utilised in any form or by any electronic, mechanical or other means, now known or hereafter invented, including photocopying and recording, or in any information storage or retrieval system, without permission in writing from the Publisher.

உள்ளடக்கம்

முன்னுரை: ஏஞ்சலா டேவிஸ்   7

13 வருடங்கள்: ஒரு நக்ஸலைட்டின் சிறைக்குறிப்புகள்
[1970 – 1983]   11

பிறகான கதைகள்: பங்கார்மா உரையாடல்கள்
20 ஜனவரி, 2017   155

ஒரு நினைவுக்குறிப்பில் பலரது வாழ்வு
மது சிங்   197

முன்னுரை

13 வருடங்கள்: ஒரு நக்ஸலைட்டாக சிறையில் என் கதை, ஒருவருடைய மனித வாழ்க்கையானது வலி மற்றும் அடக்குமுறையின் புதிர்வட்டப் பாதை வழியாகவும், மனிதகுலத்தை மிகவும் தரம்தாழ்த்திய பரிணாமத்தின் வழியாகவும், அவருடைய சிறையதிகாரிகள் மற்றும் சிறைவாழ்க்கையின் நிலையில் வைத்து விளக்கிக் கூறப்பட்டுள்ளபடியும், ஒரு திடுக்கிடச் செய்யும் பயணக்குறிப்பாக விளங்குகிறது. ஆனாலும், இந்த நினைவுக்குறிப்பின் ஆசிரியர் நுண்ணறிவை பெற்றவராகவும் இருந்திருக்கிறார், இந்த ஒடுக்குமுறை எதை உருவாக்குவதற்கு வடிவமைக்கப்பட்டதோ அதே மனிதத்தன்மையற்ற விதியில் இருந்து தன்னை காப்பாற்றிக்கொள்வதற்கான பயிற்சிகளையும் அவர் உருவாக்கிக் கொண்டுள்ளார். ராம்சந்த்ரா சிங்கின் கதை உண்மையில் அவருக்கே உரித்தானதுதான், இருப்பினும், தலைமுறைகளாகவே, அரசியல் கைதிகள் அளிக்கின்ற விவரங்களுக்கென்று தரக்குறியீடாக விளங்குகின்ற பல மையப்புள்ளிகளோடும் அது தொடர்பு கொண்டிருக்கிறது. தன்னுடைய உலகத்தை சமநீதி மற்றும் சமநிலைக்கு கொண்டுசெல்ல உந்தப்பட்ட ஒரு புரட்சியாளன் தன் இளமைப்பருவத்தை தொடுகின்ற சிங்கின் கதை, சிறையில் அடைக்கப்பட்ட தீவிரமான போராளியின் கதையாகவும் விரிந்து செல்கிறது. தான் முன்னதாக ஆரத்தழுவிக்கொண்ட வியூகங்களை அவர் தன்னுடைய மிகவும் முதிர்ச்சியுற்ற சுயத்தின் அடிப்படையில் ஆழ்ந்து மறுபரிசீலனை செய்யத் தொடங்குவது புரட்சிகர போராட்டத்தின் நோக்கத்திற்கே முரண்பட்டு நிற்பதாய் தெரிகிறது. இது ஒரு காதல் கதையுமாகும் - ரொமாண்டிக் உணர்ச்சி, நட்பு மற்றும் பெற்றோரிடத்திலான பாசம் என எல்லாவற்றையும் உள்ளடக்கியிருக்கிறது.

சிங்கின் நினைவுக்குறிப்பானது, மொழியுடன் அவர் கொண்டுள்ள ஆழமான பிணைப்பை வெளிப்படுத்துவதுதான் மிகவும் ஈர்க்கக்கூடியதாக அமைந்திருக்கிறது. இதுதான், தன் உடல்மீது நிகழ்த்தப்பட்ட வன்முறைகளின் விளைவுகளை, சிறைவைக்கப்பட்டதன் தற்காலிக நிலைபிறழ்தல்கள் குறித்து நிர்பந்திக்கும் எண்ணங்களை, அரசியல் மற்றும் காதலுக்கு இடைப்பட்ட உறவு குறித்த சுவாரஸியமான உணர்தல்களை மனப்பூர்வமாக விவரிக்கும் மனநிலையை அவருக்கு கொடுத்திருக்கிறது. சிறைவைக்கப்படுதலின் இயல்பை அப்படியே அசலாக தெரிந்துகொள்ளும் துரதிர்ஷ்டம் வாய்க்கப்பெறாதவர்களின் எதிர்பார்ப்பிற்கும் அப்பாற்பட்ட அனுபவங்களுக்கான வாயிலை அவருடைய நினைவுகூறும் உரைநடை திறந்துவைக்கிறது.

அண்டோனியோ கிராம்ஷி, எலிசபெத் கர்லி ஃப்ளைன், நெல்ஸன் மண்டேலா, ஜார்ஜ் ஜாக்ஸன், அசதா ஷகுர் மற்றும் முமியா அபு-ஜமால் போன்ற அரசியல் கைதிகளின் எழுத்துக்களை மேற்குலக வாசகர்கள் நன்கறிவார்கள் என்றாலும், இந்தியாவில் அரசியல் சிறைவைப்பின் குறிப்பிடும்படியான பாரம்பரியத்தை தெரிந்து கொள்வதற்கான சூழ்நிலைகள் அவர்களுக்கு பெரும்பாலும் வாய்த்திருக்கவில்லை. மேலே குறிப்பிட்ட அமெரிக்க, ஐரோப்பிய மற்றும் தென்னாப்பிரிக்க ஆளுமைகள் தற்கால இயக்கங்களால், குறிப்பாக சிறைச்சாலை தொழிலக வளாகம் மீதான கவனம் அதிகரித்த காலகட்டத்தில் வெளிக்கொண்டு வரப்பட்டவை என்றால், ராம்சந்த்ரா சிங்கின் புத்தகம் நிகழ்காலத்தை எதிரொலிப்பதாகவே அமைந்திருக்கிறது.

போராட்டங்களின் மையப்புள்ளி என்று – மெக்ஸிகோ நகர ஒலிம்பிக்ஸில் தடகள வீரர்கள் டாம்மி ஸ்மித் மற்றும் ஜான் கார்லோஸ் ஆகியோரின் பேரணிக்கு பாரீசில் நடந்த மாணவர் எழுச்சி முதலாக - 1968-ஆம் வருடத்தை மேற்கத்தியர்கள் குறிப்பிடுவதை உலகம் ஏற்றுக்கொள்ளும்போது, 1967-ஆம் வருடத்திய நக்ஸல்பாரி எழுச்சியும் உலகளாவிய அளவில் அங்கீகரிக்கப்பட வேண்டும். அறுபதுகளின் பிற்பகுதியைச் சேர்ந்த இந்தப் போராட்டங்களுக்கு இரண்டு தலைமுறைகளுக்குப் பின்னர், உலகம் முழுவதிலுமுள்ள இளைஞர்கள் பொருளாதார, இன மற்றும் பாலின நீதிக்கும், சுற்றுச்சூழல் மற்றும் புலம்பெயர்ந்தோர் மற்றும் அகதிகளுக்கான நீதிக்கும் அழைப்பு விடுத்துக் கொண்டிருக்கிறார்கள். மார்க்சிய யுகம் முதல் தற்காலம் வரையிலுமான முதலாளித்துவ எதிர்ப்பு

கோட்பாடு மற்றும் பிராக்ஸிஸ் ஆகியவற்றின் இடைவிடாத நிகழ்வை புரிந்துகொள்ளும் அவர்கள் வரலாற்றுப்பூர்வமான சோஷலிச எழுச்சி பற்றியும் ஆராய்ந்து வருகிறார்கள். இந்த சிறைக்குறிப்பு மிகவும் தற்காலத்தை குறிப்பிடுவதாக இருப்பதுதான் வசீகரிக்கச் செய்கிறது; இது சோஷலிச எதிர்ப்பின் இடையறாத தொடர்பை புரியவைப்பது மட்டுமல்லாமல், இத்தகைய இயக்கங்களுக்குள் நிலவுகின்ற பிரச்சினைகள் மற்றும் உள்ளார்ந்த முரண்பாடுகளை புரிந்துகொள்ளவும் நமக்கு உதவுகிறது. மிக நீண்ட வரலாற்றைக் கொண்ட வன்முறை மற்றும் ஆயுதப் போராட்டத்தின் பங்கு குறித்த விவாதங்கள் இந்தப் பிரதி முழுவதும் குறிப்பிட்டுக் காட்டப்பட்டுள்ளன. இவை, ஒரு போராளி-வாசகரை போராட்டத்தின் பல்வேறு முறைகளுக்கு முக்கியத்துவம் கொடுத்து சிந்திப்பதற்கும், அடிப்படை மாற்றத்தின் மீது தாக்கமேற்படுத்துவதற்கான எத்தகைய முயற்சிகளுக்கும் வெகுமக்களை அணிதிரட்ட வேண்டியதன் முக்கியத்துவத்தை புரிந்துகொள்ளவும் வகை செய்கின்றன.

நெல்ஸன் மண்டேலாவும் அவருடைய தோழர்களும் சிறைச்சாலையை ஒரு பலகலைக்கழகம் என்றே குறிப்பிடுகின்றனர் – உண்மையில், ராபன் தீவுக்கு சுற்றுப்பயணம் மேற்கொண்ட முன்னாள் அரசியல் கைதிகளும்கூட அதனை ராபன் தீவு பல்கலைக்கழகம் என்றே கூறிவருகின்றனர். ஆய்வுக் குழுக்கள், வகுப்புகள், நீதிக்கான தீவிரவாத போராட்டங்களோடு சம்பந்தப்பட்ட விஷயங்கள் குறித்த கூட்டங்கள் போன்றவற்றை அரசியல் கைதிகள் நடத்தி வந்திருப்பது பற்றியும் நாம் அறிந்திருக்கிறோம். உதாரணத்திற்கு, அண்டோனியோ கிராம்ஷி, யஸ்திகா தீவில் சிறைவைக்கப்பட்டிருந்த காலகட்டத்தின்போது ஒரு கல்வித்திட்டத்தை உருவாக்கினார், அது பாசிஸ்ட் அடக்குமுறை காலகட்டத்தின்போது இத்தாலியின் பிற இடங்களிலும் உள்ள அரசியல் கைதிகளாலும் பின்பற்றப்பட்டது. திட்டவட்டமான அரசியல் கல்வியில் ராம்சந்த்ரா சம்பந்தப்பட்டுள்ள விவரங்கள் அவருடைய இயக்கத்திற்குள்ளேயே சில மைய விவாதங்களை புரிந்துகொள்ள வாசகருக்கு உதவியாய் இருக்கும். அதேநேரத்தில், சாமானிய கைதிகளை (அரசியல் போராட்டத்தில் ஒருபோதும் ஈடுபட்டிராதவர்களை) அவர் எதிர்கொண்டதுதான் சிறப்பான வெளிப்பாடுகளாக விளங்குகின்றன – அதுதான், வர்க்கம் மற்றும் சாதியின் பங்கு உட்பட அவருடைய அரசியல் செயல்திட்டம் குறித்த எண்ணற்ற கூர்நோக்குகளை உருவாக்கவும்,

சிறைச்சாலையின் செயல்பாடு குறித்த புரிதலை உருவாக்கவும் செய்கிறது.

அரசியல் கைதிகளின் செயல்பாடுகள் மற்றும் அரசியல் நோக்கமற்றவர்களின் சட்டவிரோத செயல்கள் ஆகியவற்றிற்கு இடையில் உள்ள இயக்காற்றல்தான் சிறைச்சாலை சீர்திருத்தம் மற்றும் சிறைச்சாலை ஒழிப்புக்கு இடையில் உள்ள வேறுபாட்டை அறிந்துணர நமக்கு உதவுகிறது. இதே புரிதல்தான், சிறைச்சாலைகள் வழக்கொழிந்து போய்விட்ட ஒரு சமூக அமைப்பை கற்பனை செய்யவும் நம்மை அழைக்கிறது என அடிமைத்தளை ஒழிப்பு கோட்பாட்டாளர்கள் மற்றும் செயல்பாட்டாளர்கள் குறிப்பிட்டிருக்கிறார்கள். குற்றமற்ற உலகத்திற்கான சாத்தியப்பாட்டை ராம்சந்த்ரா சிங் கற்பனை செய்கின்ற வழிமுறையை உலகம் முழுவதிலும் உள்ள செயல்பாட்டாளர்கள் பாராட்ட முன்வர வேண்டும். இந்த உலகத்தில், அரச ஒடுக்குமுறைக்கு யார் ஆளாவது, யார் ஆளாகக்கூடாது என்பதை தீர்மானிக்கக்கூடியவையாக வர்க்கம் மற்றும் சாதிய வேறுபாடுகள் இனியும் இருக்கக் கூடாது. பாதுகாப்பளிப்பதாக சொல்லிக்கொண்டு தவறான உத்திரவாதம் அளிப்பவர்களுக்காக ராணுவமும் காவல்துறை படைகளும் இனிமேற்கொண்டு சேவை செய்யக்கூடாது, அத்துடன் சிறைச்சாலைகளோ, சிறை வைப்பதற்கான வேறு இடங்களின் தேவையோ இருக்கவே கூடாது. இதுதான் சோஷலிசத்தின் புதிய கண்ணோட்டங்களை நோக்கி நம்மை நகர்த்திச் செல்லும்.

ஏஞ்சலா டேவிஸ்

23 ஜனவரி 2018

கலிபோர்னியா பல்கலைக்கழகம், சாண்டா க்ரூஸ்

13 வருடங்கள்
ஒரு நக்சலைட்டின் சிறைக்குறிப்புகள்
[1970 - 1983]

1

முதல் நாட்கள்

என்னுடைய முகத்தில் ஓடையாக வழிந்துகொண்டிருந்த ரத்தம் உலர்ந்துவிட்டது, மயிர்க்கற்றைகள் ரத்தம் தோய்ந்த நெற்றியின் குறுக்கே தாறுமாறாக ஒட்டிப்போயிருக்கின்றன. ஒருகாலத்தில் அந்த முடியை நான் எந்தளவுக்கு நேசித்தேன் என்பதும், எந்தளவுக்கு பராமரித்தேன் என்பதும் எனக்குத்தான் தெரியும். வலது கண்ணில் இருந்து தாடை வரையிலும் பிளந்திருந்த வெட்டுக்காயம் ரொம்பவே விகாரமாய்த் தெரிந்தது, நான் மட்டும் குழந்தையாய் இருந்திருந்தால் அதைக் கண்டு பயந்துதான் போயிருப்பேன். அல்லது நான் வேண்டுமானால், என்னுடைய சொந்த ஊரில் ராம்லீலாவின்போது ஹனுமான் வேஷம் போடுகிறவரை நினைத்துக்கொண்டு மகிழ்ச்சியில் கைதட்டி ஆரவாரம் செய்யலாம். என்னுடைய நிலைகுத்திய கண்களுக்கும், பாதி-பிரக்ஞையுள்ள மனதிற்கும் முன்னால் என் குழந்தைப் பருவத்தின் பலதரப்பட்ட நினைவுகள் தோன்றி மறைந்தன.

என்னுடைய குழந்தைப்பருவம் திரும்பி வரப்போவதில்லை – ஒருபோதும் இல்லை. என் இளமைப்பருவம் தொடங்கி, அதுவும்கூட இந்தச் சிறையின் உயர்ந்து நிற்கும் சுவர்களுக்குள்ளேயே முடியப்போவது போல் தெரிகிறது. நான் எப்போதாவது விடுதலையானாலும்கூட எனக்கென்று எதுவும் எஞ்சியிருக்கப் போவதில்லை. நான் ஒரு நடைபிணமாகத்தான் இருப்பேன். என் தலைமுடியில் சாம்பல் பூத்துவிடும், மெல்லிய வளைந்தாடும் நாணல் புல்லின் மேல் வைக்கப்பட்ட ஒரு மண்பாண்டத்தைப் போல் என் தலையானது நடுங்கிக் கொண்டிருக்கும். ஆஸ்கர் ஒயில்டு ஒருமுறை சொல்லியிருக்கிறார், சிறையில்

இருக்கும் ஒவ்வொரு நாளும் ஒரு வருடத்தைப் போன்றது, ஒவ்வொரு வருடமும் ஒரு யுகத்தைப் போன்றது – இது முழுக்கவே உண்மைதான்.

என்னால் நடக்க முடியவில்லை. என்னுடைய கால்களில் மோசமாக அடிபட்டிருக்கிறது, முட்டிகள் வீங்கிவிட்டன, என்னுடைய உடல் எடையை கால் விரல்களில் இறக்கிவைக்கும் துணிச்சலும் எனக்கில்லை. என் உடலின் ஒவ்வொரு உயிரணுவும் வேதனைமிகுந்த வலியால் துடித்துக் கொண்டிருக்கின்றன. முதுகிலும் கைகளிலும் நீலம் பாரித்து, அவற்றில் ரத்தத் திட்டுகள் தெரிகின்றன. என் இடதுகை முழுவதும் விரல்நுனிகள் வரை பற்றியெரிகிறது – என்னால் அதை நகர்த்தக்கூட முடியவில்லை. வலது கையில் விலங்கிடப்பட்டிருக்கிறது, அதன் மணிக்கட்டுப் பகுதி உள்ளங்கையைப் போல் வீங்கி மோசமாக காயம்பட்டிருக்கிறது. கைவிலங்குகளின் ஒரு முனையில் இணைக்கப்பட்டிருக்கும் கயிறு என் இடுப்பைச் சுற்றி இறுக்கி காயத்தை ஏற்படுத்தியிருக்கிறது, அதன் மற்றொரு முனையை போலீஸ் கான்ஸ்டபிள்கள் பாதுகாப்பாக பிடித்துக் கொண்டிருக்கிறார்கள். என்னுடைய கைவிலங்கிடப்பட்ட மணிக்கட்டின் கொப்புளமும், இடுப்பில் தேய்ந்துபோன தோலும் என்னுடைய உடல்ரீதியான வேதனையோடு சேர்ந்துகொள்ளாத அளவுக்கு நான் மிகவும் மரத்துப் போய்விட்டேன், இல்லாவிட்டால் நான் கத்திக்கொண்டும் ஊளையிட்டுக் கொண்டும்தான் இருந்திருப்பேன்.

வாகனத்தை நிறுத்தியதும் அவர்கள் என்னைக் கீழே தள்ளியபோது என்னுடைய சமநிலையை இழந்துவிட்டேன். என்னை நிலைப்படுத்திக் கொள்ளவே முடியவில்லை, என் உடலின் ஒவ்வொரு நுண்துளைகளும் உதவி கேட்டுக் கதறின. எனக்கு முன்பாக பூட்டுகளால் பாதுகாக்கப்பட்டு, மிகப்பெரியதாகவும் பழமையானதாகவும் காணப்பட்ட ஓர் இரும்பு வாயில் அச்சுறுத்தும் வகையில் தோன்றியது. பயோனெட்டுகள் தரித்த காவலர்கள் அதன் இருபுறத்திலும் நிலைகொண்டிருந்தனர். அசைவற்றும் சில்லிட்டும் போயிருந்த அவர்கள் ஜீவனுள்ள கண்களுடன் பிணங்களைப் போல் நின்றிருந்தனர். ஒரு சமிக்ஞை கொடுக்கப்பட்டதை அடுத்து அந்த பிரமாண்ட வாயில் சற்று திறக்கவும், என்னை உள்ளே தள்ளிக்கொண்டு சென்றார்கள்.

உள்ளே சென்றவுடன் அத்தியாவசிய நடைமுறைகளுக்குப் பின்னர் நாங்கள் மற்றொரு பெரிய வாயிலைக் கடந்து சென்றோம். எங்களுக்கு முன்பாக சுத்தமான பெரியதொரு முற்றம் காணப்பட்டது, அதில் நேர்த்தியாக கத்தரிக்கப்பட்ட மலர்ப் படுகைகளில் செப்டம்பர் மாதம் பிற்பகுதியில் பூக்கின்ற பல்வேறுவிதமான இந்திய மற்றும் வெளிநாட்டு மலர்கள் காட்சிக்கு வைக்கப்பட்டிருந்தன. குளிர்காலங்களில் சிறை அதிகாரிகள் தங்களுடைய வேலைகளை வெயில் நேரத்தில் மேற்கொள்வார்கள், கோடைகாலங்களிலோ காலைநேரத்து சில்லென்ற தென்றலை அவர்கள் அனுபவித்துக் கொண்டிருப்பதைக் காணலாம். தோட்டத்திற்குப் பிறகு வட்டம் எனப்படுவதற்கான நுழைவாயில் வந்தது. இந்த வட்டத்தின் உள்ளார்ந்த பகுதியை ஒரு நீண்ட நடைபாதையைக் கடந்த பின்னரே அடைய முடியும், அதன் பல வாசல்களும் தீவிர கண்காணிப்பில் இருந்தன. உள் வட்டத்தின் எல்லாப் பக்கங்களும் விசாலமான திறந்தவெளிகளாய் தெரிந்தன. இதற்குள்ளாகத்தான், ஒரு பெட்டியில் அடைக்கப்பட்ட பூச்சிகளைப் போல் நோயுற்ற தோற்றம்கொண்ட, நகருவதே கடினம் என்பது போல் தோன்றிய, சிறைவாசிகளால் ஆக்கிரமிக்கப்பட்ட பாசறைப் பிரிவுகள் இருந்தன.

நான் இந்த வட்டத்திற்குத்தான் அழைத்துச் செல்லப்பட்டேன். மஞ்சள்நிற சீருடைகள் அணிந்திருந்த முரட்டுத்தனமான சிறைவாசிகள் இருவரும் என்னுடன் சேர்த்து இழுத்துவரப்பட்டனர். பின்பு அவர்களை அந்த சிறை மருத்துவமனையில், ஓடு வேயப்பட்ட கூரையுடன் இருந்த ஒரு நீண்ட அரங்கமாக காணப்பட்ட வராந்தாவில் வீசியெறிந்தனர். பணியில் இருந்த காவலாளி என்னிடம் ஒருசில சின்னத்தனமான கேள்விகள் கேட்டான், அதற்கு நான் விருப்பமில்லாமலும் பெரும் சிரத்தையுடனும்தான் பதில் கூறினேன். அதேநேரம், பலவீனமாகத் தோன்றிய சக சிறைவாசிகளும் விசாரணைக் கைதிகளும் என்னைச் சூழ்ந்துகொண்டனர். சிலர் என்னைப் பற்றி தெரிந்துகொள்ள விரும்பினர். வேறுசிலர் தங்களுக்கேயுரிய ஆபாச நகைச்சுவைத் துணுக்குகளுடன் உறுமலாக சிரித்தனர். எனக்கு அசிங்கமாகிப்போனது. ஆனால் என்னுடைய சூழ்நிலை என்ன அவர்களைவிட நன்றாகவா இருந்தது?

ஏற்கனவே மருத்துவமனையில் சேர்க்கப்பட்டிருந்த என்னுடைய தோழர்களுள் ஒருவரான கிஷன் லால் வெளியே வந்தார்.

"மற்றவர்கள் எல்லாம் எங்கே?" என்னால் பேசமுடியவில்லை என்றாலும் நானே அவரிடம் கேட்டேன்.

"வட்டத்திற்குள் இருக்கும் பாசறைகளில் இருக்கிறார்கள்."

என்னுடைய நண்பரும் பிற தோழர்களும் மூன்று நாட்களுக்கு முன்பாகவே கைது செய்யப்பட்டு அடுத்தநாளே சிறைக்கு கொண்டுவரப் பட்டிருந்தார்கள். என்னை மட்டும் ஹர்தோய் கோட்வாலியிலேயே *(காவல்நிலையம்)* வைத்திருந்தார்கள், அங்கு வைத்துதான் விசாரணை அமைப்பைச் சேர்ந்த அரை டசனுக்கும் மேற்பட்ட உயர் அதிகாரிகள் என்னை இரண்டு நாட்கள் விசாரித்தனர், அவ்வப்போது ஓய்வும் எடுத்துக் கொண்டார்கள். ஒரு கேள்விக்கு பதில் சொல்லும் முன்னரே அடுத்த கேள்வி என்னை நோக்கிப் பாய்ந்தது. நிலைகுலைந்து பிரக்ஞை இழக்கும்வரை அவர்கள் என்னை சித்திரவதை செய்வார்கள் என்பது எனக்குத் தெரியும். அவர்கள் என்னிடம் ஏதேனும் விஷயத்தை வாங்க முடிந்ததா என்பதுகூட எனக்கு நினைவில்லை.

கிஷன் லாலுக்கும் உடலில் ஆழமான வெட்டுகளும் காயங்களும் ஏற்பட்டிருந்தன. அவர் என்னை உள்ளே அழைத்துச் சென்று, இரண்டு கட்டில்களுக்கு இடையே ஒரு போர்வையை விரித்து படுக்க வைத்தார். அன்று மாலை, ஒரு வார்டு பாய் என் கையில் சிகப்புநிற லோஷன் பாட்டில் ஒன்றையும், ஆயின்மெண்ட் டியூப் ஒன்றையும் கொடுத்துச் சென்றான். டாக்டரோ கம்பவுண்டரோ அங்கு இல்லை. அது ஒரு பயங்கரமான இரவு.

நோயுற்றவர்கள் மற்றும் பலவீனமானவர்களுக்கு சிறைச்சாலை மருத்துவமனையில் இரண்டுவிதமான சிகிச்சைகள் வழங்கப்பட்டன: ஒன்று தற்காலிகமானது, மற்றொன்று நிரந்தரமானது. நிரந்தர சேர்க்கைகளில் நல்ல உணவுமுறைக்கு உத்திரவாதம் இருந்தது - கொஞ்சம் பால் மற்றும் பழம் - அதேநேரம் தற்காலிக சேர்க்கையில் சிறைவாசிகளுக்குத் தரப்படும் வழக்கமான உணவுக்கு மட்டுமே அனுமதி இருந்தது. இந்த சிறைவாசிகள் மிகவும் தொடர்ச்சியாகவே மருத்துவர்கள் மற்றும் கம்பவுண்டர்களின் காய்கறிப் பாத்திகளுக்கும் பூச்செடிகளுக்கும் காவல்காத்து தண்ணீர்விட வேண்டியிருந்தது. உயிருக்கு ஆபத்து இல்லை என்றால் கடும் நோய்வாய்ப்பட்ட எந்த சிறைவாசிக்குமே ஒருபோதும் நிரந்தர சேர்க்கை கிடைக்காது. ஆனால், கொஞ்சம் உள்ளடி பேரம் மற்றும் சிறிதளவு அதிகாரிகளின் கைகளை

நனைப்பது மூலம் யாருக்கு வேண்டுமானாலும் நிரந்தர சேர்க்கை கிடைத்தது. அவர்களுக்கும் கொஞ்சம் நிம்மதி கிடைக்கும். மறுநாள் காலை ஒரு மருத்துவர் எனக்கு தற்காலிக சேர்க்கைக்கான அனுமதி அளித்தார்.

மருத்துவர் வருகைக்குப் பின்னர் நான் வராந்தாவில் உட்கார்ந்து தற்காலிக நோயாளிகளுக்குத் தரப்படுகின்ற, நீர்த்துப்போயிருக்கும் கஞ்சி போன்ற தாலியாவை விழுங்க முயற்சித்துக் கொண்டிருந்தேன், அப்போது காலைநேரப் பணியில் இருந்த வார்டன் சட்டென்று என் முன்னால் வந்து நின்றான். அவனுடைய முரட்டுத்தனமான குரல் என் காதுகளைத் தாக்கியது: “உன் தாலியாவை குடித்துவிட்டு மலர்ப் படுகைகளை சுத்தம் செய்.”

பயந்துபோன நான் சாப்பிடுவதை நிறுத்திவிட்டு அவனை ஏறிட்டுப் பார்த்தேன். அந்தக் கிழவன் மிகவும் விசித்திரமாகத் தோன்றினான். தன்னுடைய மெலிந்துபோய் நடுங்கும் உடலில் ஒரு கந்தலான சீருடையை அணிந்திருந்தான். கிழடுதட்டிப்போன அவன் எலும்புகளிலிருந்து தோல் மட்டும் தனியாக தொளதொளத்து தொங்கிக் கொண்டிருந்தது. அவனுடைய முகம் ஒரு லங்கூர் குரங்கைப் போல் இருந்தது. அவனுடைய பெரிய உயிரற்ற கண்களுக்குக் கீழே கருவளையம் சூழ்ந்திருந்தது, நீண்டிருக்கும் முகத்தில் ஆழமான சுருக்கக் கோடுகள் காணப்பட்டன, முதிர்ந்த உதடுகளில் எச்சில் ஒழுகிக் கொண்டிருந்தது – இவையெல்லாம் சேர்ந்து என்னிடம் ஒரு இனம்புரியாத பயத்தை ஏற்படுத்திவிட்டன. பயமும் நிராதரவான நிலையும் என் கண்களில் தெரிந்திருக்க வேண்டும். ஆனால் என்னுடைய நிலை அவனுக்கு வேறு மாதிரியாகத் தோன்றியிருக்குமா எனும் வகையில் அவனுடைய முகம் எதையும் வெளிக்காட்டவில்லை.

“சீக்கிரம்,” அவன் கத்தினான்.

“நான் என்ன நிலையில் இருக்கிறேன் என்று உங்களுக்குத் தெரியவில்லையா?” நான் முனகினேன்.

“இப்போதே எழுந்திருக்கிறாயா இல்லையா?” அவன் தன்னுடைய இடுப்பில் இருந்து தோல் பெல்ட்டை உருவினான், அது நான் கீழ்படிய வேண்டுமாய் மிரட்டியது.

பூமி அப்படியே பிளந்துகொண்டு இந்தக் கொடூர மனிதனுடன் என்னையும் சேர்த்து உள்ளே இழுத்துக்கொள்ளாதா என்று நான்

எந்தளவுக்கு விரும்பினேன் தெரியுமா. மலர்ப் படுகைகள் இருந்த வரிசைக்கு நானாகவே நகர்ந்து சென்றேன். பின்னர் துடைப்பத்தை இறுகப் பற்றிக்கொள்ள முயற்சித்து எப்படியோ என்னை நானே சமன்படுத்திக்கொண்டு பாத்தியை சுத்தம் செய்தேன். அந்தக் கிழ வார்டனின் குரூரமான கண்கள் என்னையே தொடர்ந்து கொண்டிருந்தன. என் கண்கள் கண்ணீரால் நனைந்தன. என்னை மிக அதிகமாக நேசித்த, இறந்துபோன என் தாத்தா பாட்டிகளை நான் நினைவுபடுத்திக் கொண்டேன்.

சற்று நேரத்தில் வேறு இரண்டு சிறைவாசிகளுக்கும் அதே வேலை கொடுக்கப்பட்டது. தாலியா வழங்கிக்கொண்டிருந்த ஆள் போய்விட்டான். தாலியா வழங்கிக் கொண்டிருக்கையில் அதன் பாத்திரத்திற்கு முன்பாக ஒழுகுவதைப் பிடித்துக்கொள்ள ஒரு வாலி வைக்கப்பட்டிருந்தது. இப்போது அது கீழே சிந்தியவற்றால் நிரம்பியிருந்தது. அந்த ஆள் போன உடனேயே ஒரு பெரிய காக்காய் கூட்டம் எங்கிருந்தோ பறந்துவந்து மீதமிருந்த தாலியா வாலிக்காக மோதிக்கொண்டன. அந்தக் கிழ வார்டன் எங்களை அப்படியே மறந்துவிட்டு, ஒரு கம்பை எடுத்துக்கொண்டு காக்காய்களை விரட்டிச் சென்றான். அவை கூச்சலிட்டுக்கொண்டே பறந்து சென்றன. அதேநேரம், மற்றொரு காக்காய் கூட்டம் தரையிறங்கியது. இப்போது அவன் அவற்றை நோக்கி ஓடினான். கண்சிமிட்டும் நேரத்தில் நிறைய காக்காய்கள் தரையிறங்கவும், அந்த வார்டன் அவற்றைப் பைத்தியம் பிடித்ததுபோல் விரட்டிச் சென்றான். இது எனக்கு வேடிக்கையாகத் தெரியவே கொஞ்ச நேரத்திற்கு நான் அதை ரசித்து அனுபவிக்கத் தொடங்கினேன். அதற்குச் சற்று தொலைவில் நின்றபடி இதைப் பார்த்துக்கொண்டிருந்த மற்ற சில சிறைவாசிகளும் அதை ரசித்து மகிழ்ந்திருப்பார்கள் என்பதில் சந்தேகமில்லை.

2

உணவு, மலங்கழிப்பு, குளியல், முடிவெட்டல், வெட்டிப்பேச்சு மற்றும் தூக்கம்

எங்கள் பகுதியில் மிகப்பிரபலமாக ஒன்றைச் சொல்வார்கள்: *காரா கா பாணி, சாட்டா கி ரொட்டி.* அதாவது, காராவின் கலங்கிய தண்ணீரும், சொரசொரப்பான உமியில் செய்த ரொட்டியும். துரதிஷ்டகரமான வாழ்க்கை ஒருவரை கடுமையானவராக மாற்றிவிடும் என்றுகூட சொல்லலாம். ஓரளவுக்கு அந்த சொலவடை இங்கே அர்த்தபூர்வமாகிறது. காவலில் எடுக்கப்பட்டு, சிறைக்கு வந்து உதைபட்டு நொறுங்கிப்போன எவரும் மிக சீக்கிரத்திலேயே மீண்டுவிடுகிறார். ஆம், மோசமான மருத்துவ வசதிகள், அசுத்தமான குடிநீர் மற்றும் கெட்டுப்போன உணவு என எல்லாம் இருந்தபோதிலும், அவர் மிக சீக்கிரத்திலேயே தன் கால்களில் நின்றுவிடுகிறார், அத்துடன் முன்பு இருந்ததைப் போலவே நன்கு சாப்பிட்டு ஆரோக்கியமாக இருந்தவரைப் போலவும் தோன்றுகிறார். ஆனால் இது ஒரு மாய்மால மீட்சி. இது நீடிப்பதே இல்லை. கொஞ்ச நாட்களில் அவர் மெலிந்துபோகத் தொடங்கி சுருங்கிப் போய்விடுவார்.

சிவப்பு-மஞ்சள் லோஷனால் என் காயங்களை கழுவிவிட்டு, எரிகின்ற கைகால்களில் ஆயின்மெண்ட்டை தடவிக்கொண்டு நானாகவே வெயிலில் சென்று நின்றதும் சற்று பரவாயில்லை போல் உணர்ந்தேன். இந்தச் சிறிதளவு ஆறுதலே நான் மருத்துமனையில் இருந்து வெளியே தள்ளப்பட போதுமானதாக இருந்தது. என்னுடைய கைகள் மற்றும் வலதுகரத்தில் அப்போதும்கூட எரிச்சல் இருந்தபோதிலும்

அவர்களால் என்னை அப்படியே ஒதுக்கிவைக்க முடிந்தது. அதனால் நான் விடுவிக்கப்பட்டு வட்டத்திற்கே அனுப்பி வைக்கப்பட்டேன்.

அடுத்தபடியாக எனக்கு ஒரு சொரசொரப்பான பாய், மூன்று போர்வைகள், ஒரு வெண்கலத் தட்டு மற்றும் ஒரு கிண்ணம் ஆகியவை தரப்பட்டன. தட்டிலும் கிண்ணத்திலும் இருந்த ஓட்டைகள் தார் வைத்து அடைக்கப்பட்டிருந்தன. பாயையும் போர்வைகளையும் என் முழங்கைகளுக்கு கீழே வைத்துக்கொண்டு தட்டையும் கிண்ணத்தையும் பிடித்துக்கொண்டேன். பிறகு, அந்த வட்டத்திற்குள் நான் நுழைந்தபோது சிறைவாசிகளின் பெருங்கூட்டம் ஒன்று என்னைச் சுற்றி பூச்சிகளைப் போல் குழுவிட்டது. அவர்கள் எல்லாம் விசாரணைக் கைதிகள். அவர்களில் பலரும் தங்கள் குதிகால்களில் கனத்த இரும்பு விலங்குகளை அணிந்திருந்தனர். தங்களுடைய மேலாண்மை நிலையை நிரூபிக்க சச்சரவிட்டுக்கொண்ட அவர்கள் கெட்ட வார்த்தைகளால் மற்றவர்களை அடக்கவும் முயற்சித்தனர். கைதுசெய்யப்பட்டது எப்போது? என்ன காரணத்திற்காக? எந்த இடத்திலிருந்து? – இதுபோன்ற பல கேள்விகள் என்னை நோக்கி வீசப்பட்டன.

நான் மிகவும் பலவீனமாக இருந்தேன். என்னுடைய அழுக்கான, கிழிந்துபோன வேட்டியை மடித்துவிட்டு என் உடலைச் சுற்றி ஒரு லுங்கியாக அதை அணிந்திருந்தேன். என் சட்டை கந்தலாகிப் போயிருந்தது. உடலில் கெட்டிப்பட்டுப்போன அழுக்கு படிந்திருந்தது. என் தலைமுடி தாறுமாறாகவும் பிசுபிசுத்தும் கிடந்தது, கால்கள் வெறுங்கால்களாகவே இருந்தன. ஏதோ ஒரு விசித்திரமான அசிங்கம்பிடித்த பிராணி என்பதைப் போன்றே எல்லோரும் என்னை முறைத்துப் பார்த்தனர். நான் திகைத்துப்போய் எழுந்து நின்றபோது ரொட்டி வாங்குவதற்கான அணிவகுப்பு வரிசைக்கு அழைப்பு விடுக்கப்பட்டதை கேட்டேன். என்னைச் சூழ்ந்திருந்த சக சிறைவாசிகள் தங்களுடைய தட்டுக்களையும் கிண்ணங்களையும் எடுத்துக்கொண்டு அந்த திசையை நோக்கி வேகமாக ஓடினர். பெரிய பானைகளில் அவரைக்காய்கள், பாத்திரங்களில் காய்கனிக் கறி மற்றும் தாம்பாளங்களில் சப்பாத்திக்கள் வந்திருந்தன. சிறைவாசிகள் சட்டென்று வரிசை அமைத்துக்கொண்டு தங்களுக்கு பரிமாறப்படும் முறைக்காக காத்திருந்தனர். பின்னர் சாப்பிடுவதற்காக சுவற்றை

நோக்கிச் சென்றனர். சிலர் தங்களுடைய தட்டுகளுடன் தங்களது பாசறைகளுக்கே சென்றனர்.

எனக்கு பயங்கரமாக பசித்தது. பட்டினி என்னை ஏறக்குறைய ஒரு மிருகத்தைப் போல் உணவை நோக்கிச் செல்ல வைத்தது. நான் சில சப்பாத்திகளை எடுத்துக்கொண்டேன். பருப்புக்களை எடுத்துக்கொள்ளும் அவசரத்தில் அவற்றில் சிலவற்றை கீழே சிந்திவிட்டேன். அதை – தாலிகா எனப்படும் அதை ஊற்றுவதுதான் வேலை என்பதால் தாலிகா என்றே அழைக்கப்பட்டவன் - பரிமாறியவன் என்னை முறைத்துப் பார்த்துவிட்டு சில கெட்ட வார்த்தைகளை வீசியது என்னை அவ்வளவாக பாதிக்கவில்லை, நான்தான் உணவை சேகரிப்பதிலேயே மும்முரமாக இருந்தேனே. கடந்த வாரத்திலிருந்தே எனக்கு சாப்பாடு அரிதாகவே கிடைத்து வந்தபடியால் நான் மைதானத்தின் ஒரு ஓரமாக சென்று என் வயிற்றை நிரப்பிக்கொண்டேன். சிலபோது கொஞ்சம் தாலியாவை அப்படியே விழுங்கினேன், மற்ற சமயத்தில் நீர்த்துப்போன பருப்பில் நனைத்த சில துண்டுகள் சப்பாத்தியை விழுங்கினேன். சாப்பிடுவதற்கு கடினமாக இருந்தாலும் அந்த சாப்பாடு இப்போது எனக்கு பெரும் திருப்தியுணர்வை கொடுத்தது. சப்பாத்திகள் கெட்டியாகவும், சரியாக சமைக்கப்படாமலும் இருந்தன, பருப்பு நீர்த்துப்போயிருந்தது. ஆனாலும்கூட, வேகவைத்த காய்கறிகள் நிறைய வழங்கப்பட்டன. பச்சைப் பூசணிகள் தோலுரிக்கப்படாமலே பெரிய துண்டுகளாக வெட்டப்பட்டு, வேகவைத்து மசிக்கப்பட்டிருந்தன. நான் எல்லா சப்பாத்திகளையும், பருப்பு மற்றும் காற்கறிகளையும் சாப்பிட்டு முடித்தேன். எனக்கு திருப்தியாயிருந்தது. பிறகு தட்டையும் கிண்ணத்தையும் கழுவுவதற்கு எடுத்துச் சென்றேன். குழாய்க்கு அருகில் ஒரே கூட்டமாக இருந்தது, சிறைவாசிகள் ஒருவரோடு ஒருவர் சச்சரவிட்டுக்கொண்டும், முண்டியடித்துக்கொண்டும் இருந்தனர். அந்தக் கூச்சல்குழப்பத்திற்கு நடுவே சற்றுநேரம் அமைதியாக காத்திருந்தேன். பெரும் பிரயத்தனத்திற்குப் பின்னர் குடிப்பதற்கு தட்டு நிறைய எப்படியோ தண்ணீரை பிடித்தவிட்டபோது என்னுடைய மார்பு ஒரு வெற்றிபெற்ற வீரனின் களிப்பைப் போல் விம்மிப் புடைத்துக்கொண்டது.

மாலையில், நாங்கள் அனைவரும் பாசறைகளுக்கு திருப்பி அனுப்பப்பட்டோம். குற்றவாளி-மேற்பார்வையாளர் மற்றும் குற்றவாளி-காவலர்கள் என ஐந்து முதல் ஆறுபேரும் சிறையில் அடைக்கப்பட்டனர். அந்த அடைப்பிற்குப் பின்னர் ஒரு துணை

சிறையதிகாரி எங்களை ஆய்வுசெய்தார். பாசறைகளுக்குள்ளாக, ஒரு கண்காணி ஜோடிஜோடியாக தலைகளை எண்ணிய பின்னர், கைதிகளுடைய குரல்களையும் தாண்டி இறுக்கிப் பூட்டப்பட்ட வாயில்கதவை நோக்கி அறிவித்தான்: “பூட்டுகள், ஜன்னல்கள், விளக்குகள் – எல்லாம் சரியாயிருக்கிறது – சிறைவாசிகள் பூட்டப்பட்டார்கள். பாசறை எண்...”

ஒவ்வொரு பாசறையிலும் 80 கான்கிரீட் படுக்கைகள் இருந்தன, சிறைவாசிகளின் எண்ணிக்கையோ ஏறக்குறைய 150 இருந்தன. படுக்கைகள் வழங்கப்பட்டவர்கள் அவரவர் படுக்கைக்கு நகர்ந்தனர். பலரும் இரண்டு படுக்கைகளுக்கு நடுவில் இருந்த சிறிய இடத்தில் நெருக்கியடித்துக்கொண்டு உறங்கினர். இந்த இடத்தைக்கூட தேடிக்கொள்ள முடியாதவர்கள், படுக்கை வரிசைகளுக்கு இடையில் இருக்கும் குறுகலான நடைபாதையில், மடித்திருந்த தங்கள் போர்வைகளை விரித்து இடம் தேடிக்கொள்ள வேண்டியிருந்தது. போர்வைச் சுருள் மற்றும் பாயை கையில் பாதுகாத்துக்கொண்ட நான் அந்த அருங்காட்சியகத்தின் விநோத பிராணிகளுடைய நடவடிக்கைகளை பார்த்துக்கொண்டிருந்தேன். பிறகு ஒரு சிறைவாசி தன்னுடைய படுக்கையில் இருந்தபடியே அழைத்தார்: “படுக்கைச்சுருளை கீழை வை, பாசறையின் கடைசியில் இருக்கும் கம்பியிட்ட ஜன்னலுக்கு சென்று தேவி ஆலயத்தில் மரியாதை செலுத்திவிட்டு வா. இங்கு வரும் எல்லோருமே அதற்கு மரியாதை செலுத்த வேண்டும்.” அவர் சரியாக என்ன சொல்ல வருகிறார் என்பதைப் புரிந்துகொள்ள நான் அவரை நோக்கிப் பார்த்தபோது, “என்ன முறைக்கிறாய்? போய் தேவியின் பாதத்தை தொட்டுவிட்டு வா,” என்று உறுமினார். என்னை பரிகசிக்கிறார் என்பதைப் புரிந்துகொண்ட நான் அவரிடம் தன்மையோடு கூறினேன், “புனிதமானவை எதையும் தொடமுடியாத அளவுக்கு நான் மிகவும் அழுக்காயிருக்கிறேன். பரவாயில்லை, உங்களுடைய பணிவான பரிந்துரைக்கு நன்றி.”

நான் பேசிமுடித்த உடனே பரிதாபமாகவும் கந்தலாகிப்போயும் இருந்த ஒரு சிறைவாசி அவரை நோக்கி, “ஒருவரிடம் பேசும் முன்பு அவரைப் பற்றித் தெரிந்துகொள்,” என கடுமையாக கண்டித்தார். பின்னர், என் கையைப் பிடித்துக்கொண்ட அவர், “இங்கே வா. நான் உனக்கு இடம்பிடித்து தருகிறேன்,” என்றார். கந்தலாக உடையணிந்திருந்த இந்த சிறைவாசியின் பெயர் மூல்சந்த். அவர் தன்னுடைய படுக்கைக்கு அருகாமையில் எனக்கு இடம் ஒதுக்க தண்ணீர் நிரம்பியிருந்த மட்பாண்டத்தை

அகற்றி வைத்தார். முன்பு ஆலயத்திற்கு சென்றுவருமாறு என்னிடம் சொன்ன அந்த சிறைவாசி மூல்சந்தின் பரந்த உள்ளத்திற்கு முன்பாக இப்போது சிறுத்துக் காணப்பட்டார். அவர் சிணுங்கிக்கொண்டே வெட்கிப்போனார். எந்த கேள்வியும் கேட்காமலேயே அந்த ஆலயம் என்பது சிறைவாசிகளுக்கான மலம்கழிக்கும் பானைதான் என்பதைத் தெரிந்துகொண்டேன். அப்போதிலிருந்து மூல்சந்த் எனக்கு நெருங்கிய நண்பரானார். உண்மையும் சுயநலமின்மையும்தான் அவருடைய தனித்தன்மை. நான் அவரை தோழர் மூல்சந்த் என்றழைத்தேன், பின்னாளில், பிற சிறைவாசிகளுக்கும் அவர் தோழர் என்றே அறியலானார்.

இரவு நேரத்தில், சிறைவாசிகள் ஆராவரம் செய்தனர். அவர்கள் ஜோக்கடித்தனர், கத்தினர், திட்டினர், தங்களுடைய தட்டுக்களை தட்டி பேரிரைச்சலுடன் பாடினர். சந்தேகமேயில்லாமல், அவர்களில் சிலர் நல்ல பாடகர்கள்தான். ஆனால் ஒரு லேசான தூண்டுதலில் சில ஆபாசங்களுக்கு அவர்களுடைய வாய் சென்றுவிட்டால் அது அப்படியே கற்பனைக்கெட்டாத அந்நியமாகிவிடுகிறது. இது ஒருவேளை அவர்கள் இந்த சமூகத்தை புறக்கணிப்பதற்கான, சமூக மதிப்பீடுகள், ஒழுக்க விதிகள் மற்றும் கட்டுப்பாடுகளின் பிணைப்புகளை எக்காளத்துடன் வம்புக்கிழுத்து அழிக்க முனைவதற்கான வழிமுறைகளாக இருக்கலாம். அதனுடைய கொட்டு, கொல்லக்கூடிய குணம் மற்றும் பகட்டாரவாரம் என, சாதாரணமாக பேசப்படும் வசை மொழியிலிருந்து இந்த சிறை அகராதி மிகவும் வேறுபட்டிருந்தது. இரவுநேர சிறையடைப்பிற்குப் பின்னர்தான் சகஜமான பேச்சுக்கள் வெளிவரும். ஒரு சம்பந்தமில்லாத சீண்டலானது, ஆக்கிரமிக்கப்பட்ட சிமெண்ட் படுக்கை வரிசைகளுக்கிடையே தொடங்கி இரவு முழுவதும் தொடரும். யாருக்காவது சத்தமாக வாயு பிரிக்க வேண்டியிருந்தால் உடனே ஒரு குரல் ஒலிக்கும், “ஏய் நிறுத்து! அதை விடுவதை நிறுத்து! நான் அதைவிட இறுக்கமான ஒன்றை அடைத்து வைத்திருக்கிறேன்” - பிறகு எல்லோரும் வெடிச்சிரிப்பு சிரிப்பார்கள். அல்லது, ஒரு சிறைவாசி மற்றொருவரிடம் ஒரு பீடியோ, கர், மசாலா, வெங்காயம் அல்லது எதையாவது கேட்டால் அவருக்கு கிடைக்கின்ற பதில் இதுவாகத்தான் இருக்கும்: “நிச்சயம் கிடைக்குமே, உன்னுடைய பிட்டத்தை மட்டும் மழித்துவிட்டு இங்கே வைத்துப் போ.” ஓரினச் சேர்க்கைக்கான இத்தகைய மறைகுறிப்புகள் அவற்றை முதல்முறையாக எதிர்கொள்ளும் புதிய சிறைவாசிகளை திடுக்கிடச் செய்யும்.

அன்றிரவு, என் மனதின் புதிர்வட்டப் பாதைகளில் நான் சுற்றிக் கொண்டிருந்தேன், கொஞ்சமேனும் தூங்குவதற்கு என்னால் ஆனவற்றை முயற்சித்துப் பார்த்தபோதிலும் ஒவ்வொரு பத்து அல்லது பதினைந்து நிமிடங்களுக்குப் பின்னர் தொடர்ச்சியாக வந்த ரோந்து மற்றும் கைதிகளை எண்ணிப்பார்க்கும் சத்தங்கள் அதை தொந்தரவு செய்தபடியே இருந்தன. இரவு முழுவதும் பாதுகாப்பு மீறப்படவில்லை என்பதை உறுதிப்படுத்திக்கொள்ள, இரவுநேர காவலாளி பாசறையின் ஜன்னல் கம்பிகளில் இரும்புக் கம்பியால் தட்டிக்கொண்டே இருந்தான். சில நேரங்களில், எல்லாப் பாசறைகளிலும் இருந்து இரவுக் காவலாளிகளின் சத்தமான அழைப்புகள் கேட்கும்போதும், செண்ட்ரிக்கள் ஜன்னல்களை தட்டும்போதும், முக்கிய எல்லையில் இருக்கும் குற்றவாளி-வாட்ச்மென் ‘எல்லாம்-சரி’ என்று ஒருமித்த குரலில் தெரிவிக்கும்போதும், அதை சுற்றியிருக்கும் நகரம்கூட இனம்புரியாத பயத்தினால் நடுங்கித்தான் போயிருக்கும். அவ்வப்போது ஒரு அதிகாரியோ அல்லது தலைமை வார்டனோ நேரங்கெட்ட நேரத்தில் அங்கு வந்து, யாராவது ஒரு சிறைவாசியின் எண் மற்றும் படுக்கை எண்ணை பற்றி விசாரிப்பார். இந்த அனுபவம் முழுவதுமே பயங்கரமானதும் முழுக்கவே கற்பனை செய்ய முடியாத ஒன்றும்தான். ஆனால், பின்னாட்களில் அதுவே என்னுடைய சிறைவாழ்க்கையில் ஒரு பிரிக்க முடியாத பாகமாகிவிட்டது.

சிறைவாசிகளை எண்ணிப்பார்த்த பிறகு நடக்கும் பிரார்த்தனைகளுடன் காலை நேரம் தொடங்கும். காலை உணவுக்கு வேகவைத்த கரும்பயறுகளை கைநிறைய சேகரித்துக்கொண்ட பின்னர், பாசறைக்கு வெளியே முற்றத்தில் இருந்த கழிவறைக்கு நான் சென்றபோது அதனுடைய அசிங்கம்பிடித்த நிலை என்னை வாந்தியெடுக்க வைத்தது. பானைகள் மலத்தால் நிரம்பி வழிந்தன, கதவுகள் உடைந்துபோயிருந்தன. சுற்றியிருக்கும் அசிங்கத்தை உடலில் அப்பிக்கொள்ளாமல் இருக்க நிறையபேர் கால்விரல்களில் நின்றபடியே மலம் கழித்தனர்; சிலர் தங்களுடைய முறைக்காக காத்திருந்தனர், மற்றவர்களோ அழுத்தம் தாங்க முடியாமல் அருகில் இருந்த கழிவுநீர் கால்வாயில் உபாதைகளை கழித்துக்கொண்டனர். எல்லாமே கஷ்டமாக தெரிந்தது. என்னுடைய தண்ணீர் பாத்திரத்துடன் நான் திரும்பி வந்துவிட்டேன், அந்த இடம் சுத்தமானால் மட்டுமே அங்கு போவது என்று தீர்மானித்தேன்.

முற்றத்தின் தரை சுத்தப்படுத்தப்பட்டது. ஒரு சிறைவாசி, இரும்புக் கம்பியில் பழைய போர்வைத் துண்டு ஒன்றைக் கட்டி அந்தத் தளம் முழுவதும் இழுத்துச் சென்றான், பிற சிறைவாசிகள் அருகாமையில் இருந்த தொட்டியில் இருந்து தண்ணீரை வாரி ஊற்றிக் கொண்டிருந்தனர். கடுமையான தண்ணீர் பற்றாக்குறை நிலவும்போது இந்த முற்றத்தை ஏன் தினமும் சுத்தம் செய்கிறார்கள் என்று நினைத்துக் கொண்டேன்? அந்தத் தொட்டி மெதுவாக நிரம்பி முடிக்கும் வரையில் சிறைவாசிகள் யாருக்கும் தங்களுடைய சொந்த பயன்பாட்டிற்காக அதிலிருந்து ஒருதுளி தண்ணீர் எடுப்பதற்குகூட அனுமதியில்லை. அது அவருடைய தொண்டை வறண்டுபோனாலும் சரி, அல்லது மேனி கழுவுவதற்கு தேவைப்பட்டாலும் சரி, அல்லது அவர் தன்னுடைய பைஜாமாவில் மலம் கழித்துவிட்டாலும்கூட சரி. பின்னாட்களில், பிற சிறைவாசிகளைப் போல் வெறுப்பான காலைநேரக் குளிரில் நானும் அந்த தளத்தில் தண்ணீர் ஊற்றியிருக்கிறேன்.

ஏறக்குறைய ஒருமணி நேரத்திற்குப் பின்னர் நான் கழிவறைக்கு சென்றபோது, அது சுத்தமாக இருப்பதைப் பார்த்தேன். பானைத்தண்ணீரை சுவற்றில் வைத்துவிட்டு என் காலைக்கடனை கழிக்க இருந்தபோது ஒரு துப்புரவாளர் அங்கே வந்தார். ஒருவேளை அவர் எங்களை கவனித்துக்கொண்டு இருந்திருக்கலாம். மலத்தை எடுத்துச் செல்வதற்காக ஒரு கம்புடன், உயரமாகவும் கெட்டியாகவும் இருந்த இரண்டு மூங்கில் கூடைகளை அவர் சுமந்திருந்தார். அவற்றை தரையில் வைத்துவிட்டு என்னை நோக்கி கத்தினார்: "வெளியே, வெளியே, சீக்கிரம் வெளியே போ! இங்கே போகலாம் என்று நினைக்காதே." குழம்பிய மனதுடன் நான் அப்படியே எழுந்தேன். இந்தப் புதிய பிரச்சினை என்னவென்று என்னால் புரிந்துகொள்ள முடியவில்லை." அவர் மறுபடியும் உறுமினார்: "ஏய், நாசமாய்ப்போனவனே! சாஹிப் இன்னும் வரவே இல்லை, அதற்குள் நீ அதை அசிங்கம்பண்ண வந்துவிட்டாயே."

இங்கே நடந்திருப்பது எல்லாமே சாஹிப்பை (கண்காணிப்பாளர்) மகிழ்ச்சிப்படுத்த மட்டும்தான் என்பதை புரிந்துகொண்டேன். அந்த பெரிய சாஹிப் அவ்வப்போது அதை வந்து ஆய்வுசெய்வார் என்பதாலேயே கழிவறை சுத்தப்படுத்தப்பட்டது, அதனை சிறைவாசிகள் 'பானையை மோப்பம் பிடித்தல்' என்பார்கள். அதேபோல், தண்ணீர் பற்றாக்குறை இருந்தபோதிலும் நாள்தவறாமல் அந்த முற்றம் தண்ணீரால் சுத்தம் செய்யப்பட்டது, அப்படி இருந்தால்தான் சாஹிப் எரிச்சலாக மாட்டாராம்.

ஆனால், குடிநீர் பற்றாக்குறையைப் பற்றி மட்டும் அந்த சாஹிப் கவலைப்படவே இல்லை.

நான் அப்பால் நகர்ந்தேன். முற்றத்தின் ஒருமுனையில், ஒரு முடிதிருத்துநர் ஒரு சிறைவாசியின் தலையை கத்தரித்துக் கொண்டிருந்தார். அவருக்குப் பின்னால் டசன்கணக்கானவர்கள் காத்திருந்தனர். நான் வரிசையில் நின்றேன். முடிவெட்டிய பிறகு குளிக்கலாமே என்று நினைத்திருந்தேன். நீண்டநேர காத்திருப்புக்குப் பின்னர் என்னுடைய முறை வந்தபோது, சிறை விதிகள் கத்தரித்துக்கொள்ள அனுமதிப்பதில்லை என்று கூறி, அந்த முடிதிருத்துநர் எனக்கு முடிவெட்டிவிட மறுத்தார். அதற்குப் பதிலாக தலை அப்படியேத்தான் மழிக்கப்படுமாம். சற்று நேரத்திற்கு முன்புதான் ஒரு சிறைவாசியின் முடியை அவர் கத்தரிப்பதை பார்த்தேனே என்று அவரிடமே கூறினேன். அருகாமையில் அமர்ந்திருந்த மற்றொரு சிறைவாசி கேட்டார், "உன்னிடம் ஒரு பண்டல் பீடி இருக்கிறதா?" என்னிடம் எதுவும் இல்லை. முடி வெட்டிக்கொள்வதற்காக ஒரு பண்டல் பீடியை நான் எங்கிருந்து கொண்டுவருவது. அவருடைய மெஷினை வைத்து என் தலையை மழித்துவிட்டார். தலையில் உள்ள புண்பொருக்குகள் குறித்து கவனமாக இருக்கும்படி நான் கேட்டுக்கொண்டாலும் அதை அவர் பொருட்படுத்தவே இல்லை.

பெரிய சாஹிப் ரவுண்ட்ஸ் வந்துசென்ற பின்னர், ஒரு சௌகரியமான நேரத்தைப் பார்த்து என்னை ஆசுவாசப்படுத்திக்கொள்ள சென்றேன். பிறகு, தொட்டியில் மிச்சம் கிடந்த அழுக்கான தண்ணீரைக் கொண்டு எப்படியோ குளித்துவிட்டு, உலர்ந்த ஆடைகளை அணிந்துகொண்டு வெயிலில் சென்று நின்றுகொண்டேன். நான் மறுபடியும் மனிதனாக உணர்ந்தேன். மூல்சந்த் என் உள்ளங்கையில் சிறிதளவு எண்ணெய் விட்டார், அதை என் முகத்திலும் தலையிலும் தடவிக்கொண்டேன். நான் தடுத்து நிறுத்தியபோதிலும், என்னுடைய மண்ணேறிய உடைகளை மற்றொரு பாசறைக்கு கொண்டுசென்று துவைக்க அவர் ஓடியே போய்விட்டார்.

என்னுடைய தினசரி வாழ்க்கை இப்படித்தான் தொடங்கியது. சில நாட்களுக்குள்ளாகவே நான் வேறு பல சிறைவாசிகளுடனும் நட்பாகிக் கொண்டேன். முன்பொரு சமயம் வெறுப்பு கொண்டிருந்த அவர்களை விரும்பத் தொடங்கிவிட்டேன். அவர்களுடைய அசிங்கமான பேச்சு மற்றும் முட்டாள்தனமான

நடத்தையே எனக்குத் தலைவலி ஏற்படுத்த போதுமானதாக இருந்தபோதிலும் இப்போது இயல்பாகிவிட்டது போல் தோன்றுகிறது. சிறைவாசிகளிடையே அருவருப்பான மொழி புழங்குவது ஒன்றும் அசாதாரணமானது அல்ல, ஆனால் கேளிக்கைக்கு அதுதான் ஒரு நம்பகமான மாற்று வழியாக இருந்தது. உதாரணத்திற்கு, ஒரு சிறைவாசி பெரிதாக கதையளக்கவோ அல்லது திமிர்த்தனமாக பேசவோ செய்தால் மற்றொருவர் அதற்கு எதிராக பதிலளிப்பார்: “ஆமாம் பாய், ஐஜி சாரோட விதைப்பையாய் நீ புதருக்குள்தான் இருப்பாய்.” அல்லது யாரோ ஒருவருடைய தற்பெருமை வார்த்தைகளை வைத்து காற்று பிடுங்கப்படும், “பெரிய ஆண்குறி உள்ளவன்போல் பேசாதே – அதெல்லாம் ஒன்றுமேயில்லை!” ஒரு மென்முகம் கொண்ட இளைஞர் தன்னுடைய பாசறையை மாற்றிக்கொள்வது குறித்து பேசினால், அவருக்கு, “நீ இங்கேதான் நன்றாயிருக்கலாம். அங்கே உன்னுடைய பிட்டத்தை பெண்ணுறுப்பாக்கி விடுவார்கள்,” என்பதே பதிலாக கிடைக்கும். இந்த வாக்கியம் பிரபலமான, வசதியான ஒன்று, இதனுடைய வடிவ மாற்ற பிம்பம் பலதரப்பட்ட தினசரி அனுபவங்களுக்கும் பயன்படுத்தப்படுவதுதான். உண்மையில், பிட்டம் என்பதற்கான வார்த்தைகள் சிறைச்சாலையில் தினசரி வாழ்க்கையின் எல்லா அம்சங்களுக்குமே உருவகங்களாவிட்டன - போட்டிக்கு பலதரப்பட்ட மிகவும் புதிய வார்த்தைகளையும் மொழியையும் உருவாக்கிவிடக்கூடியவை.

இத்தகைய சூழ்நிலை விசாரணைக் கைதிகள் ஆதிக்கம் செலுத்துகின்ற மாவட்ட சிறைச்சாலைகளுக்கே உரியது. ஹர்தோய் சிறையில் நான் செலவிட்ட இரண்டு வருடங்களுக்கும் மேலாக இதில்தான் மாட்டிக் கொண்டிருந்தேன். முடிவில், என்னுள் பதிவாகிவிட்ட இந்தப் பரிமாறல்களின் தொணியானது என்னை சிரிக்க வைக்கவே செய்தது, ஆனால் என்னுடைய சக அரசியல் கைதிகளும் நானும் அதை ஊக்கப்படுத்தவோ அல்லது நீடிக்க விடவோ செய்யக்கூடாது என்று சொல்லிக்கொண்டு, அத்தகைய கிண்டல் கேலிகளுக்கு உட்படாமல் விலகியே இருந்தோம். நாங்கள் எங்களுடைய இலக்குகள் மற்றும் கொள்கைகளால் ஆக்கிரமிக்கப்பட்டிருந்தோம், இங்கு நடப்பவை எல்லாமே கடந்து செல்லக்கூடிய மனப்பதிவுகள்தான். எங்களைச் சுற்றியிருப்பவர்களை, வெட்கப்படும்படி நீதிபோதனை செய்யவோ அல்லது அவர்களை பழிதூற்றவோ நாங்கள் முயற்சிக்கவில்லை.

அவர்களிடையே இருந்த பலரும் அருவருப்பான குற்றம்புரிந்தவர்கள். சிலர் தகாதவழியில் பெயர்பெற்ற முரட்டுக் குற்றவாளிகள். அவர்களுடைய பெயர்களைக் கேட்டாலே மக்கள் நடுங்குவர். ஆனால், அவர்களும்கூட எனக்கு சாதாரணமாகத்தான் தெரிந்தார்கள். மூல்சந்தை தவிர்த்து ஹர்தோய் சிறையில் இருந்த மற்றொரு சிறைவாசியான ஜஸ்வந்த் சிங் என்பவரும் எனக்கு நெருக்கமானார், எங்களுக்குள் நல்லதொரு நட்புறவு உருவானது. பழமைவாத தாக்கூர் குடும்பத்தில் பிறந்த அவர், ஹர்தோய் மாவட்டத்தில் உள்ள சுமர்பூர் கிராமத்தைச் சேர்ந்த மத்தியதர-வர்க்க விவசாய குடும்பத்திலிருந்து வந்தவர். ஜஸ்வந்த சிறிதளவு கல்வி கற்றவர். ஆனாலும், தன்னுடைய வளர்ப்பு முறையின் பாரம்பரிய பிற்போக்கு மதிப்பீடுகளுக்கு எதிரானவராகத் தெரிந்தார். அவர் உணர்ச்சி மிகுந்தவராகவும், கருத்துகளை சட்டென்றும் தீவிராகவும் உள்வாங்கிக் கொள்ளக்கூடிய நவீன இளைஞனாகவும் இருந்தார். தெளிவான நிறம், மெல்லிய உடல், அவருடைய தனித்துவமான வசீகரத்தோடு சேர்ந்துகொள்ளும் மெல்லிய மீசை. அவருடைய ஒதுங்கியிருக்கும், சமநிலையுள்ள, தெளிந்த மனதுடன் காணப்படும் தோற்றம் பிற கைதிகளிடத்தில் அவருக்கு ஒரு கண்ணியத்தன்மையை பெற்றுத் தந்திருந்தது. இந்தப் பண்புகளும் அவருடைய கூருணர்ச்சியும் எங்களுக்குள் ஒரு உணர்வுப்பூர்வமான இணைப்பையும் நெருக்கமான நட்பையும் உருவாக்கியது.

ஜஸ்வந்த் தன்னுடைய கதையை சொன்னபோது, தோற்றத்தை வைத்து பிடிக்கப்படும் ஒவ்வொரு கைதியுமே குற்றவாளிதான் என்பதையும், ஆனால் ஒவ்வொருவருடைய சிறை வாழ்க்கைக்குப் பின்னாலும் வேறொரு சோகமான கதை மறைந்திருக்கிறது என்பதையும் நான் உணர்ந்து கொண்டேன். தன்னுடைய கிராமத்தில் வைத்து கைது செய்யப்படும் முன்னர், தான் மத்திய பிரதேசத்தில் இருந்ததாக ஜஸ்வந்த் கூறினார். ஊரில் உள்ள ஒரு பெண்ணுடன் அதிகப்படியாக சம்பந்தப்படுவதைத் தடுக்கும் வகையில் அவருடைய குடும்பத்தினர் ஒரு வேலையாக அங்கு அனுப்பியிருந்தனர். ஜஸ்வந்த், பக்கத்து வீட்டில் இருந்த லக்ஷ்மி என்ற ஒரு தாக்கூர் பெண்ணிடம் காதல் வசப்பட்டிருந்தார். அவர்களுடைய வீட்டுக்கூரைகள் ஒன்றோடொன்று ஒட்டியவாறு இருக்கும். இதுவே அவர்கள் அடிக்கடி பார்த்துக்கொள்வதற்கான வாய்ப்பை உருவாக்கியிருந்தது. மெதுவாக, இந்த விஷயம் அவர்களுடைய குடும்பங்களுக்கும் தெரிய வந்தது. அதுமட்டுமல்லாமல், அவர்களைப் பற்றி அந்த முழு கிராமமே

கிசுகிசுத்துக் கொண்டிருந்தது. இந்த விஷயம் குறித்து லக்ஷ்மியின் குடும்பத்தினர் ஜஸ்வந்தின் குடும்பத்தினரை அனுகினர். ஆனால், ஜஸ்வந்தின் குடும்பம் அந்தப் பகுதியிலேயே உயர்ந்த அந்தஸ்தில் இருந்தபடியால் அந்த திருமணப் பொருத்தத்தில் முன்னேற்றம் ஏற்படவில்லை. அவளுடைய குடும்பம் அவருடைய குடும்பத்திற்கு ஏற்றதாக இல்லை, அவர்களுடைய திருமணத்திற்கும் சம்மதம் கிடைக்கவில்லை. ஆனால், ஜஸ்வந்தின் குடும்பத்தினர் அந்தப் பெண்ணின் பெற்றோரிடம் அவளுக்கு திருமணம் செய்து வைத்துவிடும்படியும், ஜஸ்வந்த் இதற்கு குறுக்கே வரமாட்டார் என்பதுடன் வேலைநிமித்தமாக அவர் தொலைவான ஊருக்கு அனுப்பி வைக்கப்படுவார் என்றும் சொல்லிவிட்டனர்.

மத்தியப் பிரதேசத்தில் இருக்கும்போது, ஜஸ்வந்த் ஒரு பெரிய கொள்ளைச் சம்பவத்தில் சிக்க வைக்கப்பட்டார். கைவிலங்குடன் ஓரிடத்தில் இருந்து மற்றொரு இடத்திற்கு கொண்டு செல்லப்படும் வழியில், போலீஸ் ஜீப்பில் இருந்து தப்பித்த அவர் மலைப்பகுதிக்குள் மறைந்துவிட்டார். கைவிலங்கை விடுவித்துக்கொண்டு கட்டாந்தரையில் உறங்கியோ அல்லது போகும் வழியில் தற்காலிக தங்குமிடத்தை தேடிக்கொண்டோ உத்தரப் பிரதேசத்தில் உள்ள தன்னுடைய சொந்த ஊரான ஹர்தோய்க்கு வந்துசேர்ந்தார். தப்பிச்சென்ற குற்றவாளியாக கைது செய்யப்படாமலேயே தப்பிவந்தார். முடிந்தபோதெல்லாம் கிராமத்தில் உள்ள வீட்டிற்கு ரகசியமாக வந்துசென்றார், அத்துடன் லக்ஷ்மியையும் சந்தித்தார். ஒருபக்கம் மத்தியப் பிரதேச போலீஸ் அவரைத் தேடிக்கொண்டிருக்க, உத்தரப் பிரதேச உள்ளூர் போலீஸோ அவர் மீது பொய்யான வழிப்பறி குற்றச்சாட்டுகளை பதிந்து அவரைத் தேடிக்கொண்டிருந்தது.

லக்ஷ்மியின் குடும்பம் அவளை எப்படியாவது கைகழுவிவிடும் வகையில் அவளுக்கு சட்டென்று ஒரு திருமணப் பொருத்தத்தை –பொருத்தமில்லாத ஒன்று– பார்த்துவிட்டது. மணமகன் வீட்டார் அவளுடைய ஊருக்கு வரும் நாளன்று, மாலைப்பொழுதில் தன்னுடைய வீட்டிற்கு வந்த ஜஸ்வந்த் சிங் எப்படியோ கூரையில் வைத்து அவளை சந்தித்துவிட்டார். திருமண இரவின்போது ஜஸ்வந்த் அந்த கிராமத்தில் இருப்பதை மோப்பம் பிடித்துவிட்ட லக்ஷ்மியின் பெற்றோர் உள்ளூர் காவல் நிலையத்திற்கு தெரிவித்துவிட்டனர்.

விடியலுக்கு முன்பு, ஜஸ்வந்த் தன்னை ஆசுவாசப்படுத்திக்கொள்ள வயல்வெளிக்கு சென்றார். காலைக்கடன்களை முடித்தவுடன் அந்த கிராமத்தில் இருந்து சென்றுவிடுவது என்றுதான் அவர் திட்டமிட்டிருந்தார், ஆனால் வயல்வெளியிலிருந்து திரும்பிவந்து, வேப்பங் குச்சியால் பல் துலக்கிக் கொண்டிருந்தபோது ஒரு பெரிய போலீஸ் பட்டாளத்தால் பிடிக்கப்பட்டார். அவரை வீட்டிற்கு கொண்டுவந்த அவர்கள் வழிநெடுகிலும் லத்திகளால் கொடூரமாக அடித்துக்கொண்டே வந்தனர். அவருடைய கூக்குரலையும் அழுகையையும் கேட்டு மொத்த கிராமமே பயத்தில் மூழ்கியது.

அவருடைய கூக்குரலை கேட்ட மணப்பெண் லக்ஷ்மி எல்லாத் தடைகளையும் உடைத்துக்கொண்டு, தன்னுடைய மணப்பெண் அலங்காரத்துடன் விரைந்துவந்து, சரமாரியான போலீஸ் தடியடிகளுக்கு இடையில் ஜஸ்வந்தை கட்டிப் பிடித்துக்கொண்டாள். "தயவுசெய்து அவரை அடிக்காதீர்கள். அவர் யாருக்கும் எந்தக் கெடுதலும் செய்யவில்லை," என்று அவள் கதறினாள். ஆண் பெண் உட்பட அந்த மொத்த கிராமமே ஸ்தம்பித்துப்போனது. பராதிகளுக்கு அது கற்பனை செய்துபார்க்க முடியாத ஒன்று. அத்துடன் போலீஸ்காரர்களுக்கும்தான். ஜஸ்வந்தையும் லக்ஷ்மியையும் கவனமாக பிரித்துவிட்ட காவல் ஆய்வாளர், லக்ஷ்மியை நோக்கி ஓடிவந்த பெண்களிடம் அவளை ஒப்படைத்தார்.

பிறகு, போலீஸ் ஜஸ்வந்தை இழுத்துச் சென்றது. அவள் தன்னை விடுவித்துக்கொண்டு அவருக்கு பின்னாலேயே வர முயற்சித்தபோது, அவளுடைய மஞ்சள் சுன்னார் தரையில் விழுந்தது. அவள் கதறியழுதபோது அவளுடைய மணமகள் ஒப்பனை கண்ணீரில் கரைந்தது. குடும்பத்தினர் அவளை பின்னால் பிடித்திழுத்தனர். மருதாணி போட்ட கையால் தன் முகத்தை மறைத்துக் கொண்டபோது சூரிய ஒளி அவளுடைய செந்நிற கைவளையல்களில் பட்டு பிரகாசித்தது. பிறகு அவள் நினைவிழந்தாள், கையை நீட்டிக்கொண்டிருந்தவர்கள் பிடித்துக்கொண்டதால் அவள் தரையில் விழவில்லை.

இதுதான் ஜஸ்வந்தின் கதை. அவர் எனக்கு முன்பாக அமர்ந்திருந்தார். மத்திய பிரதேசத்தில் அவருக்கு எதிராக உண்மையான கொள்ளை குற்றச்சாட்டுகளும், போலீஸ் பாதுகாப்பில் இருந்து தப்பிய வழக்கும் பதிவாகியிருந்தன. அதுபோக, நிறைய வழிப்பறி கொள்ளைகளிலும் ஹர்தோய்

போலீஸ் அவரை பொய்யாக பதிவு செய்திருந்தது. இப்போது அவர் ஒரு பெயர்பெற்ற வழிப்பறிக் கொள்ளையர். "விடுதலையானதும் என்ன செய்யப் போகிறீர்கள்?" என்று அவரிடம் கேட்டேன். ஒரு கணம் தன் சிந்தனையில் ஆழ்ந்த அவர் பின்பு சிரித்துக்கொண்டு வெறுமனே கூறினார், "கொள்ளை." அவருடைய மென்மையான புன்னகைக்கு பின்னால் கடலளவுக்கான துயரமானது எந்தளவுக்கு இருந்திருக்கும் என்பதையோ, தன்னுடைய சுருக்கமான பதிலுக்கு முன்னர் அவர் எவ்வளவு தூரம் உணர்ச்சிகரமாக சென்று வந்திருப்பார் என்றோ என்னால் புரிந்துகொள்ள முடியவில்லை.

அந்த சிக்கலான சூழ்நிலையில் குற்றவாளி யார் என்பதை என்னால் தீர்மானிக்க முடியவில்லை. கொள்ளை சம்பவத்திற்கு ஜஸ்வந்த் மட்டுமே பொறுப்பாளியா அல்லது வேகமாக செல்லும் கலாச்சாரம், உடனடியாக பணம் தருகின்ற பெரும் கொள்ளைக்கான தேவை, சட்டப்படியோ அல்லது சட்டவிரோதமாகவோ தங்களுடைய ஆசைகளை நிறைவேற்றிக்கொள்ள, நிறைவேறாதவற்றை ஈடுசெய்ய என இளைஞர்களின் நிராதரவான நிலையின் காரணமாக உருவானதா? இந்த முதலாளித்துவ சமூகமும் அதனுடைய வர்க்கப் படிநிலையும்தான் ஹோட்டல்கள், கிளப்புகள், வன்முறை மற்றும் சாகசங்களில் கீழ்த்தட்டு மற்றும் மத்தியதரவர்க்க இளைஞர்கள் தங்களுடைய எட்டமுடியாத வாழ்வின் மகிழ்ச்சியை தேடிக்கொள்ள வேண்டும் என்பதை உறுதிப்படுத்துகிறது. லக்ஷ்மி மற்றும் ஜஸ்வந்தின் பெற்றோர்கள் அவர்களை திருமணம் செய்துகொள்ள அனுமதித்திருக்க வேண்டும் என்றுதான் நானும் ஆசைப்பட்டேன், ஆனால் அவர்களோ இப்போதும் நம்முடைய கிராமங்களில் சாதாரணமாக இருக்கும் கெட்டிப்பட்டுப்போன, பழமைவாத மனநிலை மற்றும் ஆணவப்போக்கிற்கு பலியானவர்கள்தான்.

ஹர்தோயில் இருந்து உன்னாவுக்கும், பிறகு ஃபதேகார் மத்திய சிறைச்சாலைக்கும் என்னை அனுப்பி வைத்தார்கள். இந்த காலகட்டத்தில் ஜஸ்வந்தைப் பற்றிய எந்த செய்தியும் எனக்கு கிடைக்கவில்லை. பின்னாளில், என்னால் கண்டுபிடிக்க முடியவில்லை என்றாலும், பிணை கிடைத்தோ அல்லது நீதிமன்றத்தாலோ அவர் சிறையில் இருந்து விடுவிக்கப்பட்டிருக்கிறார். அதற்கும் பிறகு, அவர் கொலை செய்யப்பட்டார் என்பதை தெரிந்துகொண்டேன்.

கைதிகளில் பலரும் உண்மையான குற்றவாளிகளை சிறையில் தள்ளுவதற்கான போலீஸின் திறனின்மையை மூடிமறைப்பதற்காக அவர்களால் திட்டமிட்டு சிக்க வைக்கப்பட்டவர்களே ஆவர். இந்த குற்றவாளிகளில் பலரும் ஏழைத் தொழிலாளர்கள் அல்லது நிலமற்ற விவசாயிகள். இந்தப் பாவப்பட்ட மனிதர்கள்தான் அந்த வளாகத்தை சுத்தம் செய்ய நிர்பந்திக்கப்பட்டார்கள், அதேநேரம் கையிருப்பு உள்ள சிறைவாசிகள் இதுபோன்ற தினசரி வேலைகளை செய்வதை தவிர்த்துக் கொண்டார்கள். சில பீடிக்களும் கொஞ்சம் உணவுப் பொருள்களும் பிரதிபலனாக கொடுக்கப்பட்டால் இந்தக் கடும் உழைப்பாளிகள் பெரும் கடமைப்பட்டவர்களாக இருப்பார்கள். தங்களுக்கு கிடைத்தவற்றையும்கூட - பீடிகள், வறுத்த கரும்பயறு மற்றும் சில உருண்டை வெல்லக்கட்டிகள் - அவர்கள் தங்களுடைய நண்பர்களுடன் மகிழ்ச்சியோடு பகிர்ந்து கொண்டார்கள். இந்த முரட்டுத்தனமான ஏழை மக்களிடத்தில் ஒருவருக்கொருவர் இருக்கும் கடலளவு அன்பையும் அனுதாபத்தையும் கண்டுகொண்டபோது நான் ஆச்சரியப்பட்டேன்.

பார்வையாளர் நேரத்தின்போது சிறைவாசிகள் வரிசையாக அமர்ந்துகொண்டு தங்களுடைய குடும்பத்தினரை பார்க்கின்ற காட்சி மனதை நொறுக்கிவிடும். ஒரு வயதான தந்தை சிறைப்பட்டிருக்கும் தன் மகனை கண்களில் கண்ணீர் ததும்ப உற்றுப் பார்க்கும்போது அவருடைய மௌனம் வேதனையால் கதறுவதைப் போல் இருக்கும். மனைவிமார்கள் தங்களைக் கட்டுப்படுத்திக்கொள்ள முடியாமல், தங்களது பிள்ளைகளை இறுகப் பற்றிக்கொண்டும், தங்கள் தலைகளை கணவர்களின் கால்களில் அடித்துக்கொண்டும் கதறி அழுவார்கள். இதற்கெல்லாம் என்னதான் அர்த்தம்? இப்படிப்பட்ட விஷயமெல்லாம் ஏன்தான் நடக்கின்றன?

பழங்காலத்தில் இருந்து இப்போது வரையிலும் அறிவொளி பெற்ற ஆன்மாக்கள் எனப்படுவோர் - துறவிகளும் ஞானிகளும், தீர்க்கதரிசிகளும் தத்துவவாதிகளும், அறிஞர்களும் சிந்தனையாளர்களும் - இத்தகைய முடிவில்லாத வறுமை மற்றும் துயரத்திற்கு இடமளிக்காத வகையில், நம்முடைய சமூக அமைப்பிற்கான நடைமுறை சாத்தியமுள்ள விதிகளை ஏன் உருவாக்கவில்லை. கொலைகளோ கொலைகாரர்களோ இல்லாத, வழிப்பறியோ வழிப்பறிக்காரர்களோ இல்லாத, குற்றங்களுக்கான அறிகுறிகளே இல்லாத, யாரும் ஏழையாகவோ பணக்காரராகவோ இருந்திராத, பிறப்பால் உயர்ந்தோர் தாழ்ந்தோர்

அல்லாத இயல்பான நிலையில்தான் பல காலங்களுக்கு மனித வாழ்க்கை பரிணாமம் அடைந்திருக்க வேண்டும். அடக்கியாளும் அரசு இயந்திரம், காவல்துறை மற்றும் ராணுவத்தின் சுமையை சுமக்க வேண்டிய கட்டாயம் நமக்கு இருந்திருக்காது. சிறைச்சாலைகள் தேவைப்பட்டிருக்கவே மாட்டாது. இத்தகைய வாதக் கருத்துக்கள்தான் வர்க்க பேதம் இல்லாத கம்யூனிஸ்ட் அமைப்பிற்காக உருவாக்கப்பட்டது. ஒரு வர்க்கமற்ற சமூகத்தில் அவரவர் தேவைக்கேற்ப எல்லோருமே தங்களுக்கான உற்பத்திப் பங்கினை பெற்றுக்கொள்வார்கள். இதனால் வர்க்கம் இல்லையெனில் அரசாங்கமும்கூட தேவைப்படாது. குற்றம்புரிவதற்கான சன்மானமும் இருக்காது. உண்மையில், இந்த வாதக் கருத்தானது சோஷலிசம் வெற்றிபெற்றால் மட்டுமே, அதுவும் ஒரு தேசத்தில் மட்டுமல்லாது உலகம் முழுவதிலுமே வெற்றிபெற்றால் மட்டுமே சாத்தியமாகும். ராகுல் சாங்கிருத்யாயன் 1924-இல் எழுதிய பெய்ஸ்வீன் சதி (இருபத்தி இரண்டாம் நூற்றாண்டு) என்ற புத்தகத்தில், இந்திய சமூகத்திற்காக இதேபோன்றதொரு திட்ட வரைவைத்தான் வழங்க முயற்சித்திருக்கிறார்.

கற்றறிந்த அறிஞர் சாங்கிருத்யாயனின் இருபத்தி இரண்டாம் நூற்றாண்டிற்கான தொலைநோக்கு பார்வை நிஜமாக வேண்டும் என்றே நான் ஆசைப்படுகிறேன்.

3

விசாரணை, கவிதை மற்றும் அடையாள கேலிக்கூத்து

தற்சமயத்தில், காம்ரேடுகளாகிய நாங்கள் கைதிகளுக்கு மத்தியில் ஒருவிதமான பிரத்யேக இடத்தைப் பெற்றுவிட்டோம். என்னுடைய பாசறையில் அமர் சிங் மற்றும் பத்ரி பிரசாத் என வேறு இரண்டு காம்ரேடுகள் இருந்தனர். அதே வளாகத்தில் உள்ள பாசறை எண் 2-இல்தான் கிஷன் லால் இருந்தார். ஷிவ்நாத் திரிவேதி, சோட்டே லால், பெய்ஜ்நாத் மற்றும் விபூதி பிரசாத் ஆகியோர் வேறு பாசறைகளில் இருந்தனர். பொதுவாகவே சிறைவாசிகள் எங்களை விரும்பினார்கள். அரசியலுடன் எங்களுக்கு ஏதோ தொடர்பு இருப்பதும், ஒரு ஜமீந்தார் கொலையில் எங்கள் மீது குற்றம்சாட்டியதற்கு பின்னால் ஒரு பெரிய அரசியல் நகர்வு இருப்பதும் அவர்களுக்குத் தெரிந்திருந்தது. நக்ஸலிஸம் என்ற பெயர் பிரபலமானதாக விளங்கினாலும் அது சரியாக என்ன சொல்ல வருகிறது என்றும், எப்படி, ஏன் ஒருவர் நக்ஸலாகிறார் என்பதும் அவர்களுக்குத் தெரியவில்லை.

சிறைவாசிகள் எங்களுடைய செயல்திட்டம் குறித்து கேள்வி கேட்டபடியே இருந்தார்கள், அவர்களுக்கு புரியவைக்க எங்களால் முடிந்தவரையில் முயற்சி செய்தோம். ஆனால், அவர்களிடம் நாங்கள் சொன்ன பல விஷயங்களும் அப்படியே அவர்களுடைய தலைக்கு மேல் பறந்து சென்றுவிட்டது. அவர்களுடைய கேள்விகளுள் ஒன்றிற்கு பதிலளிக்கையில், இந்தியாவில் ஒரு ஆயுதப் போராட்டத்தை தொடங்குவதுதான் எங்களுடைய நோக்கம் என்று நான்

சொன்னபோது, அவர்களில் ஒருவர், "அதற்கு என்ன அர்த்தம்?" என்று கேட்டார். அவர்களுடைய முட்டாள்தனத்தால் நான் எரிச்சலுற்றேன், ஆனால் அவர்கள் முட்டாள்கள் அல்ல என்பது எனக்கு பின்னர்தான் உறைத்தது; உண்மையில் நான்தான் முட்டாள். என்னுடைய செயல்திட்டம் என்னவென்று எனக்கே தெளிவாகத் தெரியாது - புரட்சி என்பது ஒரு முறைதானே தவிர இலக்கு அல்ல, அது ஒரு பாதையாக இருக்கலாம், சென்றுசேர வேண்டிய இடமல்ல. சிலபோது ஒரு துணிச்சலான கைதி, "நீங்கள் மக்களை கொல்கிறீர்கள், அதனால் நீங்களும் குற்றவாளிதான். உங்களை எப்படி நீங்களே அரசியல் தலைவர்கள் என்று சொல்லிக்கொள்கிறீர்கள்?" என்று கடுமையாக சுட்டிக்காட்டுவார். அரசியல் என்பது ரத்தம் சிந்தாத போர் என்றும், போர் என்பது ரத்தக் களரியான அரசியல் என்பதையும் அவர்களுக்கு புரியவைக்க எனக்கு வழியே இல்லை. ஆனால் அந்தப் போருக்கு நாங்கள்தான் பொறுப்பாளியா? எங்களிடம்தான் ஆயுதம்தரித்த படை இருக்கிறதா? வெகுமக்களிடத்தில் அரசியல் அடித்தளத்தை கட்டமைக்க நாங்கள் எப்போதாவது முயற்சித்திருக்கிறோமா? இவற்றிற்கும், இவைபோன்ற பல கேள்விகளுக்கும் பதிலளிக்க முடியாத நான் அவ்வப்போது விரக்தியுற்று எனக்குள்ளாகவே முடங்கிப் போனேன்.

அணிவகுப்பின்போது ஒருநாள், நாங்கள் அரசியல் கைதிகள் என்பதால் ஏ-கிளாஸ் வார்டுக்கு மாற்ற வேண்டும் என்ற எங்களுடைய கோரிக்கையுடன் நான் அந்த பெரிய சாஹிப்பை சந்தித்தேன். மேலும், சுத்தம்செய்வது, தரையை துடைப்பது, கீழேயே படுத்துறங்குவது மற்றும் தினசரி அணிவகுப்புகள் ஆகியவற்றில் இருந்து விதிவிலக்கு அளிக்க வேண்டும் எனவும் கேட்டேன். அதற்கும் மேலாக நல்ல உணவு மற்றும் படிக்கும் வசதிகள் வேண்டும் எனவும் நாங்கள் கோரினோம். அந்த சாஹிப் என்னை மேலும் கீழுமாக பார்த்துவிட்டு என்னுடைய குற்றப் பின்புலத்தை ஒரு பார்வை பார்த்தார். அவருடன் இருந்த அதிகாரிகள் நான் ஒரு நக்ஸலைட் என அவரிடம் தெரிவித்தனர். என்னுடைய வேண்டுகோளை சட்டென்று நிராகரித்த அவர், "எதுவும் செய்ய முடியாது. எங்களால் உங்களுக்கு தனிப்பட்ட வசதியெல்லாம் செய்துதர முடியாது," என்றார்.

அந்த சாஹிப் தன்னுடைய வருகையை முடித்துக்கொண்டதும் சிறைவாசிகளில் பலர் என்னை சூழ்ந்துகொண்டு என்ன நடந்தது என்பதைத் தெரிந்துகொள்ள ஆர்வமாய் இருந்தனர். நான் அந்த

சாஹிப்பிடம் நேரடியாக பேசியது அவர்களுக்கு விநோதமாய் தெரிந்திருக்கிறது. அன்று மாலை, பாசறை பூட்டப்படுவதற்கு முன்னர் எங்களுடைய படுக்கை விரிப்பை நாங்கள் வெளியே எடுக்கவில்லை. எங்களுடைய பாசறை எண் 1-ஐ பூட்ட வந்த சர்க்கிள் அதிகாரி தோழர் கிஷன் லால் தன்னுடைய படுக்கைவிரிப்பை வெளியே எடுக்காதது கண்டு அவரை அசிங்கமான கெட்ட வார்த்தைகளால் திட்டினார். இதைப் பொறுக்க முடியாத கிஷன் லால் அதற்கு பதிலடி கொடுத்தார். அந்த சர்க்கிள் அதிகாரியும், கூடவே சில மேற்பார்வையாளர்களும் சேர்ந்து அவர் மீது பாய்ந்து, அவர் மயக்கமடையும்வரை அடித்து நொறுக்கினர். பின்பு அவர் மருத்துவமனைக்கு அனுப்பி வைக்கப்பட்டார். முன்னதாக தோழர் கிஷன் லால் மற்றும் பத்ரி பிரசாத் ஆகியோரிடம் ஜெயிலர்கூட தகாத முறையில் நடந்து கொண்டிருந்தார்.

அடுத்த நாள் நாங்கள் வேலைநிறுத்தத்தில் இறங்கினோம். அதிகாரிகள் சமரசத்திற்கு தயாராக இருந்தனர். நாங்கள் இரவு நேரத்தில் பாசறைக்குள் இருப்பதென்றும், பகல் நேரத்தில் விடுவிக்கப்படுவதென்றும் முடிவெடுக்கப்பட்டது, அதாவது, எங்களை தனிமைச் சிறைகளில் சுதந்திரமாக விட்டுவிடுவார்கள். இந்த ஏற்பட்டால் நாங்கள் மகிழ்ச்சியுற்றோம். ராம்நாத் சுமன் மற்றும் ஒரு டசனுக்கும் மேற்பட்ட அரசியல் கைதிகள் ஏற்கனவே தனிமைச் சிறையில்தான் வைக்கப்பட்டிருந்தனர். நக்ஸல் அனுதாபிகளாக இருந்தமைக்காக சுமன்-ஜி மற்றும் அவருடைய நண்பர்கள் எங்களுக்கு முன்பாகவே கைது செய்யப்பட்டு, நக்ஸலைட் வழக்கில் சதித்திட்ட குற்றச்சாட்டுகளை எதிர்கொண்டிருந்தனர்.

தனிமைச் சிறையில் எங்களுக்கு நல்ல உணவு மற்றும் புத்தகங்களை பெற்றுக்கொள்ள சிறப்புச் சலுகைகள் வழங்கப்பட்டன. ஹர்தோய் சிறைச்சாலையின் இந்த சிறைகள் உண்மையில் சுத்தமானதாகவும், நாங்கள் வந்த இடத்திலிருந்து அதிக காற்றோட்டமுள்ளதாகவும், தனிமைச் சிறைகள் என்று தோன்றாத அளவுக்கும் இருந்தன. நாங்கள் சுதந்திரமாக்கப்பட்டோம், நாட்டுப்புறம் முதல் சர்வதேச அரசியல் வரை பல்வேறு விஷயங்களிலுமான விவாதத்திலும் எங்களை ஈடுபடுத்திக்கொண்டோம். சுமன்-ஜிதான் நன்கு படித்தவராகவும், எங்களிடையே மூத்தவராகவும் இருந்தார். அவர் ஒரு அனுபவம் வாய்ந்த சுதந்திரப் போராட்ட வீரரும் கம்யூனிஸ்ட்டும் ஆவார். அவர் உடனிருக்கையில் மனித

சமூக வரலாறு முதல் இயங்கியல் பொருள்முதல்வாதத்தின் கோட்பாடுகள் வரை விரிவான அளவுக்கு புரிந்துகொண்டோம். தீவிர விவாதத்தை தொடர்ந்து வேடிக்கைப் பேச்சுக்களும் கேளிக்கைகளும் நடைபெற்றன. பாரீஸ் கம்யூன் வீழ்ச்சியுற்றதற்குப் பின்னர் பிரெஞ்சு தொழிலாளர்-கவிஞரான யூஜின் போட்டிர் 1871-இல் எழுதிய "அகிலம்" என்ற பாடலை நாங்கள் ஒன்றாக சேர்ந்து பாடினோம். உலகின் பிரதான மொழிகள் அனைத்திலும் மொழிபெயர்க்கப்பட்ட அது இப்போதும் பாட்டாளி மக்களுக்கு உத்வேகமாக அமைந்திருந்தது:

சபிக்கப்பட்ட பூமியே எழுந்திரு
பசித்த கைதிகளே எழுந்திடுங்கள்
பகுத்தறிவு அதன் எரிமலையில் குமுறுகிறது
இதுதான் முடிவின் பெருவெடிப்பு

சுமன்-ஜி ஒரு பல்திறனுள்ள கவிஞர். அதனால் சிலசமயம் நாங்கள் கவிதை அமர்வுகளை நடத்துவோம். அப்போது எங்களில் ஒருவர் கவிதை படித்தாக வேண்டும், அதனால் சிலர் கட்டாய கவிஞர்களாக்கப்பட்டோம். அதுபோன்ற ஒரு அமர்வு 1971-ஆம் ஆண்டு ஹோலி பண்டிகையின்போது நடந்தது. தன்னுடைய முறை வந்தபோது கிஷன்-ஜி அதிலிருந்து தப்பிக்கப் பார்த்தார். அவர் வேதனைப்பட்டு பித்துப்பிடித்தது போல் காணப்பட்டார். அவர் கல்வி கற்காதவர் என்பதால் செய்தித்தாள்களை மட்டும் வார்த்தைகளை எழுத்துக்கூட்டி கஷ்டப்பட்டு படித்துவிடுவார். ஆனால், அவர் நன்றாக விஷயம் தெரிந்தவர், அரசியலை நன்றாக காதுகொடுத்து கேட்கக்கூடியவர். ஒரு சர்க்கஸ் குள்ளக்கோமாளி போல் காணப்பட்டதால் கவிதை உணர்வுகளுக்கு பொருந்திப் போகக்கூடிய தோற்றம் அவருக்கு இல்லை. உண்மையில், கொஞ்ச நாளைக்கு தென்னிந்தியாவில் உள்ள சர்க்கஸ் கம்பெனிகளுள் ஒன்றில் சில காலம் வேலை செய்திருப்பதாகவும் அவர் எங்களிடம் சொல்லியிருக்கிறார். ஆனால் அவருடைய வெளிப்புறத் தோற்றம் ஏமாற்றக்கூடியது. அவர் புரட்சிக்கு ஆழ்ந்த கடமைப்பாடும், அதன்மீது மிகுந்த நம்பிக்கையும் வைத்திருந்தார், அவருடைய மனம் உறுதியான மனிதநேயத்தால் நிரம்பியிருந்தது. இந்தக் கொடுமையான கவிதைப் பயிற்சியிலிருந்து தனக்கு விதிவிலக்கு அளிக்குமாறு கிஷன்-ஜி மன்றாடினார். ஆனால் நாங்கள் எல்லோருமே இரக்கமில்லாதவர்களாக மாறி அவருடைய வேண்டுகோளை நிராகரித்துவிட்டோம். பிறகு சட்டென்று துள்ளியெழுந்த அவர், முட்டிக்காலிட்டு அமர்ந்தார், வளைவு

நெளிவுடன் வேடிக்கையான அசைவுகளால் எங்கள் எல்லோரையும் முழுமையாக மகிழ்ச்சிப்படுத்தினார். நாங்கள் எல்லோருமே சிரித்துப் புரண்டோம்.

அச்சமயத்தில் எங்களுடைய வழக்குகளின் விசாரணை தொடங்கியிருந்தது. தினமும் நூற்றுக்கணக்கான விசாரணைக் கைதிகள் போலீஸ் வேன்களில் திணிக்கப்பட்டு கீழ் நீதிமன்றங்களுக்கு கொண்டுசெல்லப்பட்டனர். கைதிகள் கைவிலங்கிடப்பட்ட நிலையிலேயே வைக்கப்பட்டனர். வேன் கிளம்பி சிறைச்சாலை வாயிலை கடந்ததும் அவர்கள் புனிதப் பெயர்களை துதிக்கத் தொடங்குவார்கள். நீதிமன்றத்தை அடைந்ததும் சிறு பெட்டிபோன்ற சிறையறைகளில் திணிக்கப்பட்டு, அவர்களுக்கான முறை வரும்போது உரிய நீதிமன்றத்திற்கு அழைத்துச் செல்லப்பட்டார்கள். இந்த அறைகள் இருண்டுபோய், அதன் அருவருப்பான துளைகளில் நூலாம்படை படர்ந்திருக்கும். சுவர்களின் மேற்பூச்சு பெயர்ந்திருக்கும். அவை சுத்தம்செய்யப்பட்டதே இல்லை போன்ற தோற்றத்தை கொண்டிருந்தன. ஒரு மூலையில், வடிகாலுக்கு அருகே ஒரு ஜோடி செங்கற்கள் ஒன்றுக்கொன்று இணையாக் வைக்கப்பட்டிருக்கும், அதுதான் சிறுநீர் போவதற்கான வழி, அதுபோக மேலும் பலமான தேவைக்கும் பயன்பட்டது. அதன் நாற்றத்திற்கு நன்கு பழக்கப்பட்ட கைதிகள் இந்த சிறையறைகளை 'மூத்திரப்பானை' என்றழைத்தனர்.

நானும் என்னுடைய நண்பர்களும் எத்தனை முறை இந்த புனித யாத்திரைக்கு வந்திருக்கிறோம் என்பதை என்னால் நினைவுபடுத்திக்கொள்ள முடியவில்லை. எங்களுக்காக காத்திருந்த காவலர்கள் அந்த 'மூத்திரப்பானைக்கு' வெளியில் மரப் பலகைகளில் அமர்ந்து சீட்டு விளையாடிக்கொண்டிருந்தனர். வெளியே காத்திருந்த கைதிகளின் உறவினர்கள் தொலைவில் இருந்தபடி பார்த்துக் கொண்டிருந்தனர். யாராவது ஒரு கைதி தன்னுடைய உறவினர்களிடம் செய்தி தெரிவிக்க முயற்சி செய்தால் கான்ஸ்டபிள்கள் அவரை முறைத்துப் பார்த்து அந்த உறவினரை அப்பால் விரட்டியடிப்பார்கள், அவர் வேகமாக அங்கிருந்து செல்லும் முன்னர் ஏக்கத்துடன் திரும்பிப் பார்த்துக்கொள்வார். காவல்துறை வாகனங்கள் கிடைக்கவில்லை என்றால், நீதிமன்றத்தில் இருந்து சிறைச்சாலைக்கு கைதிகளை நடக்க வைத்தே அழைத்துச் சென்றனர்.

வழக்கு விசாரணை நடைபெறும் நாளில் நீதிமன்றத்திற்கு செல்லும்போது மட்டும்தான் கைதிகள் மிகுந்த மகிழ்ச்சியுடன் காணப்பட்டார்கள். அவர்களைப் பார்க்க உறவினர்கள் வாயிலில் காத்திருப்பார்கள், கொஞ்சதூரத்திற்கு அவர்களுடன் சேர்ந்து நடந்து வருவதற்கான வாய்ப்பும் அவர்களுக்கு கிடைக்கும். இந்த வழியில் தங்களுடைய செய்தியை அவர்கள் சத்தமாக சொல்லவோ அல்லது தாங்கள் எப்படியிருக்கிறோம் என்பதை சொல்லவோ வாய்ப்பு கிடைக்கும். மிக முக்கியமாக, சிறைச்சாலை சுவர்களுக்கு அப்பால் சுதந்திரக் காற்றை சுவாசிக்கவும், வெளிப்புற உலகை பார்க்கவுமான சந்தர்ப்பமே அப்போதுதான் கைதிகளுக்கு கிடைக்கும். நீதிமன்றத்திற்கும் சிறைச்சாலைக்கும் இடைப்பட்ட தொலைவு ஒரு கிலோமீட்டருக்கும் குறைவாகத்தான் இருந்தது, இதனால் அவர்களுக்கு கிடைக்கும் நேரத்தின் ஒரு பகுதியை தங்களுடைய வழக்குரைஞர் அல்லது நீதிபதி அல்லது விசாரணை விவரங்களைப் பற்றி விவாதிப்பதில் செலவிட்டார்கள். மற்ற நேரம் எல்லாம், கூட்டமாக சேர்ந்து சிவபெருமான் அல்லது வேறு ஏதாவது தெய்வத்தை துதிப்பதற்கு போய்விடும். புதிய கைதிகள் இந்த வாய்ப்பினை நீதிமன்ற விதிகள் மற்றும் அதிகாரம் குறித்து விசாரித்துக்கொள்ள பயன்படுத்திக்கொள்வார்கள்.

உச்சநீதிமன்ற உத்தரவின்படி, விசாரணைக் கைதிகளோ குற்றவாளிகளோ சிறைச்சாலையில் இருந்து நீதிமன்றத்திற்கோ அல்லது வெவ்வேறு இடங்களுக்கு அழைத்துச் செல்லப்படும்போதோ, மனித கண்ணியத்திற்கு எதிரானது என்பதால் கைவிலங்கிட்டோ அல்லது கால்விலங்கிட்டோ அழைத்துச் செல்லக்கூடாது. காவல்துறையினரின் வேலைக்கு வசதியானது என்றாலும்கூட அதற்கு அனுமதியில்லை. ஆனாலும், இந்த உத்தரவுகளை மீறுகிறவர்கள் யார் என்பதைத்தான் என்னால் புரிந்துகொள்ள முடியவில்லை – அது நிர்வாகமா அல்லது உச்சநீதிமன்றமேதானா? ஆனால், போலி என்கவுண்டர்களில் காவல்துறையால் அப்பாவி மக்கள் சுட்டுக் கொல்லப்படுகின்ற ஒரு நாட்டில், மனித வாழ்வின் கண்ணியம் என்பதெல்லாம் ஒரு அக்கறைக்குரிய விஷயமே அல்ல.

என்னுடைய சிறைவாச நாட்களின்போது, நிஜமான குற்றவாளிகள் எப்படி தண்டனையில் இருந்து தப்பிச்செல்கிறார்கள் என்பதை சில அனுபவங்கள் எனக்கு காட்டியிருக்கின்றன. நாங்கள் நீதிமன்றத்திலிருந்து திரும்பி வரும்போதெல்லாம் முக்கிய வாயிலுக்கு அருகில் உள்ள சிறைச்சாலை வளாகத்தில் அடையாள

அணிவகுப்பு நடத்தப்படுவதை நாங்கள் கவனித்திருக்கிறோம். அச்சமயத்தில் ஒரு மாஜிஸ்ட்ரேட், ஒரு அரசு வழக்குரைஞர், எதிர்தரப்பு வழக்குரைஞர் மற்றும் ஒரு சிறை அதிகாரி ஆகியோர் உடனிருப்பர். உண்மையான குற்றவாளி ஒருவரையும் சேர்த்து பதினோரு கைதிகள் ஒரே வரிசையில் நிற்க வைக்கப்படுவார்கள். அந்தக் குற்றவாளிக்கு மச்சம், கழலை அல்லது தழும்பு போன்ற அடையாளக்குறி ஏதேனும் இருந்தால் அது ஒரு துண்டு காகிதத்தால் மறைக்கப்படும். அதேபோன்ற துண்டுக் காகிதங்கள் பிற பத்து கைதிகளின் முகங்களிலும் ஒட்டப்பட்டிருக்கும். அந்த நிலையில், இந்த நபர்கள் எல்லோருமே சாட்சியின் பார்வையில் இருந்து கவனமாக விலக்கி வைக்கப்பட்டிருப்பார்கள்.

அணிவகுப்பு தயாரானதும், குற்றவாளியை அடையாளம்காண ஒவ்வொரு சாட்சியும் தனித்தனியாக அழைக்கப்படுவார். மஞ்சள்நிற சிறை சீருடை அணிந்த ஒரு கைதியின் காவலில் அழைத்துவரப்படும் அந்த சாட்சியானவர், போகும் வழியில் பின்பக்கத்தில் உதைக்கப்பட்டபடியே துரிதப்படுத்தப்படுவார். சாட்சிக்காரராக வந்திருக்கும் ஒரு எளிய கிராமத்தவர் அணிவகுப்பு மைதானத்தை அடையும் முன்னரே தன்னிலை இழந்தும், பயந்தும் போய்விடுவார் என்பதில் ஆச்சரியப்பட வேண்டியதில்லை.

மைதானத்தை அடைந்ததும், அவர் அடையாளம் காட்ட வந்திருக்கும் நபரைக் குறித்த விவரங்களை கேட்டு குற்றவியல் நீதிபதி அவரை விசாரிப்பார். பிறகு அந்த நீதிபதி உறுதிப்படுத்துவதற்கான அறிகுறியாக குற்றம்சாட்டப்பட்டவர் மீது கைவைக்குமாறு அவருக்கு அறிவுறுத்துவார். அந்த சாட்சியானவர் அடையாளப்படுத்த முன்னகரும்போது சிறையதிகாரியும் மஞ்சள் சீருடையணிந்த சிறைவாசியும் அவருக்குப் பின்னாலேயே நடப்பார்கள். நிஜமான குற்றவாளியை அடையாளம் காண்பதில் கவனம் செலுத்துவதற்கு பதிலாக, குற்றவாளி-மேற்பார்வையாளரால் மறுபடியும் பின்பக்கத்தில் உதைக்கப்படுவோம் என்ற பயத்திலேயே அந்த சாட்சி கவனத்தை சிதற விட்டுவிடுவார். இத்தகைய சூழ்நிலையில், அந்த சாட்சி குற்றவாளியை அடையாளம் காட்ட மறுப்பதற்கோ அல்லது தவறுதலாக தவறான நபரை அடையாளம் காட்டிவிடுவதற்கோ போதுமான நேரம் கிடைத்துவிடும். அவர் நிஜமான குற்றவாளிக்கு முன்பாக நிற்க முயற்சித்தாலும்கூட, அவருக்கு பின்னால் நடந்துவரும் மேற்பார்வையாளரும் அதிகாரியும் அவரை வேகமாக நகர்ந்துசெல்ல அவசரப்படுத்துவார்கள். அந்த

சாட்சி பதட்டமாகி, குற்றவாளியை அடையாளப்படுத்த தவறி வேகமாக முன்னால் நகர வேண்டியிருக்கும். அல்லது, இந்த தொந்தரவுகளை தவிர்த்துவிடுவதற்கு சிறை அதிகாரிகளின் ஒத்துழைப்பில், அரசு வழக்குரைஞரும் மாஜிஸ்ட்ரேட்டும் பங்கிட்டுக்கொள்ளக்கூடிய வகையில் ஒரு பெரும் தொகையை அந்தக் குற்றவாளி லஞ்சமாக கொடுத்திருப்பார். அந்தப் பதினோரு பேர் அணிவகுப்பில்கூட சம்பந்தப்பட்ட குற்றவாளி இல்லாத வழக்குகளையும் நான் பார்த்திருக்கிறேன். பல சமயங்களில், பெண் சாட்சிகளிடத்தில் தகாத முறையில் நடந்துகொள்ளும் சம்பவங்களும் நடந்திருக்கின்றன. அதுபோன்ற ஒரு அடையாள அணிவகுப்பில், சிறையதிகாரி தன் முதுகை திருப்பி நின்றுகொள்ள, ஒரு கைதி தன்னுடைய உடையை அவிழ்த்து அந்த பெண் சாட்சியிடம் அம்மணமாக காட்டியிருக்கிறார்.

எங்களுடைய வழக்கு விசாரணை ஏழெட்டு மாதங்களுக்கு நீடித்தது. பின்னர் அந்த வழக்கு செஷன்ஸ் நீதிமன்ற நீதிபதிக்கு மாற்றப்பட்டது. அதனால், வழக்கு விசாரணை மீண்டும் தொடங்கும் வரையில் நாங்கள் நீதிமன்றத்திற்கு வருவதும் நின்றுபோனது. இந்த காலகட்டத்தில் என்னுடைய உறவினர்கள் பலரும் என்னைப் பார்க்க வந்தனர். என்னுடைய அப்பா தன் தீர்மானத்தில் உறுதியாக இருந்ததுடன், நான் கவலைப்பட வேண்டாம் எனவும், தானே எல்லாவற்றையும் பார்த்துக் கொள்வதாகவும் உறுதியளித்தார். நான் கைது செய்யப்பட்ட செய்தியைக் கேட்ட உடனே என் அம்மா மயக்கமடைந்துவிட்டார் என்பதையும், பல நாட்களாக வேதனையுடனே இருந்ததாகவும் என் அப்பாவிடமிருந்து தெரிந்துகொண்டேன்.

இந்த காலகட்டத்தில், நான் மாஸி (அத்தை) என்று அழைக்கும் ஒரு தூரத்து உறவினர் என்னை அடிக்கடி வந்து பார்த்துச் சென்றார். ஒருமுறை, அவருடைய கிராமத்தில் இருக்கும் ஒரு ரவுடி தன்னுடைய அழகான மகளிடம் தகாத முறையில் நடந்துகொள்ள முயற்சித்ததாக என்னிடம் சொன்னபோது, நான் கோபத்தில் புகைந்தேன். அந்த உணர்வை விவரிக்குமளவு இப்போது என்னிடம் வார்த்தைகள் இல்லை. யார் இந்த அத்தை? அவருடைய பெண்ணுடன் எனக்கென்ன உறவு? இந்தக் கதையை சொல்லியாக வேண்டியது முக்கியம், ஏனென்றால், பின்னாட்களில், முன்னி என் வாழ்வில் பெரும் தாக்கத்தை ஏற்படுத்தியிருந்தாள், அவளுடைய நினைவுகள்தான் என்னுடைய நிரந்தரமான துணை.

4
காதல் பாட்டு: ஒரு இடைவேளை

நான் கான்பூரில் உள்ள கல்லூரியில் மாணவனாக இருந்த நேரம். கோடை விடுமுறையின்போது என்னுடைய சொந்த ஊரான பங்கார்மாவுக்கு சென்றிருந்தேன். என்னுடைய நண்பர்கள் சிலரும், நானும், ஒருநாள் குறுக்கு சாலைகளில் அமைந்திருந்த கடை ஒன்றில் அமர்ந்திருந்தபோது, பக்கத்து கிராமத்தைச் சேர்ந்த என்னுடைய உறவினர் ஒருவர் என்னிடம் வந்தார். ஒரு எஃப்ஐஆர் பதிவுசெய்ய மல்லாவன் காவல்நிலையத்திற்கு தன்னுடன் வருமாறு கேட்டுக்கொண்டார். நான் அதுபற்றிய விவரங்களைக் கேட்டபோது, சற்று தொலைவில் நின்றுகொண்டிருந்த ஒரு பெண்ணை சுட்டிக்காட்டிய அவர், "அவள் என்னுடைய மனைவியின் உறவினர், மாஞ்சியா கிராமத்தில் வசிக்கிறாள். இந்த வேலை மட்டும் முடிந்துவிட்டால் அது ஒரு இரக்கமுள்ள செயலாக இருக்கும், அவளுக்கு உதவ வேறு யாருமே இல்லை," என்றார்.

வெண்ணிற உடையணிந்திருந்த அந்தப் பெண் தன்னுடைய முப்பதுகளில் இருந்தார், பார்க்கவும் பண்பானவராகத் தெரிந்தார். கிராமத்தின் திறந்தவெளியும், இயற்கையோடு இயைந்த வாழ்க்கையும் அவருடைய முகத்தில் இருந்து பளபளப்பை அகற்றிவிட்டது என்றாலும் அவருடைய உடையே அவர் கணவனை இழந்தவர் என்பதை உறுதிப்படுத்தியது. கிராமத்தில் இருக்கும் ரவுடிகள் பருவகாலத்தின்போது அவருடைய வயல்களில் வளருகின்ற கூரை வேயும் கோரைப்புற்களை கொண்டுசெல்ல முயற்சித்திருக்கின்றனர். "அதை தடுக்கவில்லை என்றால் எங்களுடைய கூரையில் வைத்து கட்ட எங்களுக்கு

எதுவுமே இருக்காது. நான் நான்கு பிள்ளைகளை பார்த்துக்கொள்ள வேண்டியிருக்கிறது.'' இதை சொல்லும்போதே அவர் கண்களில் கண்ணீர் நிரம்பிவிட்டது. நான் காவல்நிலையத்திற்கு சென்று ஒரு காம்ரேட் நண்பரின் உதவியுடன் அவர் சார்பாக புகார் செய்தேன். பின்னாளில், நீதி வழங்கப்பட்டதையும், அவருக்கு வேண்டியது கிடைத்துவிட்டதையும் தெரிந்து கொண்டேன். அந்த ரவுடிகள் கடுமையாக கண்டிக்கப்பட்டு அறிவிப்பு பலகையில் சேர்க்கப்பட்டனர். ஆச்சரியப்படும் வகையில், இவை எல்லாமே காவல்துறைக்கு தரவேண்டிய வழக்கமான 'தட்சிணைகள்' எதுவும் இல்லாமலேயே நடந்திருக்கின்றன. இது அந்தப் பெண்ணை – நான் மாஸி என்று அழைக்கத் தொடங்கியிருந்தவரை - மகிழ்ச்சியும், நன்றியுணர்வும் கொள்ள வைத்தது.

ஏறக்குறைய ஒருவருடத்திற்குப் பின்னர், ஒரு நண்பருடன் மற்றொரு கிராமத்திற்கு செல்லும் வழியில் மாஞ்சியா கிராமத்தை கடக்க நேர்ந்தது. நான் மாஸியின் வீட்டில் சிறிது நேரம் ஓய்வெடுக்கலாம் என்று முடிவு செய்தேன். அவர் வீடு அருகாமையில்தான் இருந்தது. நேர்த்தியாக களிமண் பூசப்பட்ட வீடு. எங்களைப் பார்த்து மகிழ்ச்சியும் ஆச்சரியமும் அடைந்த அவர் உள்ளே கூட்டிச் சென்றார். "நான் ரொம்ப நாட்களாக உங்களுக்காக காத்திருக்கிறேன். இவ்வளவு நாள் எங்கே போய்விட்டீர்கள்?'' என்று கேட்டார். அவர் குரலில் லேசான கண்டிப்பும், முகத்தில் லேசான புன்னகையும் விளையாடியது. என் மீதான பாசத்தை கவனித்த நான் எனக்கு அவருடன் கடந்த காலங்களில் ஏதாவது சம்பந்தம் இருந்திருக்குமா என்று வியந்தேன். மாஸியின் இளைய மகளும் மகனும் எங்களை பெரும் ஆர்வத்துடன் சுவாரஸியமாக பார்த்துக் கொண்டிருந்தனர். அருகில் உட்கார வைத்துக்கொண்டு என் நண்பரும் நானும் அவர்களுடன் விளையாடினோம். தண்ணீர் கொடுத்துவிட்டு மாஸி அங்கிருந்து போய்விட்டார். நாங்கள் தண்ணீரை முகத்தில் அடித்து கழுவிக்கொண்டு புத்துணர்ச்சி பெற்றோம். வெப்பத்தாலும் கடுமையான உழைப்பினாலும் எங்களுடைய இளமை துள்ளும் முகங்கள் எரிந்துபோய் காணப்பட்டன.

சற்று நேரத்தில் மாஸி திரும்பி வந்தபோது அவருடைய மூத்த மகளும் அவருக்குப் பின்னால் நெருக்கமாக வந்துகொண்டிருந்தாள். தன்னுடைய விடலைப் பருவத்தின் ஆரம்பத்தில் இருக்கும் இனிமையான இளம் பெண்ணாகிய முன்னி, எங்களை தனது ஓரக்கண்ணால் கவனித்துப் பார்த்தாள், பிறகு தலையை

குனிந்துகொண்டு அடுத்திருந்த அறைக்குள் வெட்கப்பட்டபடியே ஓடிவிட்டாள். நாங்கள் அவளிடத்தில் பெரிதாக அக்கறை செலுத்தவில்லை. மாஸி நாங்கள் குடிப்பதற்கு சர்பத் கொடுத்துவிட்டு சீக்கிரம் சாப்பாடு தயார்செய்யும்படி மகளிடம் கூறினார்.

மாஞ்சிக்கு அருகாமையில் இருக்கும் புல்புலியா கேதா கிராமத்திற்கு சென்றுவிட்டு அன்றே திரும்பிவிடுவதுதான் எங்களுடைய திட்டம். அங்கிருந்து என்னுடைய நண்பர் வேறு எங்கோ செல்லவிருந்தார். மாலையில் தனியாகத் திரும்பிய நான் மாஸியின் வேண்டுகோள்படி அவருடைய வீட்டிற்கு சென்றேன். முன்னி உணவு பரிமாறும்போது இரண்டு முறை அவளுடைய கண்கள் என் கண்களை சந்தித்தன. அந்தக் கண்களில் அப்பாவித்தனமான சரணாகதி தெரிந்தது. அவளுடைய உடன்பிறப்புகளும் என்னுடனே சாப்பிட்டனர். எல்லாமே சகஜமாகவும், இயல்பாகவும் இருந்தன. நான் அடுத்தநாள் காலை புறப்பட விரும்பினாலும் மாஸி என்னை விடுவதாக இல்லை. என்னால் ஏன் என்று சொல்ல முடியவில்லை, ஆனால் அவர்களது சிறிய மண் குடிசையில் கட்டுண்டவிட்டதை மட்டும் கண்டுகொண்டேன். தன்னுடைய நிலம் மற்றும் பயிர்களைப் பற்றிய எல்லா விவரங்களையும் மாஸி என்னிடம் கூறினார். "என்னால் விவசாயத்தை ரொம்ப நாட்களுக்கு பார்த்துக்கொள்ள முடியாது, அதனால் நீ இங்கே அடிக்கடி வந்துசெல்ல வேண்டும்," என்று வற்புறுத்தினார். அவர் என்னை முழுமையாக நம்பினார். நானும்கூட அவரது பாசத்தை மிகவும் விரும்பினேன்.

வாயிலில் இருந்து சற்று தொலைவில் உள்ள மரக்கூட்டத்திற்கு நடுவிலே ஒரு கிணறு இருந்தது. மறுநாள், குளிப்பதற்காக நான் தண்ணீர் எடுத்துக் கொண்டிருந்தபோது எனக்குப் பின்னால் வந்த முன்னி கயிற்றைப் பிடித்துக் கொண்டாள். ஆச்சரியத்துடன் நான் அவளைப் பார்த்தபோது அவளுடைய உதடுகள் சற்றே நடுங்க கண்களை தாழ்த்திக் கொண்டாள். நான், "விட்டுவிடு. நானே பார்த்துக் கொள்கிறேன்," என்றேன். அவள், "இல்லை, அம்மா கோபப்படுவார்கள்," என்றாள். இயல்பிலேயே எதிர்வாதம் செய்ய இயலாத என்னால் அதற்குமேல் பேச முடியவில்லை. தன்னுடைய குழைவான வலுத்த கரங்களால் அவள் கிணற்றிலிருந்து தண்ணீர் இறைத்தாள். முதல்முறையாக அவளுடைய இனிமையான முகத்தின் மீது என் கண்கள் ஆசையோடு நிலைத்திருந்தன. ஒரு வாலி தண்ணீரை கீழே வைத்துவிட்டு மகிழ்ச்சியுடன் நீண்ட

பெருமூச்சு விட்டாள். அவளுடைய வட்டமான சிவந்த முகத்தில் தேன்துளிகளைப் போல் வெளிவந்திருந்த வியர்வை, கடும் உழைப்பினால் ஏற்படும் அழகை வெளிப்படுத்தியது. சீவப்படாத சில முடிக்கற்றைகள் அவளுடைய கன்னத்தை தொட முயற்சித்துக் கொண்டிருந்தன. என் கண்கள் அவள் கண்களை சந்தித்தபோது, அவற்றில் வானவில் வண்ணக் கனவுகளை கண்டேன். அவள் கண்களை தாழ்த்திக் கொண்டாள்.

மாலையில் அந்த வீட்டிலிருந்த குடிநீர் தீர்ந்துபோனது. இன்னும் கொஞ்சம் தண்ணீர் எடுத்துவர தயாரான முன்னி கயிற்றையும் வாலியையும் எடுத்துக்கொண்டாள். அவளுக்கு பதிலாக நான் செல்ல விழைந்தேன். இருளில் தனியாக செல்வது அவளுக்கு சரியாகப் படவில்லை. வாலி நிறைய தண்ணீரை எடுத்துக்கொண்ட பின்னர் நான் தூக்க இருந்தபோது அதை என்னிடம் இருந்து வாங்கிக்கொண்டு முன்னியே சுமந்து வந்தாள். நான் சற்று வற்புறுத்தியதால், என்னை வாலியின் ஒருபக்க வளையை பிடித்துக்கொள்ள விட்டு மறுபக்கத்தை அவள் பிடித்துக்கொண்டாள். "இதோ பார், பாதிவழியில் போகாதே, தண்ணீர் சிந்திவிடும்," என அந்நேரத்து மௌனத்தை உடைப்பதற்காக மெல்லிய குரலில் கூறினேன், ஆனால் அதற்கு எந்த பதிலும் இல்லை. திரும்பிவரும் வழியில் வாலியை கீழே வைத்துவிட்டோம். அப்போது மிகவும் இருட்டாயிருந்தது. என்னுடைய வேகமான இதயத்துடிப்பை கட்டுப்படுத்த முயற்சித்தபடியே இருளில் வேறு வழியைத் தேடினேன். நான் திரும்பிப் பார்த்தபோது அங்கே முன்னி இருந்த தடயமே இல்லை. அந்தப் பாதையில் இருந்து சற்று தள்ளியிருந்த, ஒரு சிதைந்துபோன குடிசையின் சுவற்றிற்கு பின்னாலிருந்து அவள் எட்டிப் பார்த்துக் கொண்டிருந்தாள். நான் கவலைப்பட்டிருப்பதைக் கண்டு அவள் சிரித்தாள். அவளுடைய வெண்பற்கள் அந்த இருளில் மின்னல்கீற்றைப் போல் பளிச்சிட்டன. நான் மெய்மறந்து போனேன், காதலும் ஏக்கமுமான ஆழம்காண முடியாத கடலுக்குள் நான் மிக ஆழமாக போய்க்கொண்டிருப்பது போல் தோன்றியது. தன்னுடைய தோளில் என் தொடுகையை உணர்ந்த அவள், தலையை மெதுவாக என் மார்பில் வைத்துக்கொண்டு சொன்னாள்: "நாளைக்கு போய்விடாமல் இருந்து விடுங்களேன்?"

"ஆனால், நான் போகவேண்டுமே. சீக்கிரமாக திரும்பி வந்துவிடுகிறேன்."

"நீங்கள் வரமாட்டீர்கள் என்று தெரியும்," அவள் என்மீதான் உரிமையை காதலுடன் நிர்பந்தித்தாள்.

"கவலைப்படாதே, நான் சீக்கிரத்திலேயே வந்துவிடுவேன்," நான் அவளுக்கு மறுபடியும் உறுதியளித்தேன்.

தண்ணீருடன் நாங்கள் வீட்டிற்கு வந்து சேர்ந்தபோது, மாஸி முற்றத்திலேயே உறங்கிப் போயிருந்தார். அவருக்குப் பக்கத்தில் இருந்த பாய்களில் குழந்தைகளும் தூங்கியிருந்தனர். முன்னி கதவை சாத்திவிட்டு அம்மாவை அழைத்தாள். ஆனால் தூக்கத்திலேயே ரொம்பவும் எரிச்சலுற்று சத்தமிட்ட அவர் திரும்பிப் படுத்துக்கொண்டார். சோர்வில் அவர் ரொம்ப தூரத்திற்கு போய்விட்டார். மாலைப்பொழுதில் தன் அம்மா கொஞ்சம் ஓபியம் எடுத்துக்கொண்டதாக முன்னி ஒப்புக்கொண்டாள். நான் அங்கே இருக்கத் தொடங்கியதிலிருந்தே அவர் நன்றாக உறங்குவதைப் பார்த்து எனக்கும் அது தெரிந்திருந்தது. அறையில் பாயை விரித்த முன்னி அருகாமையில் ஒரு லோட்டா தண்ணீரை வைத்தாள். அவளை என்னருகில் அமர வைத்துக்கொண்டு இரவு முழுவதும் பேசிக்கொண்டிருந்தோம். நான் ஒரு வேலை தேடிக்கொண்டாக வேண்டும் என அவளுடைய அம்மா சொன்னதாக தயங்கியபடியே கூறினாள். நான் அவளுடைய தலைமுடியை கோதிவிட்டு சற்று ஆழ்ந்து சிந்தித்தேன். அடுத்த நாள் புறப்படும்போது, இரண்டு வாரத்திற்கு ஒருமுறையாவது நான் அங்கே வந்துசெல்ல வேண்டும் என மாஸி என்னை சத்தியம் செய்ய வைத்தார். தன் வீட்டு வாயிற்படியில் நின்றபடியே சோகமான கண்களுடன் முன்னி நான் போவதை பார்த்துக்கொண்டிருந்தாள்.

இப்போது நான் அவர்களுடைய ஊருக்கு அடிக்கடி செல்லத் தொடங்கிவிட்டேன். அங்கு ஒன்றிரண்டு நாட்கள் தங்கிவிட்டு மறுபடியும் என் வேலைக்குத் திரும்பிவிடுவேன். மாஸி தன்னுடைய எல்லா முடிவுகளிலும் என் ஆலோசனையை நாடினார். காட்டில் மகிழ்ச்சியாக துள்ளிக்குதிக்கின்ற காட்டுமானைப் போல் முன்னி தன்னுடைய மகிழ்ச்சியையும் நல்வாழ்வையும் உறுதிப்படுத்தினாள்.

பல பிற்பொழுதுகளை கிராமத்தின் வெளிப்பகுதியை தொட்டுச்செல்லும் சாய் ஆற்றங்கரையின் தனிமையில் கழித்தோம். முன்னி என் கைகளைப் பற்றியபடியே குதூகலத்துடன் ஒரு மீனைப்போல் ஆற்றுக்குள் நழுவிச் செல்வாள். பசும்

வயல்வெளிகளுக்கு நடுவில் சுற்றித்திரிந்து அவற்றின் அழகைக் கண்டு வியந்தோம். பச்சையும் மஞ்சளுமான கடுகு வயலில் இருந்து சிரித்துக்கொண்டே தோன்றுகின்ற ஒவ்வொரு முறையும், சின்னஞ்சிறு மஞ்சள் பூக்கள் அவள் முடியில் மாட்டிக்கொள்ளும்போது, பார்ப்பதற்கு ஒரு வனதேவதையைப் போல் முன்னி தோன்றுவாள்.

ராமநவமி அன்று அயோத்திக்கு செல்ல மாஸி ஏற்பாடு செய்திருந்தார். முன்னி அதற்கு முன்பு ஒரு நகரத்தைப் பார்த்ததோ அல்லது ரயிலில் பயணம் செய்ததோ கிடையாது. அவள் கொஞ்சம் ஆச்சரியப்பட்டாலும் நவீன உலகின் பகட்டுகளைக் கண்டு அச்சப்படவே இல்லை. சொல்லப்போனால், அவளால் எந்த ஒரு புதிய சூழ்நிலையோடும் சுலபமாக பொருந்திப்போக முடிந்தது. மூன்று நாட்களுக்குப் பின்னர் நாங்கள் லக்னோ வழியாக திரும்பி வந்துகொண்டிருந்தபோது மாலைநேரம் சூழ்ந்துவிட்டது. நாங்கள் சாய் ஆற்றை அடைந்தபோதுதான் எங்கள் தவறை உணர்ந்துகொண்டோம் – அயோத்தியில், சரயு ஆற்றின் புனித நீரை பிடித்து வைக்கும்படிச் சொல்லி மாஸி எங்களிடம் கொடுத்திருந்த பாட்டில் காலியாயிருந்தது. உடனடியாக முன்னி அதற்கான மாற்று வழியை கண்டுபிடித்தாள் – அந்த பாட்டிலில் சாய் ஆற்றின் தண்ணீரை நிரப்பிவிட்டாள்.

இச்சமயத்தில், என்னுடைய விவகாரம் காற்றுவாக்கில் என் குடும்பத்திற்கும் தெரிந்துவிட்டது. காம்ரேடுகள் பலரும் என் முதுகிற்குப் பின்னால் என்னை விமர்சித்தனர். ஆனால் நான் கவலைப்படுவதாயில்லை. எனக்கு அவர்களிடத்தில் பெரும் மரியாதையும் அன்பும் இருந்தது. ஆனால் புரட்சியாளனாகிய ஒருவன் பெண்களைத் தவிர்க்க வேண்டும், ஏனென்றால் புரட்சியின் வழியில் அவர்கள் குறுக்கே வருவார்கள் என்ற அவர்களுடைய கண்ணோட்டத்தை என்னால் ஏற்க முடியவில்லை. வாழ்வின் போக்கில் இறுக்கமாகவும், நெகிழ்வுத்திறனற்ற வாழ்முறையையும் ஏற்றுக்கொண்டால்தான் ஒருவரால் கம்யூனிஸ்ட் புரட்சியாளனாக முடியும் என நம்பியிருந்தால் நான் நிச்சயம் அவர்களில் ஒருவனாக இருந்திருக்க முடியாது. மனமும் அறிவும் சுதந்திரம் பெறும்போது மட்டும்தான் ஒரு கொள்கைக்கான கடமைப்பாட்டை செய்ய முடியும். எதிர்காலத்தில், இருளும் கஷ்டமுமான காலங்களில் காதல் மட்டும்தான் வாழ்வின் அழகையும் எளிமையையும் எனக்கு உணர்த்தியது, என் கவனம் சிதறிவிடாமல் கொள்கைக்கான முழு கடமைப்பாட்டினால் என்னை நிரம்பச் செய்தது. பகத்

சிங் ஒருமுறை சொன்னார்: "காதலைப் பொறுத்தவரையில், அது ஒரு உந்துவிசை என்பதைத் தவிர வேறொன்றுமில்லை, ஆனால் அது நிச்சயம் அரக்கத்தன்மையானது அல்ல. அது மனிதர்களை தரம்தாழ்த்துவதில்லை, ஆனால் காதல் நிஜமானதாக இருக்கும்போது மட்டும்தான் இது சாத்தியமாகும்."

நான் கைது செய்யப்பட்டதைக் கேள்விப்பட்டவுடன் மனமுடைந்து கதறியழுத மாஸி சில நாட்கள் சாப்பிடாமலே இருந்திருக்கிறார். அவர் என்னை அவ்வப்போது வந்து பார்த்துச் சென்றார், ஆனால் முன்னியை தன்னுடன் கூட்டிவரவில்லை.

5

தீர்ப்பு, பிரசாதம் மற்றும் நம்பிக்கையின் முன்பாக

ஏப்ரல் 14, 1972, தீர்ப்பு வரும் நாள். நாங்கள் சீக்கிரமாகவே எழுந்துவிட்டோம், எப்போதும்போல் அதே பிரார்த்தனைப் பாடலைப் பாடினோம், "*Utho sone walon sabera hua hai,*" என்று பிரிட்டிஷ் ஆட்சிகாலத்தில் சுதந்திரப் போராட்ட வீரர்கள் தங்களுடைய அதிகாலை நேர சுற்றுக்களின்போது பாடுவார்கள்.

உறங்குபவர்களே எழுந்திருங்கள், விடிந்துவிட்டது
உங்கள் நாடு அழைக்கிறது.

இருண்ட இரவு போய்விட்டது, எழுந்திருங்கள்
உருகிய தங்கமாய் வானத்தை பூசியிருக்கிறது சூரியன்
வாருங்கள், அறியாமை இருளைப் போக்கிடுவோம்
எழுந்திருங்கள், தூங்குவதற்கு நேரமில்லை.

அறியாமை இருளில் சோம்பிக் கிடப்பது ஏன்?
உறங்குபவர்களே எழுந்திருங்கள், விடிந்துவிட்டது

தேசத்து இளைஞர்களே!
எழுந்திடுங்கள், விழித்திடுங்கள், நீங்கள்தான் தேசத்தின் பிள்ளைகள்
எதிர்கால நம்பிக்கையே நீங்கள்தான், எழுந்திடுங்கள்
தியாகிகளின் பிள்ளைகளே எழுந்திடுங்கள்

மதிமயக்கம் நீங்கிவிட்டது, எழுந்திருங்கள்
உறங்குபவர்களே எழுந்திருங்கள், விடிந்துவிட்டது

சீக்கிரமாக குளித்து முடித்த பின்னர் அந்த தருணத்திற்காக தயார் செய்யப்பட்டிருந்த மொடமொடப்பான புதுத்துணிகளை அணிந்துகொண்டோம். சத்யபால் தன்னுடைய மீசையில் அத்திமர இலையின் பாலைத் தடவி, அதை முறுக்கிவிட்டுக்கொள்வதை கவனித்தேன். மற்றவர்களும் அதையே செய்தனர். என்னுடைய விடலைப்பருவ முகத்தில் இருக்கும் மென்மீசையானது அவ்வாறு செய்ய அனுமதிக்கவில்லை. ஆனாலும், சத்யபாலின் வற்புறுத்தலால் ஏறக்குறைய இல்லவே இல்லாத என்னுடைய மீசையை முறுக்கிவிட்டுக்கொள்ள முயற்சி செய்தேன். கிஷன் லால், பெய்ஜ்நாத் மற்றும் விபூதி பிரசாத் ஆகியோர் முகத்தை சுத்தமாக மழித்துவிட்டிருந்தனர், அதை வைத்து நாங்கள் அவர்களை கிண்டல் செய்து விளையாடினோம். இருப்பதிலேயே மிகவும் இளையவரான சோட்டே லாலுக்கு மீசையே இல்லை.

கீழ்நிலை நீதிமன்ற விசாரணைக்குப் பின்னர், எங்களை சாதாரண கைதிகளுடன் சேர்த்து அவர்களால் அழைத்துச்செல்ல இயலவில்லை. ஒரு பிரத்யேக போலீஸ் வேனில், வழக்கமான மஸ்கட் துப்பாக்கிகளுக்கு பதிலாக ஸ்டென் துப்பாக்கிகள் ஏந்திய கான்ஸ்டபிள்கள் பாதுகாப்புடன் அழைத்துச் செல்லப்பட்டோம். அந்த ‘மூத்திரப்பானைக்கு’ அருகாமையிலேயே எங்களை காத்திருக்க வைத்தார்கள். எங்களை சந்திக்க குடும்பத்தினர்கள் அருகில் வந்தனர். ஹனுமன் பிரசாதத்துடன் வந்த என்னுடைய அப்பா அதை எங்கள் எல்லோருக்கும் கொடுத்தார். பின்பு அவர் என் நெற்றியில் செந்நிற திலகமிட்டார், அது சத்யபாலிடமிருந்து எனக்கு ஏகப்பட்ட வசவுகளை வாங்கிக் கொடுத்தது. ஒரு கம்யூனிஸ்ட் புரட்சியாளன் தன் நெற்றியில் திலகமிட தன்னுடைய அப்பாவை அனுமதித்திருக்க கூடாது என அவர் வாதிட்டார். அவருடைய எதிர்வினை என்னை துன்புறுத்தியது. அத்தகையதொரு உணர்ச்சிகரமான தருணத்தில் கடவுளர்கள் மற்றும் தெய்வங்களிடத்தில் உள்ள நம்பிக்கை அல்லது அவநம்பிக்கை அல்லது சடங்கு சம்பிரதாயங்கள் ஒரு பொருட்டே அல்ல. வெளிப்படுத்தும் முறை எதுவாக இருந்தாலும் என்னுடைய அப்பாவின் ஆசைகளுக்கு மரியாதை செய்வதும், என்னுடைய அப்பா தன் மகன் மீது வைத்துள்ள பாசத்தை நன்றியோடு ஏற்றுக்கொள்வதும்தான் எனக்கு மிக முக்கியம்.

மாலை நான்கு மணிக்குப் பின்னர், அமர்வு நீதிபதி பி.என். ஹர்கோலி முன்பாக நாங்கள் ஆஜரானோம். நீதிமன்றத்திற்கு வெளியே ஆயிரக்கணக்கானோர் கூடியிருந்தனர். அந்தக்

கட்டடத்தை சுற்றிவளைத்து பாதுகாக்க அழைக்கப்பட்டிருந்த, பிராந்திய ஆயுத காவல்படையானது, கட்டுப்படுத்தவே முடியாத கும்பலை கட்டுக்குள் வைக்க முயற்சித்துக் கொண்டிருந்தது. இந்த பிரமாண்டமான மக்கள் திரளில் நிறைய தெரிந்த முகங்களும், பழக்கப்பட்ட முகங்களும் இருந்தன. உறவினர்களுக்கும் மேலாக விவாசாயிகளிடையே இருந்த பல அனுதாபிகளும் ஆதரவாளர்களும் குழுக்களாக வந்திருந்தனர். எங்களுடைய தோழரும், அமர் சிங்கின் அப்பாவுமான சர்ஜூ பிராசாத் பிரதான், ஒரு அனுபவசாலியான அதிகாரம் பொருந்திய கம்யூனிஸ்ட் தலைவராவார். அறுபத்தைந்து வயதான, உடல்பலம் குன்றிய பிரசாத்-ஜியின் தலைமையில் நூற்றுக்கணக்கான கம்பங்களும் ரைஃபிள்களும் மினுங்கின. பிறகு, என் கண்கள் சற்று தொலைவில் நின்றிருந்த மாஸியின் மீது விழுந்தன.

துப்பாக்கிகள் முனையில் நாங்கள் நீதிமன்ற அறைக்கு கொண்டு செல்லப்பட்டோம். அங்கே கூட்டம் நிரம்பி வழிந்தது. இந்தப் புகழ்பெற்ற 'நக்ஸல் பக்காரா வழக்கின்' மீதான தீர்ப்பை கேட்பதற்கு நிறைய பத்திரிக்கையாளர்களும், மூத்த வழக்குரைஞர்களும் வந்திருந்தார்கள். பெரிய அளவிலான போலீஸ் பதிலடிக்கு சாத்தியமிருக்கும் என்பதால் ஹர்தோயை சேர்ந்த மூத்த வழக்குரைஞர்கள் யாரும் எங்கள் வழக்கில் போராடத் தயாராக இல்லை. உன்னாவ் மற்றும் லக்னோவை சேர்ந்த வழக்குரைஞர்கள்தான் எங்கள் வழக்கிற்காக வாதாட வந்திருந்தனர். ஆச்சரியப்படும் வகையில், ஒரு உள்ளூர் இளம் வழக்கறிஞரான மனோகர்லால் என்பவர்தான் பெரும் துணிச்சலுடன் அவர்களுக்கு உதவி செய்துகொண்டிருந்தார்.

நாங்கள் சாட்சிக் கூண்டிற்கு அருகே கொண்டு செல்லப்பட்டோம். நீதிமன்ற அறையில், எங்களால் சுலபமாக தொட்டுவிடக்கூடிய அல்லது மெல்லிய குரலில் பேசிவிடக்கூடிய அளவுக்கு எங்கள் குடும்பத்தினருடன் நெருக்கத்தில் இருந்தோம். என்னுடைய அப்பா மறுபடியும் பிரசாதம் வழங்கிவிட்டு நீதிபதியை நோக்கியும் மரியாதையுடன் விபூதியை தூவிவிட்டார். பிறகுதான் கவனித்தேன், என் அப்பா தன்னுடைய இடுப்பிலிருந்து மடித்து வைத்திருந்த ஒரு விசித்திரமான ஆடைத் துணியை வெளியே எடுத்தார். அது என்னுடைய அம்மா கவனமாக பாதுகாத்து வைத்திருந்த ஒரு சின்னஞ்சிறு பட்டு சட்டைதான் என்பதை தெரிந்துகொண்டேன். மூடநம்பிக்கையில் மூழ்கிப்போயிருந்த கிராமத்தினர், தலைப்பிள்ளையானது பிறந்த தன்னுடைய சாட்டியின்போது

(பிறந்த ஆறாவது நாளின்போது) அணிந்திருந்த ஏதாவது ஒரு உடையை நீதிபதியின் முன் ஆட்டிக்காட்டினால் அவர் மனம் தடுமாறி குழம்பிப் போவார் என்று நம்பிக் கொண்டிருந்தனர். எனக்குத் தெரிய வந்தது என்னவென்றால், தாங்கள் நீதிமன்றத்தில் ஆஜராக வேண்டிய நேரத்திலெல்லாம் என்னுடைய அயலார்களும் பழகியவர்களும் என பலரும் என் அப்பாவிடம் என்னுடைய உடையின் சிறு துண்டை தருமாறு கேட்டு வாங்கியிருக்கிறார்கள்.

இறுதியாக, எங்களை கொலைக் குற்றவாளிகள் என தீர்ப்பளித்து நீதிபதி ஹர்கோலி தீர்ப்பளித்தார். நாங்கள் குற்றம்சாட்டப்பட்டிருந்த, கொலை செய்யப்பட்ட அந்தப் பண்ணையார் சத்யபால் கிராமத்தைச் சேர்ந்தவர். ஆகவே, அவருடன் முன்விரோதம் உள்ளதாக அனுமானிக்கப்பட்டு முதன்மை குற்றவாளியாக அறிவிக்கப்பட்ட சத்யபாலுக்கு மரண தண்டனை விதிக்கப்பட்டது. சோட்டேலால், பெய்ஜ்நாத், அமர் சிங், ஷிவாத் திரிவேதி, விபூதி பிரசாத், கிஷன் லால், முல்லா, பத்ரி பிரசாத் மற்றும் எனக்கு ஆயுள் தண்டனை விதிக்கப்பட்டது. அந்த நீதிமன்ற அறை இன்குலாப் ஜிந்தாபாத், உலக் தொழிலாளர்களே ஒன்றுசேருங்கள், பசித்த மானுடம் இனியும் காத்திருக்காது, ஆயுதப் புரட்சி நீடூழி வாழ்க என்ற எங்களுடைய உணர்ச்சிமிக்க கோஷங்களால் எதிரொலித்தது.

அந்த தீர்ப்புக்குப் பின்னர், மாஸி என்னை சந்திக்காமலே போய்விட்டார். அது எனக்கு அதிர்ச்சியாயிருந்தது. வழக்கின்போது விருப்பத்துடனே எனக்கு எல்லாவிதமான உதவிகளையும் ஒத்துழைப்பையும் வழங்கிய இந்தப் பெண் என்னை மறுபடியும் சந்திக்கவே இல்லை – இன்னமும் என்னுடைய தொலைந்துபோன காதலை பல வருடங்களாக தேடிக்கொண்டுதான் இருக்கிறேன்.

6

ஹர்தோயில் ஒரு வெடிகுண்டு, பெரும் விவாதம்

தீர்ப்பிற்குப் பின்னர், முன்பு போலவே கடுமையான பாதுகாப்புடன் நாங்கள் கொண்டு செல்லப்பட்டோம். அந்தி சாய்ந்துகொண்டிருந்தது. இப்போது நாங்கள் குற்றவாளி-கைதிகள். கனமான இரும்பு கால்சங்கிலிகள் எங்களுடைய கணுக்கால்களில் மாட்டப்பட்டன. எங்களது தனி உடைகள் பிடுங்கப்பட்டு அதற்குப் பதிலாக எங்களுக்கு பொருந்திப்போகாத, எந்த வடிவமும் இல்லாத, பேன் பிடித்த கந்தலான சீருடைகள் வழங்கப்பட்டன. கூடவே சிறைச்சாலை தொப்பிகளும் வழங்கப்பட்டன. சத்யபாலுக்கு தனிமைச்சிறை உறுதிசெய்யப்பட்ட அதேநேரத்தில் மீதமிருந்த நாங்கள் பாசறைகளுக்கு அனுப்பி வைக்கப்பட்டோம். அன்றிரவு எங்களுக்கு தூக்கமில்லை.

அடுத்தநாள் காலை, சிறை அதிகாரிகளின் மனப்போக்கில் மாற்றம் ஏற்பட்டிருப்பதை கண்டுகொண்டோம். அச்சமயத்தில், சிறையதிகாரியும் கண்காணிப்பாளரும் பலமுறை எங்களை வந்து பார்த்ததுடன், ஆச்சரியப்படும்வகையில் எங்களை நலம் விசாரிக்கவும் செய்தனர். சூழ்நிலை விசித்திரமாயிருப்பதை என்னால் உணர முடிந்தது. ஒரு வார்டன் தன் குரலைத் தாழ்த்திக்கொண்டு என்னிடம் சொன்னார்: "நீதிபதியின் பங்களாவில் உங்களுடைய ஆதரவாளர்கள் ஒரு வெடிகுண்டை வெடிக்க வைத்திருக்கிறார்கள்."

"என்னது?" அதிர்ச்சியில் நாக்குழறினேன்.

என்னுடைய எதிர்வினையால் பின்வாங்கிய வார்டன் என்னைவிட்டு சத்தமில்லாமல் விலகிச் சென்றார். நாங்கள் துன்புறுத்தலுக்கு ஆளானோம், அத்துடன் அந்த சம்பவத்தைப் பற்றி மேலும் தெரிந்துகொள்ளவும் ஆர்வமானோம். ஆனால், பாதுகாப்பு உஷார்நிலை காரணமாக அது சாத்தியப்படவில்லை. அன்றைய தினம், பிற்பகலில் எங்களை பார்த்துச் சென்ற குடும்பத்தினர்களை சிஐடி போலீஸ் கடுமையான கண்காணிப்பிற்கு உட்படுத்தியிருந்தது. அவர்கள் எங்களுக்காக வாங்கி வந்திருந்த உணவுப்பொருள்கள் கடுமையான சோதனைக்கு உட்படுத்தப்பட்டன. வெடிகுண்டுகளாக இருக்கலாம் என்ற சந்தேகத்தில் சிறையதிகாரி தன்னுடைய தடியால் ஆப்பிள்களை தட்டிப் பார்த்தார். மறுநாள், மாவட்ட நீதிபதியின் பங்களாவில் நடந்த குண்டுவெடிப்பு தலைப்புச் செய்திகளில் இடம்பெற்றது. அரசின் எதிர்ப் புரட்சி சக்திகள் அனைத்திற்கும், அதாவது அவற்றின் பிரதிநிதிகளாகிய போலீஸ், ராணுவம் மற்றும் நீதிமன்றங்கள் அனைத்திற்கும் எதிராக கொரில்லா போர் தொடுப்பது என எங்களுடைய கட்சி தீர்மானித்திருந்தது என்பதை நாங்கள் பின்னர்தான் தெரிந்துகொண்டோம். இந்த திட்டத்தின்கீழ், ஒரு கட்சித் தொண்டர் ஹர்கோலி நீதிபதியின் பங்களாவை ஒருநாள் இரவு முழுவதும் கண்காணித்திருக்கிறார். ஆனால், அந்த பங்களாவைச் சுற்றிலும் பெரிய அளவில் காவல்துறையினர் சூழ்ந்திருந்ததால் வெடிகுண்டை வைப்பதற்கு அவரால் சரியான தருணத்தை கண்டுகொள்ள முடியவில்லை. அதிகாலை நேரத்தில், போலீஸ் தங்களுடைய காலைக்கடன்களை முடிக்க கலைந்தபோது அந்தக் கட்சித் தொண்டர் துணிப்பையில் வெடிகுண்டை வைத்துக்கொண்டு பங்களாவுக்கு அருகே சென்றுவிட்டார். அதை வெடிக்கவைக்க அவர் பயந்துவிட்டாரோ என்னவோ, அவசர அவசரமாக அந்தப் பையை வாயிலுக்கு அருகிலேயே வைத்துவிட்டு தப்பிச் சென்றுவிட்டார். அந்த வழியாக சென்ற அடையாளம் தெரியாத ஒரு நபர் அதைக் கண்டெடுத்த சமயத்தில் அது வெடித்துவிட்டது. காயம்பட்ட அவர் கைதுசெய்யப்பட்டார், ஆனால் குற்றமற்றவர் எனத் தெரிந்ததும் விடுவிக்கப்பட்டார். இந்த சம்பவத்திற்குப் பின்னர், அந்த முழு ஹர்தோய் மாவட்டமும் போலீஸ் முகாமாக மாறிவிட்டது என்றாலும் எங்களுடைய கட்சித் தொண்டரை அவர்களால் கண்டுபிடிக்க முடியவில்லை.

ஒரு வாரத்திற்குள்ளாகவே, மாநிலத்தின் வெவ்வேறு சிறைகளுக்கு நாங்கள் மாற்றப்பட்டோம். சோட்டே லால், கிஷன் லால்,

முல்லா மற்றும் பெய்ஜ்நாத் ஆகியோர் பரேலி மத்திய சிறைக்கும், விபூதி பிரசாத், அமர்சிங், ஷிவ்நாத் திரிவேதி மற்றும் பத்ரி பிரசாத் ஆகியோர் ஃபதேகர் சிறைக்கும் மாற்றப்பட்டனர். வெடிப்பொருள்கள் வைத்திருந்ததாக சத்யபாலுக்கு எதிராக போலீஸ் லக்னோவிலேயே மற்றொரு வழக்கை தொடர்ந்திருந்தபடியால் நீதிமன்ற விசாரணைகளுக்கு வசதியாக அவர் லக்னோ சிறைக்கு மாற்றப்பட்டார். ஆயுதக் கிளர்ச்சியின் வழியாக அரசாங்கத்தை அகற்றுவதற்கு சதித்திட்டம் தீட்டியதாக என்னுடைய நண்பர்களும் நானும் குற்றம்சாட்டப்பட்டோம். அதனால், சல்ஃபிபூர் சதித்திட்ட வழக்கில் விசாரணைக்கு உட்படுத்தப்பட என்னை உன்னாவ் சிறைக்கு அனுப்பி வைத்தனர்.

உன்னாவுக்கு செல்ல ஹர்தோயில் இருந்து புறப்பட்ட ரயில் என்னுடைய சொந்த ஊரான பங்கார்மாவுக்கு வந்துசேர்கையில் விடிந்திருந்தது. நடைபாதை ரொம்பவே பரபரத்து காணப்பட்டது. காவல்துறையின் பிடியில் இருந்த நான் கால்விலங்குடன் ஜன்னலுக்கருகே அமர்ந்திருந்தேன். தெரிந்தவர்கள் பலரும் என்னருகே வந்து பார்க்க முயற்சித்தனர். திகிலும் பயமும் அவர்கள் முகத்தில் தெரிந்தது. என்னுடைய தம்பி கங்கா சிங்கும் அதே ரயிலில்தான் கான்பூருக்கு புறப்பட்டிருந்தான். நான் அங்கே இருப்பதை தெரிந்துகொண்டதும் என்னிடம் ஓடிவந்து அழத் தொடங்கிவிட்டான். அவன் என்னருகில் அமர்ந்துகொள்ள காவலர்கள் அனுமதித்தனர். இறுக்கத்திலும்கூட காவல்துறையினரிடம் ஏதோ கொஞ்சம் கனிவுணர்ச்சி மீதமிருப்பதை நான் முதல்முறையாக உணர்ந்துகொண்டேன். என்னுடைய தம்பியின்மீது அவர்கள் அனுதாபப்பட்டனர். சொல்லப்போனால், நம் நாட்டில் நாங்கள் யாருடைய உரிமைகளுக்காக போராடுகிறோமோ, அதே சுரண்டப்பட்ட மற்றும் ஒடுக்கப்பட்ட வர்க்கத்தில் இருந்துதான் சாதாரண காவல்துறையினரும் வந்திருக்கிறார்கள். மேற்கு வங்கம் மற்றும் பிஹாரில் வர்க்க விரோதிகளை அழித்தொழிக்கும் நடவடிக்கையின்போது காவல்துறையினரை கொல்லும் விவகாரம் என் நினைவுக்கு வந்தது. நக்ஸல்பாரி கிளர்ச்சியைத் தொடர்ந்து புரட்சியைக் கொண்டுவருவதற்காக ஆயுதங்களை பெறும்வகையில், 'எதிரியை அழித்தொழிக்கும்' நடவடிக்கையின் ஒரு பகுதியாக ஆயுதம் தாங்கிய போலீஸ் கான்ஸ்டபிள்கள் கொல்லப்பட்டு அவர்களுடைய ஆயுதங்கள் கைப்பற்றப்பட்டன. இந்த பயத்தின் காரணமாக, கல்கத்தாவில் இருந்த ஆயுதம்தரித்த போக்குவரத்து

காவல்துறையினர்கூட தங்களுக்கு அரசாங்கம் வழங்கிய ஆயுதங்களை சங்கிலியால் பிணைத்து வைத்துக்கொண்டனர்.

உன்னாவ் நிலையத்தை அடைந்ததும், சற்று தொலைவுதான் என்றபோதிலும் என்னை கால்நடையாகவே சிறைச்சாலைக்கு அழைத்துச் சென்றனர். நிலையத்தில் இருந்து சிறைக்கு என்னை கொண்டுசெல்வதற்கு உண்டான முழு போக்குவரத்து செலவையும் காவல்துறையினர் தங்களுடைய பையில்தான் போட்டிருப்பார்கள் என்று எனக்கு நன்றாகத் தெரியும், ஆனால் நான் எதுவும் சொல்லவில்லை. வழியில் என்னை சந்தித்த பல நண்பர்கள் சற்று தூரத்திற்கு என்னுடனே வந்தனர். வழியில் இருந்த உணவகங்களில் நல்ல உணவும் இனிப்புகளும் வாங்கிக் கொடுத்தனர். இனிப்புகளை சுவைத்தது, சாப்பிட்ட பிறகு பான்பீடா போட்டுக்கொண்டது என நான் அப்போது லக்னோவின் பாஷாவைப் போல் உணர்ந்தேன்! என்னைப் பார்க்க வந்தவர்களில் பிரபலமான அரசியல் செயல்பாட்டாளர்கள் மற்றும் சமூகப் போராளிகள் பலரும் இருந்ததால் நான் மகிழ்ச்சியுடன் இருந்தேன். இவர்களில் புரட்சிகர பாரம்பரியத்தைச் சேர்ந்த ஸ்வதந்த்ர குமார் போன்ற முன்னணி பத்திரிக்கையாளர்களும் இருந்தனர். அவர்கள் கண்களில் தெரிந்த பாசம் இப்போதும் என் நினைவில் இருக்கிறது. சற்று நேரத்திற்கெல்லாம் நாங்கள் சிறையை நோக்கி நடந்தபோது உடன்வந்த நண்பர்கள் புறப்பட்டிருந்தனர்.

வழியில் உன்னாவ் காவல்துறை தலைமையகம் தென்பட்டபோது, என்னுள் ஏற்பட்ட கடுஞ்சீற்றத்தால் எதிர்ப்பு கோஷங்கள் எழுப்பினேன். என் பாதுகாப்புக்கு வந்த காவலர்கள் உஷாரானார்கள். தலைமையகத்தில் இருந்த போலீஸ் கான்ஸ்டபிள்கள் மற்றும் அதிகாரிகள் பலரும் வெளியே வந்துவிட்டனர். சற்று நேரத்தில், ஒரு இளம் காவல்துறை துணை கண்காளிப்பாளர் தொப்பியுடனும், கையில் தடியுடனும் தோன்றினார். உண்மையில், இந்த காவல்துறை தலைமையகம் தினமும் இத்தகைய சம்பவங்களையும், உன்னாவ் மாவட்டத்தின் பல்வேறு பகுதிகளில் 'நக்ஸலைட் சிந்தாபாத்' என்ற உணர்வுபூர்வமான கோஷங்களையும் எதிர்கொண்டுதான் இருந்தது. நக்ஸலைட் எழுச்சியை ஒடுக்க மொத்த மாவட்டமுமே தீவிர போலீஸ் கண்காணிப்பில் இருந்து வந்தது. உன்னாவில் இருந்துதான் ஹர்தோய்க்கு நக்ஸலைட் அலை எட்டியது. குதிரை வண்டிகளில் நக்ஸலைட் பகுதிகளின் வழியாக இரவில் பயணப்பட மிகவும் பயந்திருந்த போலீஸார் தங்களுடைய ரைஃபிள்களை

தயார்நிலையிலேயே வைத்திருப்பார்கள். மொத்த மாவட்டத்திலும், குறிப்பாக சஃபிபூர், பங்கார்மா மற்றும் ஹஸன்கஞ்ச் ஆகிய நாட்டுப்புறப் பகுதிகளில் போலீஸ் நிர்வாகத்திற்கும் எங்களுடைய தலைமை காம்ரேடுகளுக்கும் இடையே ஒரு பூனை-எலி ஆட்டமே நடந்து கொண்டிருந்தது. இதுபோன்ற சூழ்நிலைகளில், 'நக்ஸலைட் சிந்தாபாத்' என்ற கோஷத்தைக் கேட்டவுடன் உஷார் நிலையிலிருக்கும் போலீஸ்காரர்கள் வெளியே ஓடிவருவது இயல்பானதுதான்.

"யார் அது? அவரை எங்கிருந்து அழைத்து வருகிறீர்கள்?" என தன்னுடைய தடியை வைத்து விளையாடியபடியே அந்த கண்காணிப்பாளர் காவலர்களிடம் கேட்டார்.

"ஹுஸூர், குற்றவாளியின் பெயர் ராம்சந்த்ரா சிங். ஹர்தோய் சிறையில் இருந்து வந்திருக்கிறார்," என காவலர்கள் திகிலுடன் பதிலளித்தனர்.

"அப்படியென்றால் கரகரத்த குரலில் கத்தியது நீதானா?" என அந்த அதிகாரி தரக்குறைவான தொனியில் பேசினார்.

"வாயை மூடு, வேசி மகனே! எப்படிப் பேசுவதென்று தெரியாதா?" என்றே நான் அவரிடம் ஆங்கிலத்தில் பேசினேன். நான் அவமானப்பட்டதுபோல் உணர்ந்தபடியால் என் முகம் கோபத்தில் சிவந்துபோனது. என் உதடுகளும் மூக்கும் சீற்றத்தில் அதிர்ந்தன. ஒரு கணம் அவர் திகைத்துப் போனார். பின்னர், என்னைக் கொண்டுசெல்லுமாறு தன் தடியால் காவலர்களுக்கு சமிக்ஞை காட்டினார், பிறகு தன் தொப்பியை அணிந்துகொண்டு தலைமையகத்திற்குள் சென்றார். வழி நெடுகிலும், காவலர்கள் என்னைத் திட்டித் தீர்த்தனர். இப்போது அந்த உன்னாவ் கேப்டன் ஹர்தோயில் இருக்கும் தன் இணையதிகாரிக்கு கடிதம் எழுதி, இதுகுறித்து விளக்கம் கேட்பார் என அவர்களில் ஒருவர் கூறினார். மற்றவர்கள் இந்த சம்பவத்தைப் பற்றிய கவலைகளை வெளிப்படுத்தினர்.

சிறையின் வாயிலுக்கு வந்தபோது நான் மறுபடியும் கோஷங்கள் எழுப்பினேன். சற்று நேரம்கழித்து நான் சிறை கண்காணிப்பாளர் அலுவலகத்திற்கு அழைக்கப்பட்டேன். தன்னுடைய கண்ணாடிகளை கழற்றி வைத்த கண்காணிப்பாளர் நாற்காலியின் முனையில் உட்கார்ந்து, என் தலை முதல் கால் வரை முறைத்துப் பார்த்தார்.

“உனக்கு பான்பீடா கொடுத்தது யார்?” என்று உறுமினார்.

“இதைக் கேட்பதற்காகத்தான் என்னை இங்கே அழைத்திருப்பீர்கள் என்று எனக்குத் தோன்றவில்லை.”

“வாயிலுக்கு வெளியே எதற்காக தலையை நீட்டிக் கத்தினாய்?”

“நான் கத்தவில்லையே. என் எதிர்ப்பை பதிவு செய்தேன்.”

சற்றுநேரம் சிந்தனையிலாழ்ந்த கண்காணிப்பாளர் அழைப்பு மணியை அடித்தார். வார்டன் வந்தவுடன் அவரிடம் உத்தரவிட்டார்: “இவனை 8-ஆம் எண் பாசறைக்கு கொண்டுசெல்.”

உன்னாவ் மாவட்ட சிறையின் பாசறை எண் 8 கடந்த பல வருடங்களாகவே நக்ஸல் கைதிகள் அடைக்கப்படுகின்ற பாசறை என புகழ்பெற்றிருந்தது. நான் வருவதற்கு முன், அந்தப் பாசறையில் ஏற்கனவே முப்பது முதல் நாற்பது நக்ஸல் சிறைவாசிகள் அடைக்கப்பட்டிருந்தனர். இவர்களில் எனக்கு நெருக்கமான சகாக்களாகிய ஃபக்கிர் லால், கௌரி ஷங்கர், பாபுலால் வர்மா, லக்பத் ராய், தீர்த்ராஜ் திவாரி, சௌத்ரி ஸஹூர் அஹமது மற்றும் ராம்ஸ்வரூப் ஆகியோரும் அடங்குவர்.

அவ்வளவு பெரிய, நேர்த்தியான மற்றும் சுத்தமான பாசறையை என்னுடைய சகாக்கள் பல்வேறு விதங்களிலும் ஆக்கிரமித்திருந்தனர் – அவர்களில் சிலர் ஓய்வெடுத்தனர், மற்றவர்கள் படித்துக்கொண்டும், சதுரங்கம் ஆடிக்கொண்டும் அல்லது ஒருவரோடு ஒருவர் உரையாடிக்கொண்டும் இருந்தனர். முதலில் யாருக்கும் என்னை அடையாளம் தெரியவில்லை. நான் பாபுலாலைப் பார்த்து புன்னகைத்தபோதுதான் அவர் என்னை நோக்கிவந்து கட்டிப் பிடித்துக்கொண்டார். பிறகு எல்லாத் தோழர்களுமே பெரும் மகிழ்ச்சியுடனும் ஆச்சரியத்துடனும் என்னை நோக்கி வந்தனர். சோஷலிச போராட்டத்திற்காக தங்களுடைய வாழ்க்கையை அர்ப்பணிப்பதென்று கூட்டாக தீர்மானித்திருக்கும் இந்த காம்ரேடுகளை சந்தித்த அந்த தருணம் மிகவும் பரவசப்படுத்தக்கூடிய ஒன்றாகும். அந்த நாளில் நான் அவர்களுடைய கண்களில் பார்த்த மகிழ்ச்சி மற்றும் அன்பின் பிரகாசிப்பை என்னால் எப்படித்தான் மறக்க முடியும். சிறைச்சாலை உடையாகிய தளர்வான பைஜாமாவும் தொப்பியும் என் தோற்றத்தை முற்றிலுமாக மாற்றியிருந்தன. அவர்கள் என்னை தினமும் அந்த பாசறையை சுத்தம் செய்ய வரும் குற்றவாளி-

துப்புரவாளர் என்றே நினைத்திருக்கின்றனர். நான் சொன்னேன், "ஆம், அது உண்மைதான். இங்கே கொண்டுவரப்பட்டிருக்கும் நாம் எல்லோருமே துப்புரவாளர்கள்தான், வர்க்க-விரோதிகளை கொண்டிருக்கும் சமூகத்தை சுத்தம் செய்யும் வேலை நமக்குத் தரப்பட்டிருக்கிறது."

என் சொந்த மாவட்டத்தில் உள்ள சிறையில் என் காலம் அமைதியாக கழிந்து கொண்டிருந்தது. ஆயுள் தண்டனை கைதி என்பதால் என்னுடைய கணுக்கால்களில் அடுத்த இருபத்தெட்டு மாதங்களுக்கு இரும்புச் சங்கிலிகள் பிணைக்கப்பட்டிருந்தன. விசாரணைக் கைதிகளாக இருந்தபோதிலும், என்னுடைய காம்ரேடுகளும்கூட கால்சங்கிலிகளில் பிணைக்கப்பட்டிருதனர், அவை பெரும் போராட்டத்திற்குப் பின்னரே நீக்கப்பட்டன. ஆனால், உன்னாவ் சிறையானது ஹர்தோய் சிறை அளவுக்கு அழுக்கடைந்து காணப்படவில்லை, மட்டுமீறிய ஊழல் மற்றும் பயங்கரத்தால் பாதிக்கப்படவும் இல்லை.

இங்கே ஒருவருடன் ஒருவர் சேர்ந்திருப்பது, வாசிப்பது மற்றும் எங்களுக்குள் விவாதங்களில் ஈடுபடுவது ஆகியவற்றில் திளைத்திருந்தோம். எங்களுக்கிடையே சித்தாந்த வேறுபாடுகள் தோன்றிய நேரங்களும் உண்டு. அச்சமயத்தில், எங்களுடைய மூத்த காம்ரேடுகளும்கூட எங்களுடைய இயக்கம் சென்றுகொண்டிருக்கும் சிந்தாந்த திசையைப் பற்றிய தெளிவில்லாதவர்களாக இருந்திருக்கிறார்கள் என்பதையும் உணர்ந்தோம்.

என் வருகையை ஒட்டி நடந்த ஒரு நீளமான கூட்டம் நள்ளிரவைக் கடந்தும் சென்றது. பக்காரா அத்தியாயத்தைப் பற்றி ஒரு முழு அறிக்கையும் மதிப்பீடும் வழங்குமாறு என்னிடம் கேட்டுக் கொண்டார்கள். என்னுடைய சிந்தாந்த மதிப்பீட்டின்படி, வர்க்க விரோதிகள் அழித்தொழிப்பு நடவடிக்கையோடு எனக்கிருந்த உடன்பாடின்மையை வெளிப்படையாகவே தெரிவித்தேன். சிறைக்கு அனுப்பப்படும் முன்னர், புரட்சிகர அரசியலின் சில தந்திரமான புரிதல்களை நான் உருவாக்கியிருந்தேன், ஆனால் அது ஒரு இளைஞனின் புரட்சிகர ரொமாண்டிஸசத்தால் உருவானதாயிருந்தது. நடைமுறைக்கு கொண்டுவரும்போது அவை ஒன்றையொன்று சமநிலைப்படுத்த தொடங்கும்.

இந்த காலகட்டத்தில் மார்க்சியம், லெனினியம் மற்றும் மாவோயிஸத்தின் சித்தாந்தங்களை பின்பற்றியதைத் தொடர்ந்து,

ஒடுக்கப்பட்ட வர்க்கங்கள் மற்றும் சமூகங்களானவை தொழிலாளர்கள் மற்றும் விவசாயிகளின் விரிவான மற்றும் ஒருமித்த முன்னிலையுடன் கைகோர்த்தால் மட்டுமே இந்தியாவில் புரட்சி என்பது சாத்தியமாகும் என்ற என் உணர்நிலை மென்மேலும் அதிகமானது. இது ஒரு விவசாயப் புரட்சியின் மையப்புள்ளி. சிறைகளுக்கு வெளியேயும், கட்சியின் மிக மூத்த தலைவர்களுக்கு மத்தியிலும் இதேபோன்ற விவாதம் நடந்துகொண்டுதான் இருந்தது, ஆனால் இதைப்பற்றிய தகவல் எதுவும் உன்னாவ்-ஹர்தோய் சிறைகளுக்கு விவரமாக வந்துசேரவில்லை. தனிநபர் அழித்தொழிப்பானது துணிச்சலுக்கும் வீரதீர செயலுக்கும் காரணமானாலும்கூட அது புரட்சிக்கு இட்டுச்செல்லாது என்ற என் நம்பிக்கையில் உறுதியாயிருந்தேன். ஒரு புரட்சி என்பது வெகுமக்களின் கூட்டு முயற்சியை சார்ந்திருக்கிறதே தவிர, கையளவு போராளிகளால் ஆங்காங்கே நடக்கும் போராட்டம் அல்ல என்பதால், அது வெற்றிபெறுவதற்கு பெருமளவிலான சித்தாந்த பிரச்சாரங்கள்தான் செய்யப்பட வேண்டும்.

கூட்டத்தில் ஒரு கணத்திற்கு முழு அமைதி நிலவியது. அந்த அமைதியை உடைத்துக்கொண்டு, நான் கோழையாகிவிட்டேன் என்றும், தண்டனைக்கு பயந்து துரோகியாகிவிட்டேன் என்றும் ஒரு மூத்த தோழர் குற்றம்சாட்டினார். இது எனக்கு பெருமளவு வேதனையளித்தது. அந்தக் குற்றச்சாட்டுகளுக்கு பதில் கூறுவது ஒன்றும் கஷ்டமல்ல, ஆனால் அச்சமயத்தில் அந்த மூத்த தோழரின் குற்றச்சாட்டுகளுக்கு எதிர்வினையாற்றுவது கடினம் என்பதையும் கண்டுகொண்டேன்.

நான் அவர் சொல்வதை அமைதியாக கேட்டேன், ஆனால் அவரை எதிர்த்த ராம்ஸ்வரூப் எனக்கு ஆதரவாக நின்றார். அந்தக் கூட்டம் தெள்ளத்தெளிவாக இரண்டு குழுக்களாக பிரிந்தது – ஒன்று, தனிநபர் அழித்தொழிப்பு நடவடிக்கைகள் தொடர்வதற்கு ஆதரவளித்தது, மற்றொன்று, வெகுஜன சித்தாந்த அடித்தளத்தை உருவாக்குவதென தீர்மானித்தது. அன்றிரவு எங்களிடையே தோன்றிய இந்த சித்தாந்த வேறுபாடு சீக்கிரத்திலேயே மிகத்தீவிரமான இயல்பு கொண்டதானது.

சில நாட்கள் கழித்து, எங்கள் கட்சியின் தேசிய அரசியல் பிரிவு உறுப்பினரான ஷிவ் குமார் மிஷ்ரா-ஜி, சஃபிபூரில் கைதுசெய்யப்பட்டு உன்னாவ் வந்தடைந்தபோது நாங்கள் எல்லோரும் மிகுந்த மகிழ்ச்சியடைந்தோம். அவருடைய வருகை

ஒரு காட்டுத்தீயைப் போல் பரவியது. நகரமே அதைப்பற்றி கிசுகிசுத்தது. ஒரு உயர்மட்ட கைதியாக, மருத்துவமனை கட்டடத்தில் உள்ள ஒரு தனிமைச் சிறையில் மிஷ்ரா வைக்கப்பட்டார். அதேநேரம், தெராய் பிரதேசத்தைச் சேர்ந்த புகழ்பெற்ற விவசாயத் தலைவரான விஷ்வநாத் திவாரியும் கைதுசெய்யப்பட்டு இங்கே அழைத்து வரப்பட்டார்.

சத்யபாலும்கூட லக்னோவில் இருந்து இங்கே கொண்டுவரப்பட்டார். இதனால், 1973-74-இன் போது உன்னாவ் சிறைச்சாலையானது முக்கிய நக்ஸலைட் போராளிகளின் மையமானது.

எங்களுடைய சித்தாந்த வேறுபாடுகள் மிக வெளிப்படையாக பேசப்படலாயின. அப்படியிருந்த போதிலும், மிஷ்ரா-ஜி எங்களை ஒன்றுபடுத்த விரும்பியதை என்னால் காண முடிந்தது, அதேசமயம் அத்தகைய சமரசத்தை அடைவது ஏறக்குறைய சாத்தியமேயில்லை என்பதும் அவருக்கு நன்றாகத் தெரியும். சித்தாந்தரீதியாக, அவருடைய அனுபதாபிகள் யாவரும் எங்கள் முகாமில்தான் இருந்தனர். இருப்பினும், நாங்கள் எல்லோருமே எங்கள் அளவில் முழுமையற்றவர்கள் என்றே அவர் கருதினார். வெகுமக்களுக்கு மிகப் பொருத்தமான தீவிர கொள்கையை வகுக்கும் அளவுக்கு, எங்களுக்கு உதவக்கூடிய அறிவைப் பெறுவதற்கும் அவர் சிறப்பு கவனம் செலுத்தினார். எங்களுடைய அரசியல் புரிதலை மேம்படுத்த அவர் தொடர்ந்து வகுப்புகள் எடுத்தார், எதிர்காலத்தில் மற்றவர்களுக்கும் இதேபோல் வகுப்பெடுக்கும் அளவுக்கு நாங்கள் பயிற்சி பெறவேண்டும் எனவும் விரும்பினார். அவருடைய மேற்பார்வை மற்றும் வழிகாட்டலில் நாங்கள் ஜன்கிரந்தி என்ற, மாதமிருமுறை வெளிவரும் கையெழுத்து பத்திரிக்கை ஒன்றை கொண்டுவந்தோம். நான் இந்த குறிப்பிடத்தக்க பத்திரிக்கையின் ஆசிரியராக நியமிக்கப்பட்டு பல இதழ்களை வெளியிட்டோம். நிறைய சிந்தனையைத் தூண்டும் கட்டுரைகளும், பரவாயில்லை என்பதுபோன்ற சில கட்டுரைகளும் அதில் பதிப்பிக்கப்பட்டன.

எதிரியை அழித்தொழித்தல் என்பதற்கு ஆதரவான வெறிபிடித்த குழுவானது மிஷ்ரா-ஜியின் வகுப்புகளை புறக்கணிக்கத் தொடங்கியது. மிஷ்ரா-ஜி சிறையில் இருந்து வெளியே வந்ததும் அவரை சுட்டுக் கொல்லப்போவதாகக்கூட காம்ரேடுகளில் ஒருவர் மிரட்டல் விடுத்தார். முரண்பாடுகள்போல் தோற்றம் கொண்டிருந்தாலும், இந்த இரண்டு சித்தாந்த குழுக்களுக்கும்

இடையில் எத்தகைய தனிப்பட்ட விரோதமும் கிடையாது. விஷ்வநாத் திவாரியின் புறத்தோற்றம் ஒரு தேங்காய் ஓட்டைப் போல் கடினமாக இருக்கும், ஆனால் அதே அளவுக்கு உள்ளுக்குள் மென்மையாகவும் சாந்தமாகவும் இருக்கும். அவருடைய மாப்பிள்ளை முறையுள்ள (சகோதரி மகன்) தீர்த்ராஜும் எங்களுடன்தான் இருந்தான், அத்துடன் அவனை திவாரி-ஜிதான் குழந்தைப் பருவத்தில் இருந்தே வளர்த்திருந்தார். அவர்களுக்கிடையில் விவாதம் வெடிக்கும்போதெல்லாம் அந்தக் காட்சி சுவாரஸியமாக இருக்கும். திவாரி-ஜி கோபத்துடனே காணப்படுவார். ரத்தமேறிய கண்களுடன் சட்டையின் கைப்பகுதியை மடித்துவிட்டு, கோபமாக உறுமியபடியே அவன்மீது பாய்வார். பாவப்பட்ட திரித்ராஜால் தன்னுடைய வாதத்தை தெளிவில்லாமல்தான் வைக்க முடிந்தது, அவன் எப்போதுமே மிகுதியாக விசும்பியபடிதான் இருப்பான். திராத்திற்கும் திவாரி-ஜிக்கும் இடையில் தொடர்ச்சியாக நடக்கும் இந்தக் காட்சி எங்களுடைய கேளிக்கையின் ஒரு வழக்கமான பகுதி. அவர்கள் அமைதியானவுடன், அந்த முழு பரிமாறல்களையும் நான் மறுபடி இணைத்துக்காட்ட, நாங்கள் எல்லோருமே விழுந்து புரண்டு சிரிப்போம்.

‘எதிரியை அழித்தொழித்தல்’ நடவடிக்கையின் ஆரம்ப நாட்களின்போது, நாங்கள் செயல்பட்ட பகுதிகளில் ஒரு ராபின்ஹூட்-உருவகமாக எங்களுடைய புகழ் வெகுதொலைவிற்கு பரவியிருந்தது. கூடவே, எங்களுடைய பெயரானது பல சில்லறை வழிப்பறிக் கொள்ளையர்கள் மற்றும் திருடர்களையும் கவர்ந்திருந்தது. மற்றவர்களுடனான தங்களுடைய தனிப்பட்ட விரோதத்தை தீர்த்துக்கொள்ள எங்களுடன் சேர்வதை அவர்கள் பயனுள்ளதாக கண்டிருந்தனர். எங்களுடைய அரசியல் மனநிலைகளுக்குள் அவர்களை கொண்டுவந்து சீர்திருத்துவது கஷ்டமாயிருந்தது. ஒரு சின்ன சாக்குபோக்கில் அவர்களுடைய பேராசை வெளியே வந்துவிடும். மொத்த தலைவர்களும் சிறையில் இருக்கின்ற அல்லது வேறு காரணங்களுக்காக இல்லாமல் போய்விட்ட ஒரு சூழ்நிலையில், இயக்கத்திற்குள் தலைநீட்டத் தொடங்கிய இயல்பற்ற நிலையையும், விலகிச்செல்லும் போக்கையும் நீக்கிவிட இயலவில்லை. இத்தகைய மாறிக்கொண்டிருக்கும் சூழ்நிலையில், எங்கள் பகுதியிலேயே நக்ஸலிசத்தின் பெயரால் நிறைய வழிப்பறிக் கொள்ளையர்கள் நிலைபெறத் தொடங்கினார்கள், இதற்கு

மாறாக, முன்னர் எங்களுடைய செல்வாக்கினால் இத்தகைய தொழில்முறை வழிப்பறியர்களின் செயல்பாடுகள் ஏறக்குறைய முடங்கிப் போயிருந்தன. வர்க்க எதிரியிடமிருந்து பறிக்கப்பட்ட ஒரு ரைஃபிள் சர்சைக்குரிய விஷயமாகி, குற்றவாளிகளாக ஊடுருவியிருப்பவர்கள், அதற்கு போட்டி போட்டுக்கொண்டு உரிமைகோரும் நேரங்களில் சூழ்நிலை மிகவும் மோசமாகிவிடும். இது ஒரு குழுக்குள்ளேயே வன்முறை, சூழ்ச்சி செய்து கொலை மற்றும் புரட்சிகர கொள்கைகளை அடியோடு கேலிக்கு உட்படுத்தல் போன்றவற்றிற்கு காரணமாகியது.

குற்றப் பின்புலம் உள்ள ஒருவர் ஒரு காம்ரேடாக கட்சியில் சேருகிறார் என்று வைத்துக்கொள்வோம். இப்போது, உள்ளூர் நில உரிமையாளர் அல்லது தாலுக்காதாரரின் மகன் எங்களுடைய புதிதாக வந்துசேர்ந்த காம்ரேடுடன் தொழில்முறை உறவு வைத்திருக்கலாம், அவர்கள் நீண்டகால கூட்டாளிகளாக கள்ளச்சாராய விற்பனை போன்ற பல்வேறு சட்டவிரோத தொழில்களில் ஈடுபட்டிருப்பார்கள். தொழில்சார்ந்த வேற்றுமைகள் வகையில், அந்த நிலச்சுவன்தாரின் மகன் அந்த காம்ரேடுடன் வன்முறையில் ஈடுபட்டிருக்கலாம். பழிவாங்க விரும்பி தன்னுடைய நக்ஸல் தொடர்புகளிடம் அவர் அடைக்கலமாவார், அநேகமாக அவர்கள் அவரை கட்சியில் சேர்த்துவிட்டவர்களாகக்கூட இருக்கலாம். கொஞ்ச நாளில், கட்சியின் உதவியுடனே அந்த காம்ரேட் நிலச்சுவன்தாரின் மகனை கொன்றுவிட்டு, கூடுதலாக அந்த நிலச்சுவன்தாரின் குடும்பத்தில் உள்ள மூத்தவர்களையும் கொன்றுவிடலாம். இப்போது அவர் 'எதிரிகளை அழித்தொழித்தல்' நடவடிக்கையின் ஒரு நாயகனாக்கப்படுவார், அவர் நக்ஸல் தலைவராக்கப்படுவதற்கும் தகுதி பெற்றுவிடுவார். இது ஒன்றும் யூகவாத கதை அல்ல, கட்சி தனக்குள்ளேயே கண்டுகொண்ட முட்டுக்கட்டையின் ஒரு பொதுவான விளக்கமும், அது களத்தில் எதிர்கொண்ட புரட்சிகர அரசியலின் துரிதகதியிலான சீர்கேடும் ஆகும்.

எந்த வகையிலுமே சிந்தாந்த மற்றும் செயல்பாட்டு குழப்பானது அடிமட்ட அளவுக்கு கட்டுப்படுத்தப்படவில்லை. அந்நேரத்தில் இது சர்வதேச கம்யூனிஸ்ட் அரசியல் வரைகூட சென்றிருக்கிறது, இது சோவியத் மற்றும் சீன அரசாங்கங்களுக்கு இடையில் இருந்துவரும் கசப்பான கருத்து வேறுபாட்டைப் போன்றது. அவர்களுக்கு இடையிலான இந்த விலகல், 1956, பிப்ரவரி 25 அன்று நடந்த சோவியத் கம்யூனிஸ்ட் கட்சியின் இருபதாவது

மாநாட்டில், ஸ்டாலினை நிகிதா குருஷ்சேவ் பழித்துரைத்த பின்னர் ஏற்பட்டதாகும். அந்த மாநாட்டில், ஏகாபத்திய மேற்குலகுடன் அமைதியான ஒத்துழைப்பு குறித்த கொள்கையையும் குருஷ்சேவ் முன்மொழிந்தார். சுருக்கமாக சொன்னால், அதிகாரப்பூர்வ சோவியத் நிலைமை என்பது அதிகமும் குறுக்கிட இயலாத ஒன்றாகிப்போனது என்பதுடன் அது தன்னுடைய நம்பிக்கையை, வரலாற்றின் வேகத்தை கட்டாயப்படுத்த முடியாது என்பதிலும், புரட்சியானது தவிர்க்க இயலாமல்தான் தோன்ற வேண்டும் என்பதிலும் – அதேநேரம் முதலாளித்துவ அமைப்பு இதன் முரண்பாடுகளுடைய கனத்தில் தொங்கிக்கொண்டிருக்க - சோசலிஷ ஒழுங்கிற்கு நிலைமாறுதல் வன்முறையாக இருக்க வேண்டியதில்லை என்பதிலும் வைத்திருந்தது. குருஷ்சேவின் முழுமையான நிலைப்பாட்டு மாற்றமானது மொத்த கம்யூனிஸ உலகத்தையும் அதிர்ச்சியடைய வைத்தது. 1963-இல் மாசேதுங் தலைமையிலான சீன கம்யூனிஸ்ட் கட்சியானது குருஷ்சேவின் நிலைப்பாட்டை புறக்கணித்து ஒன்பது ஆவணங்களை வெளியிட்டது, அதில் அந்த நிலைப்பாட்டை கம்யூனிஸ ஒற்றுமைக்கு செய்யப்பட்ட துரோகம் மற்றும் கொள்கை மாறுபாடு என்றும், அல்லது புரட்சிகர உத்வேகத்தை பலவீனப்படுத்துவது என்றும் குறிப்பிடப்பட்டிருந்தது.

இந்தப் பிரிவு –மாபெரும் விவாதம் எனப்படுவது- இந்தியாவிலும் கம்யூனிஸ்ட் கட்சியை பிரித்துவிட இருந்தது. இருபதாவது மாநாட்டை தொடர்ந்து, இந்திய கம்யூனிஸ்ட் கட்சியானது (சிபிஐ) சோவியத் நிலைப்பாட்டை பின்பற்றியது. ஆனாலும், இந்த நிலைப்பாட்டினால் ஏற்பட்ட அதிருப்தியானது தலைவர்கள் மற்றும் தொண்டர்களிடையே கொதிநிலையிலேயே இருந்தது. கருத்து வேறுபாடுகளை அகற்றும் தடாலடி முயற்சியாக, தேசிய சபையின் முப்பத்தி இரண்டு தலைவர்கள் கட்சியில் இருந்து வெளியேற்றப்பட்டார்கள். இந்த தலைவர்கள் – ஜோதி பாசு, ஹர்கிஷன் சிங் சுர்ஜித் மற்றும் இ.எம்.எஸ்.நம்பூதிரிபாடு உள்ளிட்டவர்கள் – 1964-இல், சிபிஐ (மார்க்சிஸ்ட்) என்ற புதிய கட்சியை நிறுவினார்கள். அப்போது சிபிஎம் என்று அறியப்பட்ட இந்தக் கட்சிகூட தொழிலாளர்கள் மற்றும் தொண்டர்களின் எதிர்பார்ப்புகளுக்கு ஏற்றபடி நடந்துகொள்ளவில்லை. மாபெரும் விவாதம் குறித்து தெளிவான நிலைப்பாடு எடுப்பதற்கு பதிலாக, அதனுடைய தலைமையானது பாதுகாப்பான நடுநிலையில் பதுங்கிக்கொண்டு, கட்சியின் நிலைப்பாட்டிற்கு உடன்பட

மறுத்த, மண்டல மற்றும் உள்ளூர் அளவிலான, தீவிரவாத தலைவர்களை வெளியேற்றவும் செய்தது. இப்படித்தான், சிபிஐ-எம்எல் (மார்க்சிஸ்ட்-லெனினிஸ்ட்) கட்சி 1969-இல் தோன்றியது.

கம்யூனிச இயக்கத்திற்குள்ளிருந்த அமளியானது, அச்சமயத்தில் உணவுதானிய பற்றாக்குறை, நீடித்த ஏழ்மை, பட்டினி மற்றும் வேலைவாய்ப்பின்மை நிலவிய இந்திய பொருளாதார கஷ்டத்தோடு பொருந்திப்போனது. இதுவே நக்ஸல்பாரி எழுச்சிக்கான பின்னணியை வழங்கியது. மேற்கு வங்கத்தில் வடக்கத்திய பிரதேசத்தில், தேயிலைத் தோட்ட முதலாளிகளும், ஜோட்தார்களும் (பணக்கார விவசாயிகள்) பெரும் அளவிலான நிலப்பகுதிகளை கைப்பற்றியிருந்தனர். அம்மாநிலத்தின், சிபிஎம்-ன் பகுதியையும் உள்ளடக்கிய ஐக்கிய முன்னணி அரசாங்கம் இந்த நிலப்பறிப்புக்கு எதிராகவும், விவசாயிகளுக்கே நிலத்தை திருப்பித் தருவதற்கும் நடவடிக்கை எடுக்க மறுத்து வந்தது. அடக்குமுறை உத்தியின் ஒரு பகுதியாக பதினோரு பேர் –இவர்களில் கிளர்ச்சியாளர்களும் குழந்தைகளும் அடங்குவர் – காவல்துறையால் 1967, மே 25 அன்று சுட்டுக் கொல்லப்பட்டனர். இந்த அராஜகமே நக்ஸல்பாரி எழுச்சியை உடனடியாக பற்றவைத்தது. ஆயிரக்கணக்கான மாணவர்களும் இளைஞர்களும் விவசாயிகளை அணிதிரட்ட ஒன்றிணைந்தார்கள். அப்போது சீனாவில் நடந்துகொண்டிருந்த கலாச்சார புரட்சியின் செல்வாக்கானது காம்ரேட் சாரு மஜும்தாரின் அமைப்புரீதியான சித்தாந்த தலைமையில் தெள்ளத்தெளிவாக தெரிந்தது. சீனாவில் கலாச்சார புரட்சி உச்சகட்டத்தை அடைந்தபோது, நக்ஸல் கிளர்ச்சியை தோழமைத்துவ நடவடிக்கை என சீன வானொலி வாழ்த்தியது.

இந்த தாக்கத்தினுடைய விளைவாக, நக்ஸல் கிளர்ச்சியின் இரண்டாவது நிலையில், அதனுடைய தலைவர்கள் சீனாவில் இருந்து ஊடுருவிய எல்லாவற்றையும் குருட்டாம்போக்கில் பின்பற்றினார்கள், இந்தியாவின் சூழ்நிலைகள் சீனப் புரட்சியை அடிப்படையாக கொண்டே பகுப்பாய்வு செய்யப்பட்டன. 1949-இல் நடந்த கம்யூனிஸ புரட்சியின்போது சீனா ஒரு அரை-காலனியாதிக்க நாடாக இருந்தது, அதனுடைய பெரும்பாலான பிரதேசங்கள் பிற்போக்குவாத போர்வெறியர்களின் கட்டுப்பாட்டில் இருந்தன. இந்த குணவியல்பு இந்தியாவில் ஒட்டுமொத்தமாக பயன்படுத்தப்பட்டது. 1970-இல், சாரு மஜும்தார் தலைமையில் ஏழாவது கட்சி மாநாடு நடத்தப்பட்டபோது இந்தியா ஒரு

அரை-காலனியாதிக்க மற்றும் அரை-பிற்போக்குவாத அமைப்பு என பெரிதுபடுத்தப்பட்டு புரட்சிக்கான காலம் கனிந்திருந்தது. நீண்டகால கொரில்லா போர்முறைக்கான வியூகங்கள் மற்றும் 'எதிரியை கொன்றொழித்தல்' கோஷம் ஆகியனவற்றிற்கு ஆதரவு இங்கிருந்துதான் பெருகியது. பாராளுமன்ற நடைமுறை என்பது ஒரு நீடிக்கவல்ல வியூகமாக கருதப்படவில்லை. கட்சியானது அதனுடைய தேவைகள் மற்றும் அப்போது நிலவிய சூழ்நிலைகளுக்கு ஏற்றபடி ரகசியப் பிரிவையும், சட்டப்பூர்வமான மற்றும் சட்டவிரோதமான தந்திரங்களையும் உருவாக்கிக்கொள்ள வேண்டியிருந்தது.

கட்சி மாநாட்டிற்குப் பின்னர், தீவிரவாதத்திற்கு எதிரான குரல்கள் எழுந்தன. படிப்படியான வளர்ச்சி கண்ணோட்டம் கொண்டவர்கள் மற்றும் தீவிர-இடதுசாரி நிலைப்பாடு கொண்டவர்களுக்கு ஆதரவானவர்கள் என இரண்டு பிரிவானது. இந்தப் பிளவு அப்போதிலிருந்து ஆற்றப்படவே இல்லை.

7

முன்னி, என் வலிமையான தூண்

ஒரு விசாரணைக் கைதியாக, நான் ஹர்தோய் சிறையில் இருந்த காலம் முழுவதுமே நிச்சயமின்மையாலும், ஆழ்ந்த இன்னல்களாலும் நிரம்பியிருந்தது. அரசியல் கைதிகளாகிய நாங்கள், நேர்மறையான மனச் சட்டகத்தில் எங்களை வைத்துக்கொள்ள பிரக்ஞையுடன் முயற்சித்துக் கொண்டிருந்தோம். ஆனால் எங்களை எதிர்காலத்தில் வைத்துப் பார்க்கும்போது, எல்லாவிதமான பிரச்சினைக்குரிய சிந்தனைகளுமே இரவில் கொடுங்கனவுகளாகவும், விழிக்க வைத்துவிடும் கனவுகளாகவும் வந்துசேரும். அத்தகைய நிலைக்குள் நழுவிவிடாமல் இருக்க நாங்கள் படிப்பதிலும் விவாதிப்பதிலுமாக எங்களை மூழ்கடித்துக்கொள்வோம்.

நான் உன்னாவ் மாவட்ட சிறைக்கு வந்தவுடன் முற்றிலுமாக காட்சி மாறிவிட்டது. அங்கே ஒரு புதிய சுதந்திரம் கிடைத்தது. என்னால் வீட்டில் இருந்து சாப்பாடு பெற்றுக்கொள்ள முடிந்தது, பாசறை வளாகத்தில் சுதந்திரமாக நடக்க முடிந்தது, கவலையோ பயமோ இல்லாமல் படிக்க முடிந்தது. எங்களுக்கு சட்டப்பூர்வமான தகுதியுள்ள வசதிகள் எல்லாமே சிறை அதிகாரிகளால் உடனடியாக செய்து தரப்பட்டன. மொத்த மாவட்டத்திற்குமே எங்களுடைய அரசியல் இயக்கத்தைப் பற்றித் தெரியும் என்பதால், சிறை நிர்வாகம் எங்களை சிறப்பாக கவனித்துக்கொண்டது.

மிஷ்ரா-ஜி வருகையுடன் சஃபிபூர் வழக்கு தொடர்பான எங்களுடைய விசாரணைகள் தொடங்கின. என் அப்பா நீதிமன்றத்திற்கு வந்தபடியே இருந்தார். உன்னாவ் நகரம்

கான்பூருக்கு அருகாமையில் இருந்தபடியால் என்னைப் பார்க்க நண்பர்களும் காம்ரேடுகளும் வந்துசென்றனர். என் அம்மாவும் பாட்டியும்கூட என்னைப் பார்க்க வந்தனர். எங்களுடைய பாசறை முற்றத்தின் வாயிலில் உள்ள தண்ணீர் தொட்டிக்கு கீழே நடக்கும் இந்த சந்திப்புகளுக்காக எங்களுக்கு போதுமான நேரம் வழங்கப்பட்டது. எங்களில் ஒருவரைப் பார்க்க யாராவது வந்தால்கூட சற்று நேரத்திற்கு நாங்கள் எல்லோருமே முற்றத்திற்கு சென்றுவர அனுமதிக்கப்பட்டோம். அச்சமயங்களில், உள்ளே வந்துபார்க்கும் ஆர்வத்தில் எங்களைப் பார்க்க வந்தவர்கள் பாசறைகளுக்குள்ளும் வந்துசெல்வார்கள்.

ஒரு மதியப்பொழுதில், என்னைப் பார்க்க வந்தவர்கள் முற்றத்தில் காத்திருப்பதாக ஒரு கண்காணிப்பாளர் என்னிடம் தெரிவித்தார். பாசறை எண் 8-இல் இருந்து வெளியே வந்தபோது என் அப்பாவைப் பார்த்த நான் அவர் காலைத்தொட்டு வணங்கினேன். பின்பு அவருக்கு ஒரு போர்வையை விரித்துவிட்டு அமர்ந்த பின்னர் அந்த எதிர்பாராத வருகை குறித்து கேட்டேன். அவர் தண்ணீர் தொட்டியை நோக்கி கைகாட்டினார். அங்கே தொட்டியின் தூணில் சாய்ந்துகொண்டு நிற்கும் முன்னியை நம்ப முடியாமல் பார்த்தேன்.

என்னை அப்படியே மறந்துவிட்டு அவளை உற்றுப் பார்த்தேன். இந்த இரண்டு வருடங்களும் ஒரு நாட்டுப்புற வலிமையை அவளுக்கு தந்திருந்தது, ஆனால் அவளுடைய கண்கள் வலியை மறைத்து வைத்திருந்தன. ஒரு கிராமத்திற்கே உரிய பெண்ணாக, தன்னுடைய கணுக்கால்களுக்கு சற்றே மேலே முடிந்துபோகும் முரட்டுத் துணியாலான புடவையில் அவள் சாதாரணமாக காணப்பட்டாள். அவள் பாதங்கள் வெறுமையாக தூசி படிந்து காணப்பட்டன. ஆனால் அவளுடைய மென்மையான, வடிவான கால்களை புடவையின் வழியாக பார்க்க முடிந்தது. அவள் வசீகரமாகவும், சோர்வுற்றும் காணப்பட்டாள். அப்போது அவளைப் பார்க்கும்போது, வயல்வெளியில் அன்றைய கடுமையான உழைப்பிற்கு பின்னர், ஒரு கோடைகால மதியப்பொழுதில் மஹுவா மரத்தின் கீழே சாய்ந்து நிற்கும் ஒரு கிராமத்துப் பெண்ணாக தோன்றினாள். நான் அழைத்ததுமே அருகில் வந்த அவள் குத்துக்காலிட்டு அமர்ந்தாள். தன்னைக் கட்டுப்படுத்திக்கொள்ள கடுமையாக முயற்சித்தபோதிலும் அவளால் அழுகையை நிறுத்த முடியவில்லை.

“இவள் எப்போது இங்கே வந்தாள்?” நான் என் அப்பாவிடம் கேட்டேன்.

“நேற்றுதான்,” என்றார் அவர்.

என்னுடைய வழக்கில் தீர்ப்பு வரும்வரை மாஸி காத்திருந்திருக்கிறார். தீர்ப்புக்குப் பின்னர், முன்னிக்கு ஏற்ற கணவனாக மற்றொரு பையனைத் தேடத் தொடங்கியிருக்கிறார். இதை ஏற்றுக்கொள்ள மனமில்லாத முன்னி, திருமணத்திற்கு கட்டாயப்படுத்தினால் தூக்கிட்டுக் கொள்வேன் என மிரட்டியிருக்கிறாள், அதனால் அவளுடைய அம்மாவும் அமைதியானார். காஞ்ச் முராதாபாத்தில் நடக்கும் உர்ஸ் திருவிழாவுக்கு புறப்பட்ட மாஞ்சியா கிராமத்து முஸ்லீம் பெண்களுடன் சேர்ந்து நேற்றே வீட்டில் இருந்து கிளம்பிவிட்டதாக என்னிடம் சொன்னாள். அதன்பிறகு, அவளுடைய வீட்டிலிருந்து நான்கு கிலோமீட்டர் தொலைவில் இருக்கும் பங்கார்மாவுக்கு பேருந்தில் ஏறிவந்து, வெல்லம் விற்கும் மொத்தவிலைச் சந்தையில் என்னுடைய அப்பாவை கண்டுபிடித்திருக்கிறாள். அவளைப் பார்த்து ஆச்சரியப்பட்ட என் அப்பா மறுநாளே என்னைப் பார்க்க அவளை அழைத்து வந்துவிட்டார்.

என் அப்பாவின் முன்னிலையில் அவளுக்கு என்னால் வார்த்தைகளால் மட்டும்தான் ஆறுதல் சொல்ல முடிந்தது, ஆனால் என் கால்களில் விலங்கிடப்பட்டிருப்பதைக் கண்டு அவள் கண்ணீர் சிந்தினாள். அன்று அந்த சந்திப்பிற்குப் பின்னர், என் அப்பா அவளை கான்பூரில் உள்ள என் அம்மா மற்றும் பாட்டியிடம் விட்டுவிட்டு பங்கார்மாவுக்கு திரும்பிவிட்டார். ஏறக்குறைய ஒருவாரத்திற்குப் பின்னர், என் அம்மா மற்றும் பாட்டியுடன் அவள் என்னை மறுபடியும் சந்திக்க வந்தாள். அவர்கள் மற்ற நண்பர்களை நலம் விசாரித்துக் கொண்டிருந்தபோது முன்னியுடன் தனிமையில் பேச எனக்கு வாய்ப்பு கிடைத்தது. என்னுடைய நிச்சயமில்லாத எதிர்காலத்துடன் தன்னை பிணைத்துக்கொள்ள வேண்டாம் என்று அவளிடம் சொன்னேன். ஒரு மென்மையான, ஆனால் உறுதியான குரலில் அவள் சொன்னாள், “இதையெல்லாம் சொல்வதற்குத்தான் அன்றைக்கு என்னை விட்டுச் சென்றீர்களா?”

அடுத்தமுறை அவள் வந்தபோது, தலை வகிட்டில் திலகம் இட்டபடி பளபளப்பான மணமகள் ஆடையில் நேர்த்தியாக உடையணிந்திருந்தாள். இந்தமுறை அவள் முறைப்படி

புடவை கட்டியிருந்தாள், அவளுடைய பாதங்களில் மருதாணி பூசிக்கொண்டு, கால்விரலில் வளையங்கள் அணிந்திருந்தாள். என் சித்தி அவளுக்கு சில நகைகளையும் அணிவித்திருந்தார். இத்தகைய குறுகிய காலகட்டத்தில் அவளிடம் பூத்திருந்த இளமையைக் கண்டு வியந்தேன். அவள் மகிழ்ச்சியாகவும் நிறைவுற்றவளாகவும் தோன்றினாள். அவள் கண்கள் என்னுடையதை சந்தித்தபோது வெட்கப்பட்டு சிரித்த அவள், தன் கண்களைத் தாழ்த்திக்கொண்டாள். முரட்டுத் துணியாலான பைஜாமாவும், சிவப்பு பட்டையிட்ட தொளதொள மேலாடையும் அணிந்திருந்த என்னுடைய கால்கள் பலமான இரும்புச் சங்கிலிகளில் தடுமாறின, என்னுடைய துரதிஷ்டத்தை ஆழ்ந்து சிந்தித்தபடியே அங்கு நின்றிருந்தேன். அச்சமயத்தில், கடந்தகாலத்தின் நினைவு, நிகழ்காலத்தின் சூழ்நிலை மற்றும் எதிர்காலம் குறித்த பயம் – என எல்லாமே என் மனதை குழப்பிக் கொண்டிருந்தன.

பல நாட்களாகவே, நான் தற்போதிருக்கும் நிலையில் முன்னியை என்னுடைய மனைவியாக ஏற்றுக்கொள்ளும் போராட்டம் என்னுள் மிகுந்த கொந்தளிப்பை ஏற்படுத்தியிருந்தது. இப்போது அவளும் என்னுள் ஒரு பாகம் என்பதால் அவளுடைய எதிர்காலத்திற்கு நானே பொறுப்பாளி ஆகிவிட்டேன். ஆனாலும்கூட, அதே நேரத்தில் நான் மிகுந்த தொந்தரவுக்கும் ஆளாகியிருந்தேன். என்னை வைத்து வேடிக்கை காட்டுவதை என் நண்பர்கள் நிறுத்தவே இல்லை. அவர்கள், ஒரு பெண்ணைக் குறித்து கவலைப்படுவது உண்மையான புரட்சிக்காரனுக்குரிய அடையாளமல்ல என்றனர். புரட்சிக்காரனாக இருப்பதென்றால் உள்ளார்ந்த பிரக்ஞை, உணர்வுகள் மற்றும் அனுதாபங்களுக்கு செவிமடுக்காமல் இருப்பதுதான், ஆனால் அது உச்சகட்ட கடுமையான மனநிலையாக இருக்க வேண்டும் என்றால் நிச்சயம் அது நானல்ல. என் மனமார, உயிரோடு உயிராக முன்னியை நேசித்தேன், என்னுடைய நிச்சயமற்ற எதிர்காலத்தில் இருந்து விடுபட்டு அவளுக்கென்று ஒரு வாழ்க்கையை அமைத்துக்கொள்ள வேண்டும் எனவும் விரும்பினேன். ஆனால் அவளிடத்தில் எதிர்காலம் குறித்த கவலை, அச்சம் அல்லது சந்தேகத்திற்கு உண்டான எந்த அறிகுறியும் தென்படவில்லை. அவளுடைய உறுதியான தீர்மானம் அவளை மனைவியாக ஏற்றுக்கொள்ளச் செய்ய என்னை படிப்படியாக இணங்க வைத்தது.

இப்போது நான் அவளுடைய உண்மையான பெயரைச் சொல்லி அழைக்கத் தொடங்கியிருந்தேன், ராம்துலாரி. அவள் வழக்கமாக

கான்பூரில் உள்ள என் அம்மா மற்றும் பாட்டியுடன்தான் வசித்து வந்தாள். ஒவ்வொரு வாரமும், சிலசமயங்களில் இரண்டு நாட்கள் இடைவெளியிலும், தன்னுடைய உடன்பிறப்புக்கள் யாருடனாவது என்னைப் பார்க்க வந்துவிடுவாள். அவள் அதற்கு மேலும் ஒரு நாட்டுப்புற பெண்ணாக அல்லாமல் நேர்த்தியான இளம் பெண்ணாகியிருந்தாள். அவள் நகரத்து வாழ்க்கையோடு சுலபமாக பொருந்திக்கொண்டாள். அவள் வருகைகளின்போது, அவளுடைய ரசனையை மேம்படுத்த முயற்சித்தேன், வாசிப்பதற்கும் உற்சாகமளித்தேன். குறுகிய காலத்திலேயே அவள் நிறைய விஷயங்களை உள்வாங்கிக் கொண்டும், சீக்கிரத்திலேயே மக்ஸிம் கார்கியின் *தாய்* நாவலையும் படித்துவிட்டாள். அவளுக்கு பவல் கதாபாத்திரம் மிகவும் பிடித்துப்போனது.

ஏறக்குறைய ஒரு வருடம் கடந்துவிட்டது. மாஸிக்கு இப்போதும் முன்னியிடம் கோபம் தணியவில்லை. முன்னி தன் அம்மாவுடன் மாஞ்சியாவில் வசித்து வந்தபோது, அவளிடம் தவறாக நடந்துகொள்ள முயற்சித்த உள்ளூர் ஜமீந்தாருக்கு எதிராக பாலியல் துன்புறுத்தல் வழக்கு பதியப்பட்டிருந்தது. அந்த வழக்கு இப்போதும் ஹர்தோய் நீதிமன்றத்தில் நிலுவையில் இருந்தது. முன்னியை சிக்கவைக்கும் வகையில், இந்த வழக்கில் ஒரு சாட்சியாக அவளுக்கு அளிக்கப்பட்ட, பிணையுள்ள சம்மன்களை அவளுடைய அம்மா எப்படியோ வாங்கி வைத்திருந்தார். என்னுடைய பெண் உறவினர்கள், ஐம்பது அறுபது ஆயுதமேந்திய நண்பர்கள் மற்றும் எனக்கு ஆதரவான என் அப்பா என பலரும் புடைசூழ, ஹர்தோய் நீதிமன்றத்தில் முன்னி ஆஜரானாள். இது மாஸி எதிர்பார்த்ததைவிட மிக அதிகம். அவர்களைப் பார்த்த உடனே அவளுடைய டசன் கணக்கான ஆதரவாளர்களும், போலீஸ் சப்-இன்ஸ்பெக்டரும் காணாமலே போய்விட்டனர். மாஸி அவளைப் பார்க்க வந்தபோது, அவரிடம் முன்னி எத்தகைய பகையுணர்ச்சியையும் காட்டாமல் பண்போடு நடந்துகொண்டாள் எனத் தெரிந்தபோது நான் சந்தோஷப்பட்டேன்.

விரைவிலேயே, சிறைக்கு உள்ளேயும் வெளியேயும் இருந்த என்னுடைய காம்ரேடுகள் அனைவருமே உரிய மரியாதையுடனும் கௌரவத்துடனும் ராம்துலாரியை என் மனைவியாக அங்கீகரித்தனர். அவளுக்காக அக்கறைப்பட்ட அவர்கள் எல்லாவிதமான உதவிகளையும் செய்துகொடுத்தனர். இந்தப் புதிய சூழ்நிலை அவளிடத்தில் பெரும் தாக்கத்தை ஏற்படுத்தி நம்பிக்கை கொடுத்திருந்தது. அவள் இப்போது புரட்சிகர கம்யூனிச வட்டத்தில்

பாராட்டுக்குரியவள் ஆகிவிட்டாள். காதல் அவளிடத்தில் எனக்கு மென்னுணர்வுகளை கொடுத்தது, அவள் அரசியல் வாழ்க்கைக்கும், தன் உயிரை தியாகம் செய்யவும் தயாராயிருந்தாள். பார்வையாளர் நேரங்களின்போது, எங்களுக்குள் பரஸ்பரம் நிலவிய மனமார்ந்த உணர்வுகளை வெளிப்படுத்திக்கொள்ள எப்படியோ கொஞ்சம் நேரத்தை ஒதுக்கிக் கொண்டோம். இரண்டொரு முறை அவள் என்னுடைய பாசறைக்குள் வந்து சென்றிருக்கிறாள். இதுபோன்ற லேசான தருணங்களில் என்னுடைய நண்பர்கள் அவளை 'பாபி' என்று அழைத்ததோடு மட்டுமல்லாமல் அவளை சீண்டிப்பார்ப்பதற்கு எனக்கெதிராக எல்லாவித பொய்ப் புகார்களையும் அவளிடம் சொல்லிவைத்தனர். மணியோசையைப் போன்ற அவளுடைய சிரிப்பு அந்த பாசறையில் பட்டு எதிரொலிக்கும், அது அந்த செங்கல் சுவர்களையும், அதே அளவுக்கு உறக்கத்தில் இருந்துகொண்டிருக்கும் அரசையும் சவாலுக்கு அழைப்பது போன்றே இருக்கும். அவளுடைய காதல்தான் என் வாழ்விலேயே என்னுடைய வலிமையான தூணாகிப் போனது.

8
ஒரு போலீஸ் கிளர்ச்சியும், அதற்கு வெளியில் கிடைத்த ஆதரவும்

பக்காரா வழக்கில் எங்களுடைய பிரதிவாத வழக்கறிஞர் ஹர்தோய் அமர்வு நீதிமன்றத்தின் முடிவுக்கு எதிராக அலகாபாத் உயர் நீதிமன்றத்தில் மேல்முறையீடு செய்திருந்தார். இந்த மேல்முறையீட்டிற்காக நாங்கள் அழைக்கப்பட்டபோது உன்னாவ், ஃபதேகர் மற்றும் பரேலியைச் சேர்ந்த எல்லா காம்ரேடுகளும் அலகாபாத்தில் உள்ள நைனி மத்திய சிறைச்சாலைக்கு மாற்றப்பட்டனர். தன்னுடைய மரண தண்டனை காரணமாக சத்யபால் மட்டும் 'தூக்குதண்டனை கைதிக்கான சிறையில்' அடைக்கப்பட்டார். எங்களை மால்வியா பவனின் சிறிய, நாற்றம்பிடித்த சிறைகளுக்கு அனுப்பி வைத்தார்கள். நாங்கள் கொஞ்ச நேரத்திற்கே இரண்டு அல்லது மூன்றுமுறை வெளியே சென்றுவர அனுமதிக்கப்பட்டோம். எங்களுடைய காலை உணவாகிய வேகவைத்த பயறு உள்ளிட்ட உணவுகள் எல்லாம் கம்பியிடப்பட்ட ஜன்னல்கள் வழியாகவே தரப்பட்டன. ஒவ்வொரு நாள் மாலையும் நாங்கள் வெவ்வேறு அறைகளுக்கு மாற்றப்பட்டோம், எங்களுடைய படுக்கையும் உடைகளும் முழுவதுமாக சோதனையிடப்பட்டன. இதுதான் நாங்கள் மத்திய சிறையை சுவைத்துப் பார்த்த முதல்முறை.

எங்களுடைய சிறையறைகளுக்கு நியமிக்கப்பட்ட குற்றவாளி-காவலருடன் நாங்கள் அடிக்கடி பேசுவோம். சிலர் இங்கே பதினெட்டு வருடங்களாக இருப்பதாக

சொல்வார்கள், மற்ற சிலர் இருபது அல்லது இருபந்தைந்து வருடங்களாக இங்கே இருந்து வந்தனர். நைனிக்கு நாங்கள் வருவதற்கு முன்னர்தான் ஒரு கைதி சுட்டுக் கொல்லப்பட்டார். அவர் தப்பிக்க முயற்சித்ததாக எங்களிடம் சொன்னார்கள். உள்ளே வந்துவிட்டால் அது மிகப்பயங்கரமான இடம்.

சீக்கிரத்திலேயே சில விவரங்கள் எனக்குத் தெரிய வந்தன. இரண்டு பெயர்பெற்ற குற்றவாளிகளான அச்சன் மற்றும் பச்சன் ஆகியோர் சிறையதிகாரியுடன் சில விவகாரங்களில் கடும் முரண்பாடு கொண்டிருந்தனர். தாங்கள் வெளியே சென்றதும் அதை அந்த சிறை அதிகாரியுடன் தீர்த்துக்கொள்வதாகவும் மிரட்டினர். சில நாட்களுக்குப் பின்னர், தப்பிக்க முயன்ற பச்சனின் முயற்சி அவனைக் கொன்றுபோட்ட ஒரு தோட்டாவினால் முறியடிக்கப்பட்டது. அதைத் தொடர்ந்து நடந்த விசாரணையை அடுத்து, அந்த சிறையதிகாரி குர்மாவில் உள்ள ஒரு திறந்தவெளி சிறைச்சாலைக்கு மாற்றப்பட்டார். அங்கே, கைதிகளை கல்குவாரி தொழிலாளர்களாக பயன்படுத்தி வந்தார்கள். பகையுள்ளம் கொண்ட அந்த சிறையதிகாரி அங்கே வைத்து சுட்டுக் கொல்லப்பட்டார். இது, பச்சனின் கொலைக்கு அச்சன்-பச்சன் கும்பல் மேற்கொண்ட பழிவாங்கும் நடவடிக்கைதான் என்று பரவலாக பேசப்பட்டது.

ஒருநாள், சிறை கண்காணிப்பாளர் பார்வையிட வந்தார், அவரிடம் நாங்கள் அரசியல் கைதிகள் எனவும், எங்களை சிறையறைகளில் வைத்திருக்க கூடாது எனவும் கூறினேன். நான் சொல்வதை கேட்க மறுத்ததுடன், தனக்கு இரண்டே இரண்டுவிதமான கைதிகளைத்தான் தெரியும் என்றார் – ஒன்று, விசாரணைக் கைதிகள், மற்றொன்று, குற்றம் நிரூபிக்கப்பட்டவர்கள். அவருக்கு அரசியல் கைதி என்பதெல்லாம் ஒன்றுமேயில்லை. அரசியல் காரணங்களுக்காக ஒருவர் சிறைக்கு அனுப்பப்படுகிறார் என்றால் அவருடன் யாரும் தவறாக நடந்துகொள்ளக்கூடாது என்றும், பதிலாக அவருக்கு குறிப்பிட்ட சிறப்பு வசதிகள் செய்து தரப்பட வேண்டும் எனவும் அவரிடம் கூறினேன். சாதாரண கைதிகளுக்குகூட உரிமையுள்ள வசதிகள் யாவும் இங்கே மறுக்கப்பட்டிருந்தன. ஆனால் அவர் எதுவும் சொல்லாமலே போய்விட்டார்.

ஒரு மாதம் கழித்து, எங்களை அவரவருக்கு உரிய சிறைகளுக்கு திருப்பி அனுப்பினார்கள். உயர் நீதிமன்றம் சத்யபாலின் மரண

தண்டனையை ஆயுள் தண்டனையாக மாற்றியது, உடன் குற்றம்சாட்டப்பட்ட முல்லா விடுதலை செய்யப்பட்டார். அவருக்கு மீதமிருந்த தண்டனையும் தள்ளுபடி செய்யப்பட்டது. உன்னாவுக்கு திரும்பி வருகையில், டிசம்பர் மாத பிற்பகுதியின் குத்தும் குளிருக்கு போர்த்திக்கொள்ள சத்யபாலுக்கும் எனக்கும் ஒரு பழைய கந்தலான போர்வை மட்டுமே தரப்பட்டது. எங்களுடன் வந்த கான்ஸ்டபிள்கள் முதல்-வகுப்பு பெட்டியின் பஞ்சு இருக்கைகளை ஆக்கிரமித்துக்கொண்டு எங்களை தரையில் உட்கார வைத்தார்கள். தெருநாய்களைப் போல் சுருட்டிக்கொண்டும், ஒருவரை ஒருவர் கட்டிப்பிடித்துக் கொண்டும் எப்படியோ அந்த பயங்கரமான குளிரை விரட்டிவிட முயற்சித்தோம். அலகாபாத்தில் இருந்து கான்பூருக்கு வரும் வழி நெடுகிலும், செல்வச்செழிப்பான குடும்பத்தைச் சேர்ந்த வயதான ஒரு பெண்மணி எங்களை எரிச்சலுடன் பார்த்துக்கொண்டே வந்தார்.

அதே நேரத்தில், உத்தரப் பிரதேச போலீஸ் மற்றும் பிரதேச ஆயுத கான்ஸ்டபிள்கள் (பிஏசி) கிளர்ச்சியில் ஈடுபட்டிருந்தனர். ஆயுதப்படைப் பிரிவுகளுக்கும் (கிளர்ச்சியாளர்களை சரணடையச்செய்ய அழைக்கப்பட்டவர்கள்) கான்பூர், லக்னோ, பரன்பாகி மற்றும் ராம்நகரில் இருந்த பிஏசியி-னர் இடையிலும் நிர்ணயிக்கப்பட்ட சண்டைகள் நடந்தன. தாங்கள் ஆயுதப் படைப்பிரிவினரால் சுற்றிவளைக்கப்பட்டதை கண்ட பிஏசி ஜவான்கள் பலரும் தங்களுடைய ஆயுதங்களுடனே ஓடிவிட்டனர். போலீஸ் கவுன்சிலை சேர்ந்த ஒரு தலைவர் அந்தக் காவலர்களுக்கு வேண்டுகோள் விடுத்தார், அதில் அரசியல் நிகழ்வுகளை பகுப்பாய்வு செய்தும், வெகுமக்களிடையே இருக்கும் புரட்சியாளர்களோடு கைகோர்த்து இந்த முழு அதிகார அமைப்பையே வேரறுக்கவும் வேண்டுமாய் வலியுறுத்தியிருந்தார். சில கட்டு துண்டுப்பிரசுரங்கள் எங்களை வந்துசேர்ந்தன, அவற்றை நாங்கள் எங்களை நீதிமன்றத்திலிருந்து விசாரணைக்கு அழைத்துச் சென்ற கான்ஸ்டபிள்களிடம் விநியோகித்துவிட்டு, போலீஸ்-பிஏசி கிளர்ச்சிக்கு ஆதரவாக கோஷங்கள் எழுப்பினோம். உள்ளூர் விசாரணைக் குழுவில் இருந்த அதிகாரிகள், நாங்கள்தான் அந்த துண்டுப்பிரசுரங்களை விநியோகிக்கிறோம் என்ற அடிப்படையில் எங்கள் நடவடிக்கைகள் மீது கண் வைத்திருந்தனர். விரும்பத்தகாத சம்பவத்திற்கு பயந்து, உன்னாவ் சிறையில் வைக்கப்பட்டிருந்த நக்ஸலைட்டுகளோடு தொடர்புடைய வழக்குகளின் விசாரணைகளை அரசாங்கம் தற்காலிகமாக நிறுத்தி

வைத்தது. சிறைச்சுவர்களுக்கு வெளியேயுள்ள நீதிமன்றங்களுக்கு எங்களை கொண்டு செல்வதற்கு பதிலாக, எங்களுடைய வழக்குகள் சிறைக்குள்ளேயே நடத்தப்படலாயின. நாங்கள் இதற்கு கடுமையான எதிர்ப்பு தெரிவித்தோம்.

அதேநேரம், உச்சநீதிமன்ற மூத்த வழக்கறிஞரான ஆர்.கே.கார்க், நக்ஸல் கைதிகளை விடுவிப்பதற்கான போராட்டத்திற்கு தேசிய அளவில் ஒரு நிலைக்குழு அமைக்கும் யோசனையை முன்வைக்க முயற்சி செய்தார். அத்தகைய நாட்களில், நக்ஸல் கைதிகள் மீது நடத்தப்படும் அராஜகங்களுக்கு எதிராக ஒருவர் குரல் எழுப்பினாலே அது துணிச்சலான செயலாக கருதப்பட்டது. கார்கின் முன்னெடுப்பிற்கு கிருஷ்ண காந்த், சந்திர சேகர் மற்றும் ஜார்ஜ் பெர்னாண்டஸ் போன்ற அரசியல்வாதிகளும், குவாஜா அப்பாஸ் அஹ்மத் மற்றும் ஹன்ஸ்ராஜ் ரபார் போன்ற இலக்கியவாதிகளிடம் இருந்தும் ஆதரவு கிடைத்தது. கார்க், உன்னாவ் சிறையில் நக்ஸல் கைதிகளைப் பார்க்க வந்தார். அவருக்கும் மிஷ்ரா-ஜிக்கும் இடையில் சில விவகாரங்கள் குறித்து விவாதங்கள் நடந்தன. திரு கார்க் தன்னுடைய பண்பட்ட நடத்தையால் எங்களை வசீகரித்தார். சிறை அதிகாரிகள் அவருக்குக் கொண்டுவந்த நாற்காலியில்கூட உட்கார மறுத்துவிட்ட அவர், சிமெண்ட் படுக்கையில் எங்களுடன் சம்மணம் போட்டு உட்கார்ந்து கொண்டார். பேசும்போது அவர் என்னுடைய கால்விலங்குகளுடன் விளையாடிக் கொண்டிருந்தார். அவர் தன்னுடன் சிகரெட் பாக்கெட்டுகள், காபி மற்றும் பிஸ்கெட் பெட்டிகள், உலர்ந்த மற்றும் புதிய பழங்கள் மற்றும் சில ஹிந்தி பத்திரிக்கைகளையும் கொண்டு வந்திருந்தார், அவை எங்களுக்கு பல நாட்களுக்கு போதுமானவையாக இருந்தன.

அதேசமயத்தில், டெல்லியைச் சேர்ந்த சரண் சாண்டில்யா மற்றும் கே.சி.தியாகி ஆகிய நக்ஸல் கொள்கை ஆதரவாளர்கள் எங்களைப் பார்க்க வந்தனர். ராம் ஆஸ்ரே வர்மாவுடன் சேர்ந்து அவர்கள் அனைத்திந்திய புரட்சிகர இளைஞர் பிரிவை உருவாக்கியிருந்தனர், அத்துடன் டெல்லியில் இருந்து *யுவானக்* என்ற மாதாந்திர பத்திரிக்கையையும் வெளியிட்டு வந்தனர். வட இந்தியாவின் முன்னேற்ற இளைஞர்களிடம் *யுவானக்* மிகவும் பிரபலமாகியிருந்தது. தியாகி என்னுடைய கட்டுரைகளுள் ஒன்றை *யுவானக்*கில் பதிப்பிக்கச் செய்தார். அதில், தேசியவாத போராட்ட காலகட்டத்தில் காந்தி மற்றும் காங்கிரஸின் பங்களிப்புகளை மறுமதிப்பீடு செய்ய மிஷ்ரா-ஜியின் வழிகாட்டுதலுடன் முயற்சித்திருந்தேன். மேற்கு வங்கத்தில் வலதுசாரி

போராட்டக்காரர்களால் காந்தி மற்றும் பிற தேசியவாதிகளின் உருவச்சிலைகள் நொறுக்கப்பட்டது கலாச்சார புரட்சியின் மதிப்பீடுகளுக்கு ஏற்புடையது அல்ல என்பதும், அரசியல் மற்றும் சித்தாந்த விமர்சனம் என்பது தனிநபர் தாக்குதலில் இருந்து பிரிந்தே இருக்க வேண்டும் என்பதும் அதன் ஒரு பகுதி வாதமாகும். அந்தக் கட்டுரை உத்தரப் பிரதேச தீவிர கம்யூனிஸ்ட்டுகளின் கவனத்தை முழுமையாக கவர்ந்திருந்தது. *யுவானக்* பத்திரிக்கையின் அதே பதிப்பில்தான், பெரும் விவாதத்திற்கு உட்படுத்தப்பட்ட சாரு மஜும்தாரின் 'கடைசி கடிதமும்', அதைப்பற்றி மிஷ்ரா-ஜி செய்திருந்த அரசியல் பகுப்பாய்வும் இடம்பெற்றிருந்தது. மிஷ்ரா-ஜியின் இந்த பகுப்பாய்வு கட்டுரை நாடு முழுவதிலும் இருந்த நக்ஸலைட்டுகளிடையில் மறுசிந்தனைக்கான புதிய திசையை காட்டியது. சரண் சிங் முகாமில் தியாகி சேர்ந்துவிட்டது எங்களுக்குப் பின்னர்தான் தெரிய வந்தது, அத்துடன் சுரேஷ்-சுஷ்மா அத்தியாயத்தில்[1] அவருக்கிருந்த தொடர்புகள் செய்தித்தாள்களில் வெளிவந்து கொண்டிருந்தன. அவருடைய பண்பான நடத்தை மற்றும் உறுதிப்பாட்டை நினைவுபடுத்திப் பார்க்கையில் அது எனக்கு விசித்திரமாகத்தான் தெரிந்தது.

போலீஸ்-பிஏசி கிளர்ச்சி ஒடுக்கப்பட்ட பின்னர் நான் மறுபடியும் நீதிமன்றத்திற்கு அனுப்பி வைக்கப்பட்டேன். நீண்ட விசாரணைக்குப் பின்னர், நாங்கள் தேசத்துரோக குற்றச்சாட்டில் இருந்து விடுவிக்கப்பட்டோம். இப்போது, காவல்துறை என்மீது வழிப்பறி மற்றும் பிற பொய்யான குற்றச்சாட்டுக்களை சுமத்தி, எனக்கெதிராக புதிய வழக்குகளை தொடங்கியிருந்தது. இதில் அற்புதமான விஷயம் என்னவென்றால், இந்தக் குற்றங்கள் எல்லாம் நான் இருந்த சமயத்தில் என்னால் நடத்தப்பட்டவை என்று போலீஸ் குறிப்பிட்டிருந்ததுதான். இந்த மோசடி குற்றச்சாட்டுகளுக்கான விசாரணைக்காக, நான் மறுபடியும்

---

1. 1978–இல், சுரேஷ் ராம் (முன்னாள் பாதுகாப்புத்துறை அமைச்சர் ஜக்ஜீவன் ராமின் மகன்) ஒரு டெல்லி பல்கலைக்கழக மாணவியுடன் உடலுறவு வைத்துக்கொள்ளும் படங்கள் மேனகா காந்தி பதிப்பித்து வந்த *சூர்யா* என்ற பத்திரிகையில் வெளியாகின. 1978–இல் யுவ ஜனதாவின் பொதுச் செயலாளராக இருந்தவரும், ஜனதா கட்சியின் சௌத்ரி சரண் சிங்கிங்கு நெருக்கமானவராகவும் கருதப்பட்ட தியாகி, இந்தப் புகைப்படங்களை விநியோகித்ததில் கருவியாக செயல்பட்டிருந்தார்.

ஹர்தோய் சிறையில் அடைக்கப்பட்டேன். அந்த குறுகிய பேருந்து பயணத்தில் பங்கார்மா வரையிலும் என் மனைவி உடன் வந்தாள். பேருந்து அங்கே சிறிது நேரம் நின்றது. நான் வந்திருப்பதை கேள்விப்பட்டதும், நிறையபேர் எங்களுடைய பேருந்தைச் சுற்றி குழுமிவிட்டனர். என் அப்பாவின் சொந்த ஊரை மறுபடியும் ஒருமுறை பார்ப்பதற்கான நல்வாய்ப்பும் எனக்குக் கிடைத்தது.

ஹர்தோயில், ஏறக்குறைய இரண்டு வருடங்களை செலவிட்டிருந்த சிறையறைகளுக்கே நான் மறுபடியும் திரும்பியிருந்தேன். உத்திர பிரதேச போலீஸ் கவுன்சிலின் முக்கியத் தலைவரான ராம் ஆஷிஷ் ராய் அங்குதான் சிறை வைக்கப்பட்டிருந்தார். நான் வந்த சில நாட்களுக்குப் பின்னர், ராம் ஆஸ்ரே வர்மாவும் பாதுகாப்புச் சட்டத்தின் கீழ் அங்கே கொண்டுவரப்பட்டார். நீண்ட நாட்களுக்குப் பின்னர் நான் அவரை சந்தித்தேன். நாங்கள் பரஸ்பரம் நன்றாகப் பழகினோம். ஒன்றரை மாதத்திற்குப் பின்னர் நான் மறுபடியும் உன்னாவ் சிறைக்கே அனுப்பப்பட்டேன். என் மீதான பொய்க்குற்றச்சாட்டுகள் அனைத்தும் தள்ளுபடி செய்யப்பட்டிருந்தன.

என்னுடைய ஆயுள் தண்டனையைக் கழிக்க உன்னாவில் இருந்து என்னை ஃபதேகர் மத்திய சிறைச்சாலைக்கு அனுப்பி வைத்தனர். என்னுடைய நண்பர்கள் மற்றும் காம்ரேடுகளுடன் உன்னாவ் சிறையில் கழித்த நாட்கள் என்னிடத்தில் நினைவுகளாய் பதிந்துபோயிருந்தன. மிஷ்ரா-ஜி, சௌத்ரி சஹூர் அஹமது மற்றும் பிற காம்ரேடுகள் என்னுடைய தண்டனைக் காலத்திற்கு முன்பே விடுதலை செய்யப்பட்டனர். நான் புறப்படுவதை தெரிந்துகொண்டதும் அவர்கள் எல்லோருமே உன்னாவ் ரயில் நிலையத்தில் என்னைப் பார்க்க வந்துவிட்டனர். காம்ரேடுகள் சந்திரிகா பிரசாத் மற்றும் ஷாம்பு தயால் ஆகியோர் கான்பூர் வரை என்னுடன் வந்தனர். ஷாம்பு என்னைவிட மிகவும் இளையவர், அவரிடத்தில் எனக்கு மிகுந்த பாசம் இருந்தது. வழி நெடுகிலும் அவர் சோகத்துடனே வந்தார்.

ரயில் மாலை ஆறு அல்லது ஏழு மணியளவில் கான்பூரை அடைந்தது. ஃபதேகருக்கு செல்லும் அடுத்த ரயில் இரண்டு அல்லது மூன்று மணிநேரத்திற்குப் பிறகுதான் வரும். இந்தப் பயணத்தைப் பற்றி ஷாம்பு என் பெற்றோரிடம் தெரிவித்திருந்தார். கான்பூர் ரயில் நிலையத்தில் என் அம்மா, பாட்டி, தாய்வழி மாமா மற்றும் அத்தைகள், சகோதரர், மனைவி மற்றும் பிறர்

எனக்காக காத்திருந்தனர். அவர்கள் எனக்காக அழுதனர், நான் அவர்களை ஆறுதல்படுத்த முயன்றேன். என்னுடைய மனமுடைந்த அம்மாவைப் பார்க்கும்போதுதான் உணர்ச்சிகளை கட்டுப்படுத்திக்கொள்ள போராடினேன். என் அம்மா தான் கொண்டுவந்திருந்த பரோட்டாக்களை தன் கையாலேயே எனக்கு ஊட்டிவிட்டார். அத்தருணத்தில், என் அம்மாவால் மட்டும் அப்படியே உட்கார்ந்திருக்க முடியுமானால், கால்விலங்குகளுடன் எனக்கு மீதமிருக்கும் வருடங்களை துரிதமாகக் கடந்துவிடுவேன் என்பதைப் போலிருந்தது. என் அம்மாவையும் மற்றவர்களையும் பெரும் துயரத்துடன் விட்டு விலகினேன். ஆனால், என் மனைவி மட்டும் சிறைச்சாலை வரை என்னுடன் வருவதென்று பிடிவாதமாக இருந்தாள். கடைசியில், ஃபதேகர் வரை அவளும் என் சகோதரனும் என்னுடன் வருவதற்கு அம்மாவும் பாட்டியும் ஒப்புக்கொண்டனர்.

அதிகாலையினூடாக ரயில் வேகமெடுத்துச் சென்றது. என்னைச் சுற்றியிருந்த ஆயுதமேந்திய கான்ஸ்டபிள்கள் தூங்கியிருந்தனர். என் தம்பி கைலாஷ்கூட மேலே இருந்த படுக்கையில் தூங்குவதற்கு முயற்சித்துக் கொண்டிருந்தான். அந்த அமைதியான தருணத்தில், என் மனைவி என் மார்பில் முகத்தைப் புதைத்துக்கொண்டு அழுதாள். மாஞ்சியாவில் அவள் தன்னுடைய அழகான, சிவந்துபோன முகத்தை என் மார்பில் புதைத்துக்கொண்டு சிரித்துக் கொண்டிருந்த நாட்கள் என் நினைவுக்கு வந்தன. மறுநாள், ஃபதேகர் சிறையை அடைந்த பின்னர், இணைப்பு ரயிலை சுலபமாகப் பிடித்துவிடலாம் என்பதால் என் சகோதரனையும் மனைவியையும் திரும்பிச் செல்லுமாறு கேட்டுக்கொண்டேன். அவர்கள் கனத்த இதயத்துடன் புறப்பட்டுச் சென்றனர்.

9
பால்தய்யா சித்ரவதையும் குப்தா-ஜி அணிவகுப்பும்

நான் கொண்டுசெல்லப்பட்ட உத்திரப் பிரதேசத்தின் எல்லாச் சிறைகளும் ஏறக்குறைய ஒரே அமைப்புடனே இருந்தன. இருக்கின்ற இடத்தைப் பொறுத்து மட்டுமே உட்பகுதிக்கான திட்டமிடல் மாறுபட்டிருந்தது. எல்லா சிறைகளிலும், முக்கிய வாயிலுக்கு சற்று பின்னர் சிறை கண்காணிப்பாளர் அலுவலகம் இருந்தது, அதற்கடுத்து தலைமை சிறையதிகாரியின் அலுவலகம். பின்னர், ஒன்று அல்லது இரண்டு பெரிய வாயில்களை கடந்தவுடன் கொஞ்சம் திறந்தவெளியை அடுத்து தலான் அல்லது நடுமுற்றம் வந்துவிடும் – அது பெரியதாகவோ சிறியதாகவோ இருக்கலாம். இந்த முற்றத்தில் இருந்துதான் நடைபாதை வழியாக எல்லா வட்டங்களுக்கும் செல்ல முடியும். இந்த வட்டங்கள்தான் கைதிகள் வாழ்கின்ற பாசறைகளை உள்ளடக்கியிருந்தன. வட்டங்கள் மற்றும் நடைவழிகளின் கட்டமைப்பு சிறைச்சாலைகளின் அளவைப் பொறுத்து மாறுபடும்.

ஃபதேகர் மத்திய சிறைச்சாலைதான் உத்தரப் பிரதேசத்தில் இருப்பதிலேயே மிகப்பெரியது. அதில் ஏறக்குறைய இரண்டாயிரம் கைதிகள் வைக்கப்பட்டிருந்தனர். 1865-இல் கட்டப்பட்ட இதில் நூற்றி ஐம்பதுக்கும் மேற்பட்ட அதிகாரிகளும் பணியாளர்களும் இருந்தனர். அதனுடைய நடுமுற்றம் பெரியது, அங்கிருந்துதான் வட்டங்களுக்கான எல்லாப் பாதைவழிகளும் சென்றன. வட்டங்களுடைய

பாசறைகளின் சுற்றுச்சுவர்களும் பெரியதாகவே இருந்தன. மேலும், அந்த சிறை வளாகத்தில் தொழிலகங்களும் இருந்தன. எனக்குத் தெரிந்தவரையில் சிறிய சிறைச்சாலைகளில் இருந்து மாறுபட்டிருப்பது இது மட்டும்தான். நீண்டகால கைதிகள் அதிகம் இருக்கின்ற பெரிய அல்லது மத்திய சிறைச்சாலைகளின் சிறப்பம்சமாக தொழிலகங்கள் விளங்கின, அதேசமயம் ஹர்தோய் போன்ற சிறிய சிறைச்சாலைகளில் (பிணையில்) வந்து சென்றுவிடுகின்ற விசாரணைக் கைதிகளைத்தான் பார்க்க முடியும்.

சிறைச்சாலையில் செயல்படும் பல சிறிய தொழிலகங்களில் வேலைசெய்ய கைதிகள் கட்டாயப்படுத்தப்பட்டனர். தொழிலகங்களின் வளாகங்கள் விசாலமாய் இருந்தன. வட்டத்தையும் தொழிலகங்களையும் சுற்றி நிறைய பசுமையான நிழல்தரும் மரங்கள் இருந்தன. அந்தச் சூழ்நிலை அச்சமும் அடக்குமுறையும் நிரம்பியது, கைதிகள் மிருகங்களைப் போல் கடுமையாக வேலை வாங்கப்பட்டனர். கூடாரம் தயாரிப்பதுதான் இங்குள்ள முக்கிய தொழில்களுள் ஒன்று. ஜமுக்காளம், தரைவிரிப்பு மற்றும் ஆடை போன்றவையும் இங்கே தயாரிக்கப்பட்டன. கூடுதலாக, அந்த ஜெயிலில் பெரிய வேளாண் பண்ணையும் இருந்தது.

இங்கே சிறையில் அடைக்கப்பட்ட, பெரும் துணிச்சலான சுதந்திரப் போராட்ட வீரர்களின் ஸ்தலமாக அந்த சிறை ஒரு புனித யாத்திரைக்குரிய இடமாக விளங்கியது. இவர்களில் பிஷாம்பர் தயாள் திரிபாதி, ஷிவ் குமார் மிஷ்ரா மற்றும் பாலகங்காதர திலகர் போன்ற புகழ்பெற்ற புரட்சியாளர்களும் அடங்குவர். கிளர்ச்சியாளரான மஹிந்த்ரநாத் பானர்ஜி இங்கேதான் உண்ணாநிலைப் போராட்டத்தில் ஈடுபட்டு உயிர்த்தியாகம் செய்தார். சுதந்திர இந்தியாவில், அப்பாவிகள் அல்லது நீதி மறுக்கப்பட்டதால் சட்டத்தை தங்கள் கைகளில் எடுத்துக்கொண்ட பல கைதிகளையும் கண்ட சாட்சியாகவே அந்த சிறைச்சாலை சுவர்கள் எஞ்சியிருந்தன.

அந்த சிறைச்சாலையின் பிரமாண்ட வாயில்களை அடைந்தவுடனே 'இன்குலாப் சிந்தாபாத்' என்ற கோஷம் என் உதடுகளிலிருந்து பிரிந்துவிட்டது. வாயிற்கதவில் இருந்த காவலர்கள் திடுக்கிட்டனர். உள்ளேயிருந்து ஒரு குரல் கத்தியது: "சத்தம்போடாதே!" இந்தக் கத்தலால் வாயிலில் இருந்த சிறிய கதவு கடகடத்தபடியே திறந்தது. சிறையின் தலைமை வார்டனான பண்டிட் சோட்டேலால்

தன்னுடைய மீசையை முறுக்கி விட்டுக்கொண்டும், கையில் வைத்திருந்த நீளமான, தடித்த கம்பினை வீசியபடியும் என்னை நோக்கி பயமுறுத்தும் தோரணையில் வந்தார். ஐம்பதுகளின் மத்தியில் இருந்த அவர் சராசரி கட்டமைப்புடன் கெட்டியான உடலைக் கொண்டிருந்தார், பாதி நரைத்த ஹேண்டில்பார் மீசையுடன் - அவருடைய தலைமுடி சாயம் பூசப்பட்டிருந்தது - வயதான இளைஞரைப் போல் காணப்பட்டார். சுருக்கமாக சொன்னால், அவருடைய தோற்றம் ஒரு அனுபவம்வாய்ந்த அடியாளைப் போன்றே இருந்தது.

"நான் இன்னமும் சிறைக்கு வெளியேதான் இருக்கிறேன், கோஷமிட எனக்கு எல்லா உரிமையும் இருக்கிறது," என்றேன் நான்.

"இப்போது நீ சிறை வளாகத்திற்குள் இருக்கிறாய் என்பதை உனக்கு ஞாபகப்படுத்துகிறேன்." அவருடைய கண்கள் எரிச்சலுற்று என்னுடைய பிடிவாதத்தால் ஏற்பட்ட கோபத்தில் துடித்தன. இதைப் பார்த்ததும், எனக்கு சிறப்பு வரவேற்பு கிடைக்கப்போகிறது என்பதை உறுதிப்படுத்திக் கொண்டேன். நான் உள்ளே நுழைந்தவுடனே அவர் என்னை இரண்டு சிறைவாசிகளிடம் விட்டுவிட்டு உறுமியபடியே சென்றுவிட்டார். தங்களுடைய கொடூரத் தன்மைக்குப் பெயர்பெற்ற அந்த இரண்டு பேரும் புதிதாக வந்துள்ள இந்த முட்டாளை சீக்கிரத்திலேயே வழிக்குக் கொண்டுவந்து விடுவார்கள் என்று அவர் உறுதியாக நம்பியிருக்கிறார்.

"நீ ஏன் கோஷமிட்டாய்?" மங்கலான கொடூர கண்களை உருட்டிக்கொண்டும், சட்டையின் கைப்பகுதியை சுருட்டிவிட்டுக்கொண்டும் அந்த இரண்டு பருத்த மனிதர்களும் மூர்க்கமான எருமைகளைப் போல் என்னை மோத வந்தனர்.

"என்னுடைய கட்சிக்காகவும் நாட்டு மக்களுக்காகவும் கோஷமிட்டேன்."

"என்ன மக்கள்? எந்தக் கட்சி?" அவர்களின் ஒருவன் கேட்டான்.

"தொழிலாளர் கட்சி! கம்யூனிஸ்ட் கட்சி (மார்க்சிஸ்ட்-லெனினிஸ்ட்), நக்ஸல் கட்சி."

"அப்படியென்றால், நீ ஒரு நக்ஸலா? உன்னுடைய சொந்த ஊர் எது?"

உன்னாவ் என்ற பெயரைக் கேட்டதுமே அவன் தயக்கமுற்றான். (அவனும்கூட உன்னாவைச் சேர்ந்தவன்தான் என பிற்பாடுதான் எனக்கு தெரிய வந்தது.)

"அங்கே போய் அமைதியாக உட்கார். சிறையில் இனியும் கோஷம் போட்டால் உன்னை அடித்து நொறுக்கிவிடுவார்கள். இந்த இடத்தை ஆள்வது குப்தா-ஜி. கேட்டதா? குப்தா-ஜி!"

நான் என்னுடைய பையை எடுத்துக்கொண்டு ஒரு மூலையில் உட்கார்ந்தேன். பிறகு என்னை சோதனையிட்டார்கள். என்னுடைய உடைகளையும் செருப்புகளையும் கழற்றச் சொன்னார்கள். அவை முழுமையாக பரிசோதிக்கப்பட்டன. என்னுடைய துணிப்பையில் இருந்த இரண்டு பத்திரிக்கைகளை – *பாய்ண்ட் ஆஃப் வியூ மற்றும் மெயின்ஸ்ட்ரீம்* – பிடுங்கிக் கொண்டார்கள். அந்தச் சோதனைக்குப் பின்னர், நான் ஒரு சிறைவாசியிடம் ஒப்படைக்கப்பட்டு வட்டத்திற்கு அனுப்பி வைக்கப்பட்டேன். அந்த சக சிறைவாசி என்னிடம், நான் சுலபமாக விடுவிக்கப்பட்டுவிட்டேன் என்றார். புதிதாக வரும் முரட்டு குற்றவாளிகளின் எல்லா உடைகளும் அகற்றப்பட்டன, கரன்ஸி நோட்டுக்களை மறைத்து வைத்திருக்கிறார்களா என்பதைப் பார்க்க அவர்களுடைய ஆசனவாய் வரைகூட திறந்து பார்க்கப்பட்டது. இதுவே என்னை அதிர்ச்சியடைய வைத்தது. என்னால் இந்தக் கதைகளை நம்பமுடியாவிட்டாலும் பிற சிறைவாசிகள் என் சந்தேகத்தை தீர்த்துவைத்தார்கள்.

பாசனநீர் அளிப்பது தொடர்பான கலவரத்தோடு சம்பந்தப்பட்டவர்கள் என்று குற்றம் சாட்டப்பட்ட, கான்பூர் நாட்டுப்புறப் பகுதியைச் சேர்ந்த சில விவசாயிகள் சற்று முன்புதான் சிறையில் அடைக்கப்பட்டிருக்கிறார்கள் என சிறைவாசி-கண்காணிப்பாளர் என்னிடம் கூறினார். அவர்களும்கூட வாயிலில் கோஷமிட்டிருக்கிறார்கள். ஆனால் சிறைக்குள் வந்தவுடன், அவர்கள் முரட்டுத்தனமான சிறைவாசிகளால் துன்புறுத்தப்பட்டார்கள். அவர்களில் ஒரு பையனுக்கு காதில் காயமேற்பட்டு, வாய்வழியாக ரத்த வாந்தி எடுத்திருக்கிறான்.

எனக்கும்கூட ஒரு சுதந்திரப் போராட்ட வீரர் சொன்ன சம்பவம் நினைவுக்கு வந்தது. பிரிட்டிஷ் காலகட்டத்தில்

சிறை வளாகங்களுக்குள் புகையிலை அல்லது பீடிக்களை கொண்டுவர சிறை நிர்வாகம் அனுமதிக்கவில்லை. ஆனாலும் இவை சுத்தப்படுத்துநர்கள் அல்லது மாட்டு வண்டிகளில் குப்பை அள்ள வரும் வண்டிக்காரர்கள் உதவியுடன் கடத்தி வரப்பட்டன. இந்த துப்புரவாளர்கள் மனிதக் கழிவுகள் உள்ள கொள்கலன்களில் கள்ளச்சரக்கை மறைத்து வைத்திருப்பார்கள், அதேநேரம் வண்டிக்காரர்கள் அதை தங்களது மாடுகளின் ஆசன வாய்களில் மறைத்து வைத்திருப்பார்கள். ஒருமுறை, நைனி சிறை வளாகத்திலேயே ஒரு மாடு சாணம் போட்டுவிட்டது, அத்துடன் சேர்ந்து மெழுகிட்ட உறைகளில் சுருட்டி வைக்கப்பட்டிருந்த பீடிக்களும் புகையிலையும் வெளியே வந்துவிட்டன. இது வெளிச்சத்திற்கு வந்ததும், அந்த வண்டிக்காரருக்கு தண்டனை அளிக்கப்பட்டதுடன், அது யாருக்காக கொண்டுவரப்பட்டதோ அந்தக் கைதி கொடூரமாக அடித்து துவைக்கப்பட்டார். பிரிட்டிஷ் காலத்து சிறைகளுக்கும், இன்றுள்ள சிறைகளுக்கும் ஏதேனும் வித்தியாசம் இருக்கிறதா என்றுதான் எனக்குத் தெரியவில்லை.

சீக்கிரத்திலேயே, எனக்கு முன்பாக அங்கு வந்து சேர்ந்திருந்த காம்ரேடுகளை நான் சந்தித்தேன்: அமர் சிங், பத்ரி பிரசாத், விபூதி பிரசாத் மற்றும் வேறொரு நக்ஸல் வழக்கில் சம்பந்தப்பட்டிருந்த மங்கத்ராஜ்-ஜி. அங்கே நாங்கள்தான் கடுமையான கண்காணிப்பிற்கு உட்பட்டிருந்த கைதிகள். டிரக்கில் இருந்து நிலக்கரியை இறக்கிவைப்பது முதல் சிறையதிகாரியின் தோட்டத்தை பராமரிப்பது வரை, அங்கே கடுமையாக வேலை செய்ய வேண்டியிருந்தது. பிறகு, ஆம்பர் சர்க்காவில் வேலைசெய்ய என்னை முதல் வட்டத்திற்கு அனுப்பி வைத்தார்கள். எனக்கு ஒரு போர்வை, ஒரு பாய், ஒரு தட்டு மற்றும் கிண்ணம் (தஸ்லா-கத்தோரி) ஆகியவை வழங்கப்பட்டன. இந்தப் பொருள்களில் ஏதாவது காணாமல் போய்விட்டால் நான் பால்தய்யா தண்டனைக்கு ஆளாக நேரிடும் என்று சிறைவாசி-ஸ்டோர்கீப்பர் என்னை எச்சரித்தார். இந்த சித்திரவதை தண்டனையில், அதிகாரியின் உத்தரவுப்படி அந்தக் கைதி மைதானத்தில் வீசப்படுவார், ஒரு கம்பை வைத்து அவருடைய உள்ளங்கால்கள் ஐந்து அல்லது ஆறு வார்டன்கள் அல்லது சிறைவாசிகளால் விளாசப்படும். ஒவ்வொரு முப்பது அல்லது நாற்பது விளாசல்களுக்கும் பின்னர் அடிவாங்கி காயம்பட்ட சிறைவாசி தன்னுடைய கால்களில் ரத்த ஓட்டத்தை சீரமைத்துக்கொள்ள ஓட வைக்கப்படுவார். இப்படி சில சுற்றுக்களுக்குப் பின்னர் அவர் மறுபடியும்

மைதானத்தில் வீசியெறியப்பட்டு அதே சித்திரவதைக்கு உள்ளாக்கப்படுவார். இந்த சுழற்சி கொஞ்ச நேரத்திற்கு அப்படியே தொடரும். சிறை வார்த்தையில் பால்தய்யா அல்லது தலுவா பரேடு என்றழைக்கப்படும் இது, அச்சமயத்தில் ஃபதேகர் சிறைச்சாலையில் இருப்பதிலேயே மிகவும் சுலபமான தண்டனை எனக் கருதப்பட்டது. அந்தக் கைதி தன் வீங்கிய பாதங்களில் வெதுவெதுப்பான கடுகு எண்ணையைத் தடவிக்கொண்டு மீண்டுவிடுவார் என்றாலும், அவருடைய ஆன்மா வாழ்நாள் முழுக்க சிதறிப்போயிருக்கும்.

சிறைவாசிகள் தங்களுடைய தஸ்லா-கத்தோரியை பெரும்பாலும் தங்களுடனே வைத்துக்கொண்டனர். ஒவ்வொரு நாள் காலையிலும் பாசறை திறக்கப்பட்டு, தலைகள் எண்ணப்பட்ட பின்னர் அவர்கள் தங்கள் காலைக் கடன்களை முடித்துவிட்டு அவரவருக்கு உரிய வட்டங்களில் ஒன்றுகூடுவார்கள், அப்போது துணை சிறையதிகாரி முன்பாக மறுபடியும் ஜோடியாக எண்ணப்படுவார்கள். சிறையதிகாரி ஆய்வு செய்ய வரும்போது தஸ்லா-கத்தோரியை கையில் வைத்திருக்க வேண்டியது அவசியம்.

அதே நேரத்தில், வார்டன்கள் பாசறைகளை தாழிட்டுவிடுவார்கள். வட்டத்தில் – சக்கார் ஜிந்தி – உள்ள கைதிகள் எண்ணப்பட்ட பின்னர் காலை உணவு மற்றும் பிரார்த்தனைகளைத் தொடர்ந்து அவர்கள் தங்களுக்குரிய கமான் அல்லது பிரிவுக்கு அனுப்பப்படுவார்கள். ஒரே வேலையை தொடர்ந்து செய்துகொண்டிருக்கும் சிறைவாசிகள் குழு அந்த வேலைக்கான கமான் என்றழைக்கப்பட்டது. தேங்காய் மட்டை அல்லது சணல் நாரில் (பான்) இருந்து நார் பிரிக்கும் கைதிகள் பான் கமான் எனப்பட்டனர், கயறு அல்லது சர்க்கா பின்னுகிறவர்கள் சர்க்கா கமான் என்று அழைக்கப்பட்டனர்.

சிறைவாசிகள் பாசறைகளை விட்டு நீங்கும்போது தங்களுடன் அன்றைய நாளுக்குத் தேவையான பொருள்களை எடுத்துக் கொள்வார்கள். யாராவது வெல்லம், பயறு, பீடி பண்டல்கள், நெய் அல்லது எண்ணையை கூடுதலாக எடுத்துக் கொண்டுவிட்டால், அதை அவர் ஒரு துணிப்பையில் போட்டு, பாசறையில் அவருடைய படுக்கைக்கு மேலே அடிக்கப்பட்டிருக்கும் ஆணியில் மாட்டி வைத்துவிட வேண்டும். கைதிகளுக்கு உண்டான மிகப்பெரிய பிரச்சினை என்னவென்றால், சிறை அதிகாரியின் விதிமுறைகள்படி தடைசெய்யப்பட்ட, ஆனால்

தினசரி வாழ்க்கைக்கு தேவையான சாமான்களை மறைத்து வைப்பதுதான். இவையெல்லாம், பீடி பற்றவைக்க தேவைப்படும் தீப்பெட்டி அல்லது லைட்டர், வெங்காயம் அல்லது பார்க்க வருகிறவர்கள் தரும் பழங்களை வெட்டுவதற்கான சிறு கத்தி, சவரம் செய்ய அல்லது நகம் வெட்டுவதற்கான பிளேடு, முகம் பார்க்க ஒரு சிறு கண்ணாடி அல்லது ஒரு உடைந்த கண்ணாடித்துண்டு போன்றவைதான். ஒரு தீப்பெட்டி அல்லது லைட்டரானது கைதியினுடைய தோள்துண்டின் ஒரு முனையில் முடிந்து வைக்கப்பட்டிருக்கும், அந்த துண்டு தோளில் சாதாரணமாக தொங்கிக் கொண்டிருக்கும். கைதிகள் தொடர்ந்து கள்ளத்தனமாக புகைப்பார்கள் என்பதால் லைட்டரை பாசறைக்கு பின்னால் விட்டுவைத்திருக்க முடியாது. சிலசமயங்களில், கொஞ்சம் தீக்குச்சிகளையும் அவர்கள் எடுத்து மறைத்து வைத்துக்கொள்வார்கள். கைதிகள் யாரும் கைப்பிடியுடன் கத்தி வைத்துக்கொள்வதில்லை. பதிலாக, ஒரு மெல்லிய இரும்புப் பட்டை அதற்கான வேலையை செய்துவிடும், அதை கருங்கல் அல்லது செங்கல்லில் கூராக்கி தங்கள் படுக்கைகளின் இடுக்குகளில் ஒளித்து வைத்திருப்பார்கள். அதேபோல், சவர பிளேடு மற்றும் கண்ணாடித் துண்டை ஒரு துணியில் சுற்றி மறைத்து வைத்திருப்பார்கள். எல்லாக் கைதிகளுமே இந்தப் பொருள்களை வைத்திருக்க மாட்டார்கள். இல்லாதவர்கள் இருப்பவர்களிடம் இருந்து வாங்கிக் கொள்வார்கள். காலையில் பாசறைகள் பூட்டப்பட்டு, கைதிகள் வேலையில் இருந்து திரும்பிய பின்னர் குறிப்பிட்ட நேரத்தில் திறக்கப்படும் வரையில், தங்களுடைய பொருள்கள் காணாமல் போய்விடுமோ என்ற பயம் மட்டும் அவர்களுக்கு தோன்றியதே இல்லை.

வார்டன்களே தஸ்லா-கத்தோரியைத் திருடியோ அல்லது சில பாக்கெட்டுகள் பீடி அல்லது ஒரு பாக்கெட் புகையிலைக்காக சிறை ஊழியர்களிடம் விற்றுவிடுவதற்கான சாத்தியங்கள் இருக்கத்தான் செய்தன. ஹர்தோயில் இருந்த ஒரு துணை சிறையதிகாரி தன்னுடைய அடியாட்களை விட்டு கைதிகளின் பாத்திரங்களை திருட வைத்துவிட்டு, பின்னர் பால்தய்யா தண்டனை தரப்போவதாக மிரட்டியது என் நினைவில் இருக்கிறது. தன்னுடைய தோலைக் காப்பாற்றிக்கொள்ள, அந்த சம்பந்தப்பட்ட கைதி சாஹிப்பிற்கான படையலுக்குரிய பணத்திற்காக வீட்டிற்கு அனுப்பிவைப்படுவார். ஒரு சிறு சாக்குபோக்கை வைத்து, இந்த

சாஹிப், கைதிகளிடம் இருந்து ஐந்து ரூபாய் அபராதங்களை கறந்து வந்திருக்கிறார்.

இதே நடைமுறை எல்லா சிறைச்சாலைகளிலும் உள்ள அதிகாரிகள் மற்றும் ஊழியர்களால் பின்பற்றப்பட்டதை கவனித்திருக்கிறேன். ஃபதேகர் மத்திய சிறையில், ஒரு சாதாரண சாக்குபோக்கில் மிகக் கொடூரமாக அடித்து துன்புறுத்தப்படுவது தினசரி நடக்கின்ற விஷயமாகும். ஒரு சக சிறைவாசிக்கு எலும்பு முறிந்திருப்பதோ அல்லது அவர் ரத்தவாந்தி எடுப்பதோ வழக்கத்திற்கு மாறான விஷயமே அல்ல. சக கைதிகள் சாஹிப்பின் பயங்கரத்தை எடுத்துச் சொல்வதால் அது இன்னும் அதிகப்படுத்தப்படவே செய்யும். அவர் தொட்டால் இலைகள் அசையாது, செடிகள் வதங்கிவிடும், அவர் ஆய்வுக்கு வரும்போது காக்காய்கள்கூட கரைய மறந்துவிடும் என்பார்கள்.

மாதாந்திர அணிவகுப்பு தினத்தின்போது அந்த வட்டம் முழுவதும் சுத்தம் செய்யப்படும். கழிவுநீர் கால்வாய்களில் சுண்ணாம்பும், வட்டத்தில் செங்கல் பொடிகளும் தூவப்படும். உத்தரப் பிரதேச சிறைகளிலேயே ஃபதேகர் இசைக்குழுதான் சிறந்தது என பெயர்பெற்றிருந்தது, மாநிலங்களுக்கு இடையிலான போட்டியில் இரண்டாவது இடத்தையும் தக்கவைத்திருந்தது. சிறை இசைக்குழுவினர் தினமும் இசைப்பதில்லை. வாராந்திர அணிவகுப்பில் பெரிய சாஹிப் ஆரவாரமாக உள்ளே நுழைவதற்கு முன்போ அல்லது உயர்மட்ட அதிகாரிகள் மற்றும் தனிச்சிறப்பான நபர்கள் சிறைக்கு வருகை தரும்போதோதான் அது இயக்கம்பெறும். இசைக்குழு உறுப்பினர்கள், யாராவது ஒரு கமானிடம் ஒப்படைக்கப்பட்டனர், தேவைப்பட்டால் அவர் இசைக்குழுவிலும் சேர்க்கப்படுவார். அவ்வப்போது, பயிற்சி செய்வதற்காக தங்கள் வேலையில் இருந்து அவர்கள் விடுவிக்கப்படுவார்கள். அந்த இசைக்குழுவிற்கு கல்யான் சிங் என்ற சிறைவாசி தலைமை தாங்கினார்.

அது இசைக்கும்போது, அந்த ஜீவனுள்ள இசையில், தங்களுடைய எல்லா கவலைகளையும் சிறைவாசிகள் சிறிது நேரத்திற்கு மறந்திருப்பார்கள். அது நிறுத்தப்பட்ட உடனே, நாங்கள் எல்லோரும் எங்களுக்கு விதிக்கப்பட்ட இடங்களில் நேராக நின்றுவிடுவோம், கைகள் முட்டிக்கால்களை நோக்கி நீட்டியிருக்கும், உள்ளங்கைகள் வெளியே பார்த்திருக்கும். அதுதான் சாஹிப் வருகின்ற நேரம். கைதிகளின் கண்களில் தெரியும்

மரண பயத்தை என்னால் பார்க்க முடிந்தது. பிறகு ஒரு குரல் பேரொலியாய் ஒலித்தது: கபார்தார்! ஜாக்கிரதை!

இதைக் கேட்டவுடனே, எல்லா சிறைவாசிகளும் தங்கள் கைகளில் தங்களுடைய குற்ற விவரத் தாள்களை வைத்துக்கொண்டு எழுந்து நின்றார்கள். தலைமை வார்டனான சோட்டேலால் ஒரு மொறமொறப்பான, தூய சீருடையில் இருந்தார், கால்பாதங்களின் தடாலடியால் வாயிலை நோக்கி கவனத்தை திருப்பினார். என் இதயத்துடிப்பு அதிகமானது. அந்த பெரிய சாஹிப் உள்ளே நுழைந்தார். அவர் தன்னுடைய நாற்பதுகளின் துவக்கத்தில் இருக்கின்ற ஒரு வசீகரமற்ற இளைஞனாக தோன்றினார். கறுப்புக் கண்ணாடிகள் அணிந்துகொண்டு ஆணவமாக நடந்துவந்தார். அவருக்குப் பின்னால் இருபதுக்கும் மேலான சிறைவாசி-வார்டன்கள், மூத்த வார்டன்கள் மற்றும் கையில் தடியுடன் காணப்பட்ட வார்டன்கள் வந்துகொண்டிருந்தனர். சில சிறை அதிகாரிகளும் ஊழியர்களும் பின்தொடர்ந்தனர். ஒரு மூத்த சிறைவாசி அவருக்கு மேலாக ஒரு அழகான குடையைப் பிடித்துக்கொள்ள, மற்றொருவர் சன்வாரால் அவருக்கு விசிறிவிட்டார். அவருடைய நிலை ஒரு ராஜாவுக்கு சற்றும் குறைவில்லாதது.

சிறைச்சாலைகள் நிர்வாக அதிகாரிகளால்தான் ஆளப்படுகின்றன, ஆனால் அவர்களுடைய விதிகளை அவர்களால் மட்டுமே அமல்படுத்திவிட முடியாது. இதற்கு சிறைவாசிகளும் பயன்படுத்தப்பட்டார்கள். பெரிய சாஹிப்பின் பரிவாரத்தில் இருப்பவர்களுக்கு சிறப்பு சலுகைகள் கிடைத்தன, அவர்கள் தங்களுக்குரிய பதவிப்பெயரை வைத்து அறியப்படலானார்கள்: இவற்றில் நம்பர்தார், எழுத்தர், சூட்டிவான் அல்லது தொழிலாளர் மேற்பார்வையாளர் மற்றும் மிக முக்கிய நம்பர்தார்களில் இருந்து சிறை கண்காணிப்பாளரால் தேர்வு செய்யப்படுகின்ற பக்காக்கள் இருந்தனர். ஒரு கைதி தன் தண்டனைக்காலத்தில் கால்வாசியை நிறைவு செய்திருந்தால் அவர் நம்பர்தார் ஆவதற்கான தகுதியைப் பெற்றுவிடுவார். இருந்தாலும், அப்படி எல்லோருமே நம்பர்தார் ஆகிவிடுவதில்லை. அது சிறைச்சாலையின் தேவை மற்றும் கண்காணிப்பாளரின் விருப்பத்தை பொறுத்திருக்கிறது. ஒரு நம்பர்தார் வேலைநிமித்தமாக சிறைச்சாலைக்குள் சுற்றிவர முடியும். அவர் முக்கியமான இடங்களில் கண்காணிக்கும் வேலைக்கு அமர்த்தப்படுவார்.

மாவட்ட சிறைகளில், பக்காக்களின் எண்ணிக்கை ஒன்று அல்லது இரண்டுதான் இருக்கும், அதே மத்திய சிறைச்சாலைகளில் நான்கு அல்லது ஐந்துபேர் இருப்பார்கள். அவர்களுக்கு சிறைச்சாலையை கவனித்துக்கொள்ளும் வேலை வழங்கப்பட்டது, அதாவது, கைதிகளையும், முக்கியமானதாகவோ அல்லது பிரச்சினைக்குரியதாகவோ கருதப்படும் இடங்களையும் பார்த்துக்கொள்வது. சிறை கண்காணிப்பாளருக்கு பியூனாக அல்லது முக்கிய நுழைவாயிலை கவனித்துக்கொள்கிறவராக நியமிக்கப்படும் பக்காதான் மிகுந்த அதிகாரமுள்ளவராக கருதப்பட்டார். மாற்றி மாற்றி பார்த்துக்கொள்ளும் வகையில் முக்கிய நுழைவாயிலுக்கு இரண்டு பக்காக்கள் நியமிக்கப்பட்டனர். மற்றொரு பக்கா, சிறை கண்காணிப்பாளரான ஜி.எல்.குப்தாவுக்கு பியூனாக நியமிக்கப்பட்டார். கண்காணிப்பாளரின் அசல் பியூன் ஒரு வார்டனாக இருக்கையில், முக்கிய நுழைவாயிலின் பக்காவாக இருப்பவருக்கு மற்ற வார்டன்களைக் காட்டிலும் அதிக செல்வாக்கு இருந்தது.

இந்த பக்காக்களுக்கு தங்களுக்கென தனியாக சமைத்துக்கொள்ளுதல் அல்லது சந்தைக்கு சென்று பொருள்களை வாங்கிக்கொள்ளுதல் என்ற அறிவிக்கப்படாத சுதந்திரம் இருந்தது. அவர்கள் வழக்கமாக பாசறைகளில் பூட்டி வைக்கப்படுவதில்லை, ஆனால் இரவில் வேலைக்கான அழைப்பு வருகையில் வெளியிலேயே இருந்துவிடுவார்கள். கண்காணிப்பாளரின் பக்கா வழக்கமாக 'சாஹிப்பின் பக்கா' என்றழைக்கப்பட்டார், அவர் பார்வையிட வரும்போது இவரும் அவருடனே இருப்பார். வாயிலில் இருக்கும் பக்கா மற்றும் சாஹிப்பின் பக்கா ஆகியோரது அதிகாரம் கைதிகளால் மட்டுமல்லாது சிறை ஊழியர்கள், அதிகாரிகள் மற்றும் கண்காணிப்பாளரால்கூட அங்கீகரிக்கப்பட்ட ஒன்றாக இருந்தது. சாஹிப்பின் பக்காதான் அவருடைய கண்களும் காதுகளும் ஆவார். மேற்குலகில் நிலவுவதுபோல் அவர் 'அறங்காவலர்' என்று அறிவிக்கப்படாவிட்டாலும் அவருடைய தகுதி அதற்கு சற்றும் குறைவானதல்ல. கைதிகளின் புகார்கள் மற்றும் குற்றச்சாட்டுகளை தாமாகவே தீர்த்துவைக்கும் அதிகாரமும் அவருக்கு இருந்தது. சிறைச்சாலைக்கே உரித்தான பெரிய அளவிலான ஊழலும் அவருடைய தகுதிக்கான காரணமாகும். துணிக்கட்டுக்கள், மரச்சாமான்கள் அல்லது ரேஷன் பொருள்களை சிறையதிகாரி, தொழிலகங்களுக்கு உள்ளிருந்தே முடிவுற்ற பொருள்களாக கடத்த விரும்பினால் அந்த சிறையதிகாரி,

பக்கா மட்டுமே கேள்வி கேட்கவும், சோதனையிடவும் அதிகாரமுள்ள முக்கிய நுழைவாயிலின் வழியாகத்தான் செல்ல வேண்டியிருக்கும். பக்காவுக்குத் தெரியாமலோ அவரது கூட்டணி இல்லாமலோ எந்தவிதமான லாபம் தரக்கூடிய விஷயத்தையும் செய்வது சாத்தியமில்லை. அதன் விளைவாக, சிறைச்சாலை அதிகாரிகள்கூட சாஹிப்பின் பக்காவை மிகவும் சந்தோஷமாகவே வைத்திருப்பார்கள்.

என்னுடைய முதல் அணிவகுப்பில் என்னை நோக்கி வந்துகொண்டிருந்த பிரம்மாண்டமான அரச படைக்கவசத்தை கண்டேன்: பெரிய சாஹிப், அவருடைய ஈ ஓட்டும் துடைப்பான் மற்றும் குடை பிடிப்பவர்கள், லத்திகளை பிடித்திருக்கும் பக்காக்கள் மற்றும் நம்பர்தார்கள் மற்றும் சிறை அதிகாரிகள் ஆகியோரின் அணிவகுப்பு.

அவர் என் அருகில் வந்த உடனே, நான் சொன்னேன், "சார், நான் ஒரு கோரிக்கை வைக்க வேண்டும்." அவர் ஒருகணம் அப்படியே நின்றார். இரண்டு சிறைவாசிகள் உடனடியாக என் கைகளை பிடித்துக் கொண்டனர். அந்த சாஹிப் என் மீது பார்வையை ஓடவிட்டார்.

"சரி. உனக்கு என்ன சொல்ல வேண்டும்?"

"நான், நான்கு நாட்களுக்கு முன்னர் இங்கே வந்தேன். நான் ஒரு நக்ஸல் கைதி. எனக்கு சில பிரச்சினைகள் உள்ளன. அதை உங்களால் கேட்டுக்கொள்ள முடியுமா?" என்று பண்போடு கூறினேன்.

"உன்னுடைய பிரச்சினை என்ன? உனக்கு என்ன வேண்டும்?"

"என்னையும் என் நண்பர்களையும் தயவுசெய்து வேறு எங்காவது மாற்றிவிடுங்கள். நாங்கள் எங்களுடைய நேரத்தை வாசிப்பதில் செலவிட விரும்புகிறோம், அத்துடன் எங்களை கட்டாயப்படுத்தி வேலை வாங்குவதையும் நிறுத்திவிடுங்கள்."

"ஆனால், நீங்களெல்லாம்தான் வெகுமக்களின் தலைவர்கள், இல்லையா? நீங்கள் அவர்களுடன்தானே இருக்க வேண்டும். அவர்களிடம் இருந்து ஏன் தள்ளியிருக்க விரும்புகிறீர்கள்?"

"ஏனென்றால், படிப்பதற்கு ஏற்றதாக எத்தகைய ஏற்பாடோ சூழ்நிலையோ இல்லை. இத்தருணத்தில், எங்களுக்கு அதற்கான இடமிருப்பதாகவும் எனக்குத் தோன்றவில்லை."

"உங்களைப் பார்க்க வருகிறவர்களிடம் வேண்டுமானால் எழுதுவதற்கான பொருள்களை வாங்கிக் கொள்ளலாம், ஆனால் என்ன எழுதுகிறீர்கள் என்பதை தொடர்ந்து சிறை அதிகாரியிடம் காட்டிவிட வேண்டும். உடல் உழைப்பைப் பொறுத்தவரையில், தொழிலாளர்களிடம் இருந்து ஆம்பர் சர்க்காவில் பதினான்கு பந்துகள் வரவேண்டும் என நான் எதிர்பார்க்கிறேன். ஆனால் உங்களுக்காக அதை விதிமுறைப்படி ஐந்தாக்குகிறேன்."

"நன்றி."

"நீங்கள் எல்லோருமே முதலாளித்துவவாதிகளை கொன்றொழிக்க விரும்புகிறீர்கள். என்னையும் அவர்களில் ஒருவராக நினைக்கிறீர்களா?"

"இந்த முழு முதலாளித்துவ அமைப்பின் தூணாக இருக்கும் ஒரு அதிகாரவர்க்கத்தினராகத்தான் உங்களைக் கருதுகிறோம். முதலாளித்துவத்தைப் பொறுத்தவரையில் எங்களுடைய சித்தாந்தத்தில் முதலாளித்துவத்தை அழிப்பதற்கும், முதலாளித்துவவாதிகளை அழித்தொழிப்பதற்கும் வித்தியாசம் இருக்கிறது – அது ஒரு பெரிய கதை."

"ம்ம்ம்," என்றபடியே அவர் நகர்ந்து சென்றுவிட்டார்.

சாஹிப் என்னைத் தண்டிக்காத செய்தி கைதிகளிடையே காட்டுத்தீயைப் போல் பரவியது. எந்தக் கைதியுமே அவருடன் பேசுவதற்கு துணிந்ததில்லை. என்னை வெறும் ஐந்து பந்துகள் மட்டுமே பின்னினால் போதும் என்றும், தனக்குத்தானே இதை நம்பமுடியவில்லை என்று அவர் சொல்லிக்கொண்டதும்கூட அவர்களுக்கு ஆச்சரியமாக இருந்தது. சொல்லப்போனால், பதினான்கு பந்துகளுக்குக் குறைவாகப் பின்னியவர்களுக்கு சரமாரியான அடி விழுந்தது. வேறு வியாபாரங்களில் ஈடுபட்ட கைதிகளுக்கும் இதுதான் தண்டனை. தவறு செய்பவர்கள் தினமும் கொடூரமாக தண்டிக்கப்பட்டார்கள். அன்றிலிருந்து, கைதிகள் என்னிடம் பணிவிணக்கத்துடன் நடந்துகொள்ளத் தொடங்கினார்கள். அவர்கள் என்னை ஒரு சக்திவாய்ந்த டான் என கருதினார்கள்.

அன்றிரவு, பாசறைகள் பூட்டப்பட்ட பின்னர், எனக்கு சரியாக உறக்கம் வராமல் என் அம்மா, மனைவி மற்றும் பிற குடும்பத்தினர்களின் நினைவாகவே இருந்தேன். என் கண்களுக்கு முன்னால் என் அம்மாவின் முகம் பளிச்சிட்டது, என் மனமோ எந்நேரமும் சத்தமில்லாமல் துன்பத்தை அனுபவித்துக் கொண்டிருக்கும் என் மனைவியினிடத்தில் சென்றது. என் தம்பிகளுக்காகவும் நான் வருத்தப்பட்டேன். கூண்டு விளக்குகளின் மங்கிய ஒளியில் அந்த சுரங்கம் போன்ற பாசறை எந்தளவுக்கு அமைதியாகவும் இருளார்ந்தும் காணப்பட்டது என்பதை உணர்ந்தேன். கிழிந்து பழையதாகிப்போன போர்வைகளை மூடிக்கொண்டு ஆழ்ந்த உறக்கத்திலிருந்த சக சிறைவாசிகள் பிணங்களைப் போல் தோன்றினார்கள். ஒரு வயதான கைதி வறட்டு இருமல் இருமியபோதுதான் அந்த பாசறைகளில் இருக்கும் எனக்கும்கூட உயிர் இருப்பதாக உணர்ந்தேன். என் படுக்கையில் புரண்டு திரும்பிப் படுத்தேன், வெள்ளமென திரண்ட சிந்தனைகள் அந்த பயங்கரமான இரவு முழுவதிலும் என்னை விழித்தபடியே வைத்திருந்தன.

அடுத்தநாள் காலை, எங்களுடைய தொழிலகங்களில் இருந்து திரும்பி வந்தபோது, வட்டச் சிறையதிகாரி தன்னுடைய அலுவலகத்திற்கு என்னை அழைத்திருந்தார். தன் கையில் அவர் ஒரு நீளமான கடிதத்தை வைத்திருந்தார். என்னைக் கூர்ந்து நோக்கிய அவர், "மிஸ்டர், நீங்கள் ஒரு ஆபத்தான நக்ஸல் என்பதால் உங்களை பிரத்யேக பாதுகாப்பில் வைத்திருக்க வேண்டும் என உங்கள் மாவட்ட அதிகாரிகளிடம் இருந்து வந்துள்ள கடிதம்தான் இது," என்றார். எனக்கு வியப்பாயிருந்தது. பிறகு என்னை ஒரு கருமையான, அரக்கத்தனமாக இருந்த சிறைவாசியிடம் ஒப்படைத்த அவர், என்னை இருபத்து நான்கு மணிநேரமும் கண்காணிக்க வேண்டும் என அவனிடம் அறிவுறுத்தவும் செய்தார். இப்போது, என்னால் யாரிடமும் பேச முடியாது. எனக்கு வணக்கம் சொல்கின்ற யாரும் பிரச்சினையில் மாட்டிக்கொள்வார்கள். அவன் என்னை தொழிலகத்திற்கு கூட்டிச் சென்றான். இரவில் நான் அவனுடைய தீவிர கண்காணிப்பில் இருந்தேன். நான் உடல் உபாதைக்காக சென்றபோதுகூட, கழிவறைக் கதவிலேயே தன்னுடைய தடியுடன் நின்றுகொண்டிருந்தான். சுருக்கமாக சொன்னால், அவன் என் பக்கத்திலிருந்து அகலவே இல்லை. நான் படிக்கவோ எழுதவோ கூடாது என்ற பிரத்யேக அறிவுறுத்தலும் செய்யப்பட்டிருந்தது. ஏனென்றால், நான் ஏதாவது பற்றிக்கொள்ளக்கூடிய,

தூண்டிவிடக்கூடிய வகையில் எழுதி அதை வெளியே கடத்திச் சென்றுவிடுவேன் என்று சிறை அதிகாரிகள் அச்சம் கொண்டனர். சிறையில் நிலவும் அபரிமிதமான ஊழல் மற்றும் அச்சவுணர்வு குறித்து நான் வெளியே கசியவிட்டுவிடலாம் என்ற அளவுக்கதிகமான கவலையும் அவர்களுக்கு இருந்தது. தினமும், இரவு நேரத்தில் பாசறைகள் பூட்டப்படும் முன்பாக என்னுடைய எல்லாப் பொருள்களும் முழுமையாக சோதனையிடப்பட்டன. இருந்தாலும்கூட, நான் ரகசியமாக கழிவறையில் கடிதங்கள் எழுதி என்னுடைய காம்ரேடுகளுக்கு வெளியே அனுப்பிக்கொண்டுதான் இருந்தேன்.

என்னைக் கண்காணித்து வந்த உபாத்யாய என்றழைக்கப்பட்ட இந்த மூத்த சிறைவாசி அல்லது பக்கா உண்மையில் ஒரு முட்டாளும், எளிமையானவரும், வீம்பு பிடித்தவரும் ஆவார். ஒருகணம் அவர் என்னை கோபத்துடன் முறைத்துப் பார்த்து என்னை நோக்கி கத்தவும் திட்டவும் செய்வார், ஆனால் அடுத்த கணமே பெரிதாக உறுமியபடி சிரிக்கவும் செய்வார். அவர் என்னையோ, சிறையில் உள்ள யாரையுமோ காயப்படுத்தியது இல்லை. படிப்படியாக, எல்லா விஷயங்களும் எனக்கு சுலபமாகின. மூன்று அல்லது நான்கு மாதங்களுக்குப் பின்னர் அவர் என்னுடைய பாதுகாப்பு பணியில் இருந்து நீக்கப்பட்டார்.

10

'உன் அகங்காரத்தை அழிக்கத்தான், பாவம் செய்தவனே!'

என் குழந்தைப் பருவத்தில் சிறைவாழ்க்கை பற்றிய நிறையக் கதைகளை கேட்டிருக்கிறேன். நீங்கள் மெதுவாக வேலை செய்தால் பிட்டத்தில் உதை விழும். சிறைவாசிகள் கூட்டிப் பெருக்கவும், தரையைத் துடைக்கவும் வேண்டும், பச்சை காய்கறிகளுக்குப் பதிலாக அவர்களுக்கு வெங்காயத் தாமரையின் வேர்கள்தான் பரிமாறப்படும், ரொட்டி செய்வதற்கான மாவை கால்களால்தான் பிசைந்திருப்பார்கள், ரொட்டிகள் எல்லாம் துடைப்பங்களை கொண்டுதான் பிறட்டப்பட்டிருக்கும் என்பன போன்ற கதைகள் அவை. இந்த பயங்கரமான விவரங்கள் எல்லாமே, அப்படிப்பட்ட ஒரு தலைவிதி எங்களுக்கும் ஏற்பட்டுவிடக் கூடாது என்ற எச்சரிக்கையினால் சொல்லப்பட்டவை. அப்போதே எங்களுக்கு யதார்த்தம் புரிந்திருக்குமானால், இத்தகைய மங்கலான முறைகளில் எப்போதுமே சிறையை கற்பனை செய்திருக்க மாட்டோம்.

ஃபதேகர் சிறைச்சாலையின் உண்மைக் கதைகள், குழந்தைப் பருவத்தில் கேட்ட வதந்திகள் எவற்றையும்விட மிகவும் பயங்கரமானவை. கண்காணிப்பாளர் ஜி.எல்.குப்தா தன்னுடைய இருபதுக்கும் மேலான நம்பர்தார்கள், முரட்டுக் குற்றவாளிகள் அல்லது பக்காக்கள் மற்றும் வார்டன்கள் புடைசூழ எப்போது வேண்டுமானாலும், எதிர்பாராத நேரத்தில் பார்வையிட வந்துவிடலாம் என்ற நிரந்தரமான பயத்துடனே கைதிகள் வாழ்ந்து வந்தார்கள். அது ஒரு

பண்ணையாரும் அவருடைய போர்ப்படையும் நகர்வதைப் போன்றிருக்கும். வழியில் சந்திக்கும் சிறைவாசி எவரையும் அவர் அடித்து துவைப்பார். அவர் யாரை கைகாட்டுகிறாரோ அவருக்கு எந்த காரணமும் இல்லாமலேயே சரமாரியாக லத்தியால் அடிவிழும். தங்களுடைய முறைக்காக கழிவறைகள் அல்லது கைபம்புகள் அல்லது உணவு பரிமாறப்படும் இடத்திற்கு வெளியே காத்திருக்கும் சிறைவாசிகள் எதிர்பாராத தாக்குதல்களுக்கு குறிவைக்கப்படுவார்கள். அடிவாங்கி கன்றிப்போன சிறைவாசிகள் தினமும் மருத்துமனைக்குத்தான் கொண்டுசெல்லப்பட்டார்கள், அவர்களுடைய ரத்தம் சிந்திக்கொண்டே இருந்தது.

ஆரம்பத்தில், சிறைவாசிகள் தங்கள் சக சிறைவாசிகளுடன் பேசுவதற்கும், படுத்திருக்கும்போது மற்றவரை நோக்கி முகத்தை திருப்பி வைத்திருப்பதற்கும், அல்லது மற்றவருக்கு பீடி பற்றவைப்பதற்கும்கூட தடை விதிக்கப்பட்டிருந்தார்கள். ஒருமுறை, சிறைவாசிகளின் குடும்பத்தினர்கள் கொடுத்திருந்த எல்லாப் பொருள்களையும், இரண்டாயிரம் சிறைவாசிகளிடமிருந்து பறித்துச் சென்று எரித்துவிட்டார்கள். இவற்றில் எண்ணெய், வெல்லம், வறுத்த பயறு, நெய், பீடிக்கள், மிளகாய், புகையிலை மற்றும் சிறைவாசிகள் தங்களுடைய நாற்றம்பிடித்த துணிப்பைகளிலும் மூட்டைகளிலும் அன்போடு சேர்த்து வைத்திருந்த விலைமதிக்க முடியாத அவர்களுடைய பொருள்களும் அடங்கும். பெரிய சாஹிப்பால் 'கும்திக்கு' அழைக்கப்பட்டால் எல்லா சிறைவாசிகளுமே தூக்குமரத்திற்கு அழைக்கப்பட்டதைப் போல் பீதியடைவார்கள். அங்கே, சிறைவாசிகள் ஒரு வேப்ப மரத்தில் தலைகீழாக தொங்கவிடப்பட்டு அடித்து துன்புறுத்தப்பட்டார்கள். கும்தியில் இருந்து சேதமுறாமல் வெளியே வந்தால் அடுத்து வருவதும் தாங்கவியலாத ஒன்றுதான். கொடூரமாக அடித்து நொறுக்கப்பட்ட அவர்கள் மருத்துவமனையில் அடைக்கப்பட்டு, அடிப்படை முதலுதவி மட்டுமே செய்யப்பட்டு மறுபடியும் வேலைசெய்ய வட்டங்களுக்கே அனுப்பி வைக்கப்படுவார்கள். சிலநேரங்களில், வேலைக்கு செல்லும் முன்னர் குறிப்பிட்ட எண்ணிக்கையில் அவர்களை அடிக்கும்படி உத்தரவுகள் இடப்பட்டிருக்கும்.

நாராயண் சிங் என்ற குற்றவாளிக்கு வேலைக்கு செல்லும் முன்னர் பத்து அடி வாங்க வேண்டும் என விதிக்கப்பட்டிருந்தது. தொழிலகத்தை அடைந்த பின்னர், நாராயண் சிங் அப்படியே தரையில் படுத்துக்கொள்வார், தன்னுடைய கால்களை

தூக்கிக்கொண்டு பாதங்களில் இரக்கமில்லாமல் விழும் சரமாரியான அடிகளை தாங்கிக் கொண்டிருப்பார். தேம்பியபடியே, எதுவும் பேசாமல் தன்னுடைய வேலையைத் தொடங்குவதற்கான வலிமையை அவர் தேடிக்கொள்ள வேண்டியிருக்கும். இந்த அராஜகம் பலமாதங்களுக்கு தொடர்ந்தது. ஒருமுறை அவருடைய மீசைகூட பிடுங்கி எடுக்கப்பட்டு ஒரு பெட்டியில் வைக்கப்பட்டது. யாருக்குத் தெரியும், அது இன்னமும் அந்த சிறையின் பண்டகசாலையிலேயே இருக்கலாம்.

தங்களுடைய அபிப்பிராயத்தை எதற்காகவும் விட்டுத்தர மறுக்கின்ற எவர் மீதும் இந்த அராஜகங்கள் நிகழ்த்தப்பட்டன. தீத்தணலில் ரகசியமாக தங்களை கதகதப்பாக்கி கொள்கிறவர்கள், நீர்த்துப்போன பருப்பை சூடுபண்ணுகிறவர்கள் அல்லது கெட்டுப்போன உணவைப் பற்றி குறை சொல்கிறவர்கள் ஆகியோர் கும்திக்கு அழைக்கப்பட்டார்கள். இயற்கைக்குப் புறம்பான பாலுறவு பற்றிய குற்றச்சாட்டுகளும் அதிகாரிகளின் சீற்றத்திற்கு ஆளாகின. மற்றவர்களிடம் பிடுங்கித் திண்கிறவர்கள்கூட அவர்களை தங்களுடைய கட்டுப்பாட்டிலேயே வைத்திருக்க தவறான குற்றச்சாட்டுகளை சுமத்துவதுண்டு.

1975-இல், தனிமைச் சிறைகளில் இருக்கும் சிறைவாசிகள் மீது புகுத்தப்பட்ட ஒரு காட்டுமிராண்டித்தனமான சித்திரவதையானது அவர்களை பயத்தால் நடுநடுங்க வைக்கப் போதுமானதாக இருந்தது. பாதிக்கப்பட்டவர் நாள்முழுவதும் வலியால் ஊளையிடுவதை ஒருவரால் கேட்க முடியும். காலை உணவான தாலியா கொடுக்கப்படும் முன்னர்கூட அவர்களை அடித்து துன்புறுத்தினார்கள். அடிவாங்கிய சிறைவாசி கடும் வலியினால் சாப்பிடுவதற்கு தாமதித்தாலோ அல்லது தயங்கினாலோ அதற்கும் அடித்து துவைக்கப்பட்டார். நடுங்கும் கைகள் மற்றும் உதறும் விரல்களால், வலிப்புடன் தேம்பியழும் அவருடைய கண்ணீர் உணவுக் கிண்ணத்தில் விழ, அதிலிருக்கும் உணவுத் துண்டத்தை எடுத்து வாயில் போட்டுக்கொள்ள கட்டாயப்படுத்தப்படுவார். அவர்களுடைய கூக்குரல்களும் அலறல்களும் எங்களுக்குப் பழகிப் போயிருந்தன. எங்களுடைய கூருணர்ச்சி ஏறக்குறைய செத்தே போய்விட்டது. ஆனால், அதே விதி எங்கள் மீது விழுந்தால் என்னவாகும் என்பதை நினைத்தும் நாங்கள் நடுங்கித்தான் போயிருந்தோம்.

இந்த சித்திரவதை கூடத்தில்கூட தங்களுடைய ஜீவனை தக்கவைத்துக்கொண்டு உடைந்துபோய்விடாத சிறைவாசிகளையும் நாங்கள் சந்தித்திருக்கிறோம். அவர்களில், தங்களுடைய பதிமூன்று வருடங்களில் பெரும்பாலான நேரத்தை இந்த தனிமைச் சிறைகளில், இந்த சித்திரவதைகளுடன் சேர்த்தே கழித்த தயாஷங்கர் மற்றும் சந்தோஷானந்த் ஆகியோரும் அடக்கம். அவர்கள் அவ்வப்போது வெளியே விடுவிக்கப்பட்டார்கள் என்றாலும் ஏதாவது அற்ப காரணத்தை சொல்லி மறுபடியும் தனிமைச் சிறையில் அடைக்கப்பட்டார்கள். அவர்கள் எந்த ஒரு சிறைவாசியுடனும் தகராறில் ஈடுபட்டதில்லை. ஒருமுறை ஜி.எல்.குப்தா வேப்பமரத்தின் பச்சைக் கிளையில் செய்த கம்பைக் கொண்டு தயாஷங்கருக்கு முன்னூறு பிரம்படிகளுக்கான தண்டனை வழங்கினார். தயாஷங்கர் தன் இடதுகையை நீட்டினார், தசைபெருத்தவன் தன்னுடைய முழு வலிமையையும் காட்டினான். ஒரு வெட்டுக்காயம் ஏற்பட்டது, அது அவருடைய கை நெடுகிலும் வெட்டிச் சென்றது. இரண்டாவது அடி அவருடைய நீட்டியிருந்த உள்ளங்கையில் அதே வேகத்துடன் விழுந்தது. தயாஷங்கர் தன் முகத்தை திருப்பிக்கொண்டு வலியை தாங்கிக்கொண்டார். பிறகு குத்தலான அடிகள் அவருடைய கைகளில் அடுத்தடுத்து வேகமாக விழத்தொடங்கின. சீக்கிரத்திலேயே அவருடைய கை முழுவதும் ரத்தக்களரியானது, ஆனாலும் தயாஷங்கர் மண்டியிடவோ, தன் மனதை மாற்றிக்கொள்ளவோ மறுத்துவிட்டார். கண்காணிப்பாளர் குப்தா பக்காவை நிறுத்தச் சொல்லிவிட்டு அவனிடம் கேட்டார், “நீ எத்தனை அடிகள் எண்ணினாய்?”

“ஹுஸூர், நூற்றி எழுபத்தி ஆறு,” என்றான் அந்த பக்கா.

“இல்லை. நீ சரியாக எண்ணவில்லை. மறுபடியும் தொடங்கு,” என குப்தா உறுமினார்.

அந்த விளாசல்கள் மறுபடியும் தொடங்கின. ஆனால், பாவப்பட்ட தயாஷங்கர் எல்லா வலிகளையும் ஒரே கையில் தாங்கிக்கொண்டார், அது அலுத்துப் போய்விட்டவரைப் போல் தோன்றினார்.

அவருடைய கைமுழுவதும் ரத்தத்தால் நனைந்திருந்தது. அந்தக் கம்பு அவருடைய கையை முழு வேகத்துடன் அடித்தபோது சுற்றிலும் ரத்தம் வீசித் தெறித்தது. தசைநார்கள் குழைந்துபோய் காற்றில் பறந்தன. எண்ணிக்கை முடிந்தபோது, கையின் வெண்ணிற எலும்புகள் வெளியே தெரிந்தன.

"நீ ஏன் மற்றொரு கையைக் காட்டவில்லை?" என்று தயாஷங்கரிடம் கேட்டார் குப்தா.

"உன் அகங்காரத்தை அழிக்கத்தான், பாவம் செய்தவனே!" என்றார் தயாஷங்கர்.

இதற்கு பதிலடியாக, ஒரு மரத்தில் அவரை தலைகீழாக கட்டித் தொங்கவிட்டு, அவருடைய உடல் ஒரு உருக்குலைந்த தசைப்பிண்டமாகும் வரை அடித்து துவைத்தார்கள். பின்னர் அவருக்கு கொஞ்சம் முதலுதவி அளித்துவிட்டு அவருடைய தனிமைச் சிறைக்கே கொண்டுசென்றார்கள். எலும்பு முறிந்துபோனதால் அவருடைய கையை மீட்க முடியவில்லை.

சந்தோஷானந்த் ஒரு படித்த இளைஞர். கைதிகளுக்கு தரப்பட்ட ரேஷன் பொருட்களில் உள்ள கலப்படத்திற்கு எதிர்ப்பு தெரிவித்த அவர் அதை வைத்து பெரிய சாஹிப்பின் ஊழலை வெளிக்கொண்டுவர முயற்சித்தார். குப்தாவின் சகோதரிக்கு திருமணம் நடந்த சமயத்தில் கைதிகளால் செய்யப்பட்ட தரைவிரிப்புகள், கார்பெட்டுகள், தோட்டத்தில் வைக்கும் குடைகள், மரச்சாமான்கள், கொசுவலைகள், வண்ணப் படுக்கை விரிப்புகள் மற்றும் பூச்சாடிகள் போன்ற ஏராளமான பொருள்கள் வரதட்சிணை கொடுக்கப்பதற்காக தயார்நிலையில் இருந்தன. இவையெல்லாம் ஒரு டிரக்கில் ஏற்றப்பட்டு, புதிதாக திருமணமானவர்களை அனுப்பி வைக்கும் தினத்தின்போது கண்காணிப்பாளரின் வீட்டு வாசலில் நிறுத்தப்பட்டிருந்தது. இதை வெளிக்கொண்டு வருவதற்காக மாவட்டத்தின் எல்லா மூத்த அதிகாரிகளையும் சிறைச்சாலைக்கு வரவழைக்க திட்டம் தீட்டினார் சந்தோஷானந்த். அவர்களுடைய கவனத்தை ஈர்க்க, அவரும் அவருடைய மற்றொரு சக சிறைவாசியும் சிறை வளாகத்திற்குள் இருந்த ஒரு மரத்தில் ஏறிவிட்டார்கள். உடனடியாக பாதுகாப்பு அலாரம்கள் ஒலிக்க ஆரம்பித்தன. இந்தக் கூச்சல் குழப்பத்தை கேட்ட உடனேயே டிரக்குகளை அனுப்பி வைத்துவிட்ட குப்தா, திருமணச் சடங்குகள் முடிவதற்காக காத்திருக்காமல் மணமகளை வழியனுப்பி வைத்துவிட்டார். மாஜிஸ்ட்ரேட் சிறை வளாகத்திற்கு வந்தபோதுதான் சந்தோஷானந்தும் அவருடைய கூட்டாளியும் மரத்தில் இருந்து இறங்கினார்கள், ஆனால் அவர்களுடைய திட்டம் குப்தாவின் வஞ்சகத்தால் வீழ்ந்துவிட்டது. எதிர்பார்த்தபடியே, சந்தோஷும் அவருடைய கூட்டாளியும் தனிமைச் சிறையில்

அடைக்கப்பட்டு, யாருடைய கற்பனைக்கும் அப்பாற்பட்ட அளவுக்கு சித்திரவதை செய்யப்பட்டனர்.

குப்தாவுக்கு இடமாறுதல் உத்தரவு வந்தபோது சிறைவாசிகள் எல்லோரையும் அழைத்த அவர், மன்னிப்பு கோரினால் தனிமைச் சிறையில் இருந்து விடுவித்து விடுவதாக சந்தோஷிடம் கூறினார். ஆனால் துணிச்சலும் வீரமும் நிரம்பியவர் ஆதலால், அதற்கு மறுப்பு தெரிவித்த அவர் காறி உமிழ்ந்தார். புதிய சாஹிப் வந்தபோதுதான் அவர் தனிமைச் சிறையிலிருந்து விடுவிக்கப்பட்டார்.

இந்த பயங்கரமான காலகட்டத்தில், நான் என்னுடைய காம்ரேடுகளுக்கு ரகசியமாக கடிதங்கள் எழுதி வந்தேன். அந்நேரங்களில், தங்களுடைய அன்பானவர்களுக்கு கடிதம் எழுத ஒவ்வொரு கைதிக்கும் ஒரு அஞ்சல் அட்டை கொடுக்கப்பட்டது, அதிலுள்ள செய்திகள் தணிக்கையும் செய்யப்படும். என்னுடைய அஞ்சலட்டைகளுள் ஒன்று சிறையதிகாரியின் கையிலிருந்து நழுவிவிட்டது. அது ஜி.எல்.குப்தாவுக்கு முன்பாக வைக்கப்பட்டது, நான் அவருக்கு முன்னால் ஆஜராக அழைக்கப்பட்டேன். மீதமுள்ள ரகசிய காகிதங்களை மறைத்துவிட்டு, தனிமைச்சிறைக்குள் அடைபட என்னை நானே தயார்படுத்திக் கொண்டேன். அது அந்த நாட்களில் சாதாரண இடமாகிவிட்டிருந்தது. கண்காணிப்பாளரின் முன்னால் நிற்கப்போவதை நினைத்து பெரும் கவலையுடன் நான் காத்திருந்தேன், ஆனால் கண்காணிப்பாளரான குப்தா என்னை அழைக்கவில்லை. பதிலாக, கால்விலங்குகள் என்று முத்திரையிடப்பட்ட என்னுடைய குற்ற விவரக் குறிப்புதான் அனுப்பி வைக்கப்பட்டது. அவருடைய பதவிக்காலத்தில் இது ஒரு நம்ப முடியாத சம்பவம். என்னுடைய சாதாரண தவறுகளுக்காகவே நான் அந்த கடுமையான தண்டனைக்கு அழைக்கப்பட்டிருக்க வேண்டியவன். எனக்கு கால்விலங்குகள் இட்டார்கள். அச்சமயத்தில் நான் அந்த இரும்புகளுக்கு ரொம்பவே பழகிப்போயிருந்தேன் என்பதால் தேவையில்லாமல் எதிர்ப்பைக் காட்டாமல் அந்த சங்கடத்தை ஏற்றுக்கொண்டேன். குப்தாவின் பதவிக்காலம் முடியும்வரை அவை என் கால்களிலேயே இருந்தன.

11

சாதியப் பிசாசும், ஓர் உரத்த பார்ப்பனிய எதிர்ப்பாளனும்

பிரான்ஸ் நாட்டில், பதினான்காம் லூயியின் அரண்மனையை ஒரு பசித்த கூட்டம் சுற்றி வளைத்தபோது, ராணியான மேரி அண்டோனியே அப்பாவித்தனமாக, 'அவர்களுக்கு ரொட்டி இல்லை என்றால் என்ன, அவர்கள் கேக் சாப்பிடலாமே?' என்று கூறினார். இதேபோன்று ஒரு கதை எங்கள் கிராமத்திலும் சுற்றிவந்தது. பசியால் அழுத தன் மகளை ஆற்றுப்படுத்த முயற்சித்த ஒரு ஏழைத் தாய் தன் மகளிடம் அவள் எல்லா வசதிகளும் கிடைக்கின்ற குடும்பத்தில் திருமணம் செய்துகொள்வாள் என்று கூறினாள் – அவளுக்காக காத்திருக்கும் வேலைக்காரர்கள், விலைமதிப்புமிக்க உடைகள், அணிந்துகொள்ள நிறைய நகைகள் மற்றும் மிக அன்பான கணவன் என எல்லாம் கிடைக்கும் என்றாள். இதைக் கேட்டவுடன், அந்தச் சின்னப் பெண்ணுக்கு தன்னுடைய கனவுகள் எல்லாம் சிதறிப்போவதைப் போல் இருந்தது, அவள் ஏமாற்றத்துடன் தன்னுடைய அம்மாவைப் பார்த்துக் கேட்டாள், "ஆனால் அம்மா, அங்கே எனக்கு சாப்பிட ரொட்டி கிடைக்குமா?" இந்த இரண்டு விஷயங்களிலும், ஒருவர் தன் கனவில்கூட பட்டினி கிடப்பதைப் பற்றி நினைத்துப் பார்த்ததில்லை, மற்றவரோ ரொட்டிதான் மிக முக்கியமான பணக்கார உணவு என்கிற அளவுக்கு பட்டினியால் பாதிக்கப்பட்டிருக்கிறார்.

நாமும் அதேபோன்ற சூழ்நிலையில்தான் இருக்கிறோம். நமக்கு சாப்பிட போதுமான அளவுக்கு ரொட்டி

கிடைத்துவிட்டால் அதுவே அபரிமிதமான ஆதாயம் என நினைத்துக் கொள்கிறோம். ரேஷன் பொருட்கள் பண்டகசாலையில் இருந்தே திருடப்பட்டு, உயர்மட்ட அதிகாரிகள் அனைவரும் அதில் தங்களுக்கான பங்கை நிர்ணயித்துக்கொள்வது சிறைச்சாலையில் ஒரு வழக்கமான நடைமுறை. அந்த ரேஷன்கள் சமையல்கட்டை அடைந்தவுடன் வார்டனும் தன் பங்கை எடுத்துக்கொள்வார். சிறைச்சாலையில் உற்பத்தியாகும் பச்சைக் காய்கறிகள் வெளியே விற்கப்பட்டு அந்தப் பணமும் பங்கு பிரிக்கப்படும்.

ஃபதேகர் சிறைச்சாலையில், எங்களுக்கு நீர்த்துப்போன மஸூர் தால் (சிவப்பு அவரை) வழங்கப்பட்டது. அதை கெட்டியாக்க கொஞ்சம் மாவு சேர்க்கப்பட்டது. அந்த சேர்மானத்தில் சின்னஞ்சிறு புழுக்கள் மிதக்கும். அவற்றை வெளியே எடுத்துப் போட்டுவிட்டுதான் எங்கள் ரொட்டிகளை அதில் நனைப்போம். அந்தப் பருப்பில் ரொட்டிக்களை போட்டு, அப்படியே பிசைந்து, கொஞ்சமும் கவலைப்படாமல் சாப்பிடும் சிறைவாசிகளைப் பார்க்கும்போது எனக்கு அருவருப்பாக இருக்கும். இந்தக் கெட்டுப்போன பருப்பு தீர்ந்தவுடன், டிசம்பர் மற்றும் ஜனவரி மாதங்களின்போது இரண்டு வேளையும் எங்களுக்கு அரிசி சாதம் வழங்கப்பட்டது. எனக்கு அரிசி சாதம் பிடிக்கும் என்றாலும், எங்களுக்கு இங்கே கிடைத்தவற்றைப் பற்றி விவரிப்பதே கடினம். அது கெட்டுப்போன வேகவைத்த அரிசியா அல்லது மசிக்கப்பட்ட கஞ்சியா என்பதைக்கூட சொல்வது கடினம். தாலியாவில் எறும்புகள் காணப்படுவது சாதாரணம். ஒருநாள், என்னுடைய பாசறையில் சாப்பிட்டுக்கொண்டிருந்தபோது, மஸூர் தாலில் ஒரு மாங்காய் வற்றல் துண்டு இருப்பதைக் கண்டேன். அந்த நாட்களில் அடிக்கடி மின்சாரம் நின்றுபோகும், அதனால் விளக்கின் மங்கிய ஒளியில் அதை என்னால் சரியாக இனம்காண முடியவில்லை. சீக்கிரத்திலேயே, நான் சப்பிக்கொண்டிருந்தது மாங்காய் துண்டு அல்ல என்பதையும், அது ஒரு செத்துப்போன கரப்பான் பூச்சி என்பதையும் கண்டுகொண்டேன். சிநேரங்களில், நாங்கள் ரொட்டிக்களையும் உப்பையும்தான் சாப்பிட வேண்டியிருந்தது. காய்கறிகளின் பெயரில் சாப்பிடத் தகுதியில்லாத அழுகிய நாற்றமடிப்பவற்றையே சாப்பிட்டோம். அதன் விளைவாக, பெரும்பாலான சிறைவாசிகள் தீவிர வயிற்றுப் பிரச்சினைகளால் பாதிக்கப்பட்டார்கள். டயரியாவும் வயிற்றுப்போக்கும் சகஜமான பிரச்சினைகளாய் இருந்தன. வெளிறிய, ஒட்டிப்போன முகங்களையுடைய ரத்தசோகையுள்ள கைதிகள் மருத்துவமனைக்கு செல்ல வேண்டியிருந்தது, அங்கிருந்தும்கூட அவர்கள் சில பொதுவான மாத்திரைகள் அல்லது போலி

மருந்துகளை கொடுத்து திருப்பி அனுப்பப்பட்டார்கள். அதேநேரம், நிஜமான மருந்துகள் மருத்துவர்களாலும் கம்பவுண்டர்களாலும் ரகசியமாக வெளியில் விற்கப்பட்டன.

ரொட்டிக்கு மாவு பிசையும் கைதிகளை கடுமையாக வேலை வாங்குவதற்காக அவர்களை தோல் பட்டையாலோ அல்லது துடைப்பத்தாலோ அடித்தார்கள். அவ்வளவு பெரிய அளவு மாவை பிசைவதால் அவர்களுடைய விரல்கள்கூட உடைந்துபோயின. நினைவு தப்பிய பின்னரும்கூட அவர்களை அடித்து விளாசினார்கள். இப்படிப்பட்ட வேலை பலம் குன்றிய கைதிகளுக்கு தரப்படும்போது, அவர் பயங்கரமாக குழம்பிவிடுவார், அழுதபடியே அவர் மாவை சிமெண்ட் தொட்டியில் போட்டு காலாலேயே பிசைந்துகொண்டிருப்பார். சமையலறையில் நடக்கின்ற கைகலப்புகளும் அடிகளும் எனக்கு எப்போதுமே கேட்டுக் கொண்டிருக்கும். வெப்பத்திலேயே நின்றுகொண்டிருப்பதால் பெரும் தணல்களுக்கு மேலாக நின்றுகொண்டு ரொட்டி சுடும் சிறைவாசிகளின் நிறமானது கறுத்துப்போய் காணப்படும். அப்படிக் கறுத்த தோல்கள் அவர்களுடைய தாடை எலும்புகளுக்கு மேல் நீண்டிருப்பது அவர்களுடைய எரிச்சலான முகங்களை பயங்கரமாக தோன்ற வைக்கும். இத்தகைய பயங்கரமான சூழ்நிலையில், சமையலறையிலிருந்து ரேஷன்களைத் திருடுவதில் எல்லாக் கைதிகளுமே ஒத்துழைக்கத்தான் வேண்டியிருந்தது.

மதம், சாதி அல்லது சமூக அந்தஸ்த்தின் அடிப்படையில் வேலைகளை பிரித்துக்கொடுக்கச் சொல்லி எந்த சிறைச்சாலை விதி புத்தகத்திலும் குறிப்பிடவில்லை என்றாலும், அதிகாரிகள் தங்களுடைய பார்ப்பனிய மனநிலையின் காரணமாக சாதி அடிப்படையில் வேலைகளை நிர்ணயித்தார்கள். சுத்தப்படுத்தும் வேலைகள் கமார், பாஸி, டோபி, தனுக் போன்ற ஒடுக்கப்பட்ட சாதியைச் சேர்ந்த கைதிகளுக்கு வழங்கப்பட்டன. ஒரு கமான் துணி துவைக்க வேண்டியிருந்தால் அந்த வேலையானது பரம்பரையாக டோபி சாதியைச் சேர்ந்த கைதிகளுக்கே வழங்கப்பட்டது. ஒரு 'மேல் சாதி' ஆள் எத்தகைய கல்வித்தகுதி கொண்டிருந்தாலும் அவர் சிறையதிகாரியாலோ அல்லது பிற அதிகாரிகளாலோ தங்களுடைய பியூன், எழுத்தர், அல்லது கோடாமி (பண்டகசாலை காப்பாளர்) வேலைக்கு எடுத்துக்கொள்ளப்பட்டார். ஆதிக்க சாதியினரைச் சேர்ந்த படிக்காத நபர்கள்கூட ஸஃபாய் கமானில் (சுத்தப்படுத்தும் பிரிவு) வேலைக்கு அமர்த்தப்படவில்லை; பதிலாக அவர்கள்

சூட்-கட்டாய் (பின்னல்) மற்றும் தேரா கமான் (அரசாங்கத்தால் கொள்முதல் செய்யப்படுகின்ற பெரும் ராணுவ கூடாரங்கள் மற்றும் பிற பொருள்கள் தயாரிக்கப்படும் இடம்) ஆகியவற்றில் சேர்க்கப்பட்டனர். ஒரு சாமர்த்தியம் வாய்ந்த பூசாரிபோன்ற ஒரு ஆள் ஃபதேகர் மத்திய சிறையில் அடைக்கப்பட்டான். காலையில், எண்ணிக்கை முடிந்த பின்னர், தோட்டத்தில் இருந்து பூக்களைப் பறித்துவந்து அவற்றை சிறையதிகாரியின் மேசை மீது வைத்துவிட்டு, தான் ஒரு பார்ப்பன பூசாரி என்று கைகளை கட்டியவாறே கூறினான். அவனுக்கு மலர்ப் படுகைகளை சுத்தம் செய்யும் வேலை தரப்பட்டது, அன்றைய நாளில் இருந்து அதிகாரிகளுக்கு பூக்களை கொண்டுசெல்வது அவனது தினசரி வாடிக்கையாகிவிட்டது. சிலசமயங்களில் அவன் ஒழுங்கில்லாத மந்திரங்களை உச்சரிப்பான், மத விசேஷங்களின்போது அதிகாரிகளின் இடுப்பில் மங்களகரமான சிவப்புக் கயிறு அல்லது கலவா எனப்படுவதை கட்டிவிடுவான். அவனுக்கு வாய்ப்பு கிடைத்த போதெல்லாம், பேசிக்கொண்டிருக்கும்போதே பிரசங்கம் செய்யத் தொடங்கிவிடுவான், தன்னுடைய அறிவையும் ஞானத்தையும் காட்ட தனக்கு கிடைக்கும் வாய்ப்பை அவன் தவறவிட்டதே இல்லை. மலர்ப் படுகைகளை சுத்தம்செய்து ஒழுங்குபடுத்தும் வேலையைப் பொறுத்தவரையில், எல்லா வேலைகளுமே பின்தங்கிய சாதியினர் அல்லது தலித் சமூகங்களை சேர்ந்த சிறைவாசிகளாலேயே செய்யப்பட்டன.

இந்திய சமூகத்தின் சாதியால் பீடிக்கப்பட்ட கட்டமைப்பு சிறைச்சாலை அமைப்பில் மிகவும் சிக்கலாக ஊடுருவியிருக்க, அங்கே ஊழலும் பெருத்துப் போயிருந்தது. ஹர்தோய் மாவட்ட சிறைச்சாலையில், ஒருமுறை வசதியான பார்ப்பன கைதி ஒருவனுக்கு மலம் அள்ளும் வேலை தரப்பட்டது, அந்த அவமானத்திற்குரிய வேலையில் இருந்து அவனை விடுவிப்பதற்கு சிறை அதிகாரிகள் அவனிடமிருந்து மிக எளிதாக பணத்தை கறந்துவிட்டார்கள். இது ஒரு பயன்மிக்க உளவியல் ஆயுதமாக செயல்பட்டது. அவன் உள்ளே கொண்டுவரப்பட்டு, அவனிடமிருந்து பெரும் தொகை முறையாக கறக்கப்பட்டது. தலித் மற்றும் சாமானிய கைதிகளிடம் இருந்து பணத்தைக் கறப்பது வழக்கமானதுதான், இதற்கு குறிப்பிட்ட புத்திசாலித்தனமெல்லாம் தேவைப்படவில்லை. அவர்களைப் பார்க்க வருகிறவர்கள் பணம் கொண்டுவர வேண்டும், அவ்வளவுதான். அவர்களிடமிருந்து பணத்தை சேகரிக்க ஒரு குறிப்பிட்ட வார்டன்கூட இருந்தார். கொடுப்பதற்கு எதுவுமில்லாத ஏழை தலித்

பார்வையாளர்கள், கைதிகளை எப்போதாவது பார்த்து வருவதற்காக எப்படியோ கொஞ்சம் பணம் சேர்த்து வைத்துக்கொள்வார்கள். சிறை ஊழியர்கள் தலித்துகளிடமிருந்து முதுகை முறிக்குமளவுக்கு வேலை வாங்குவார்கள், வயதையோ உடல்திறனையோ பொறுத்து எத்தகைய விதிவிலக்கும் அளிக்கப்பட மாட்டாது. கைதிகளிலேயே மிகவும் பாவப்பட்டவர்கள் யாரென்றால் அது தலித்துகள்தான். சாதிய உணர்வானது சிறைச்சாலைப் பணிகளில் வெறுமனே சத்தமில்லாமல் பரவிக் கிடக்கவில்லை. அது உணர்வுப்பூர்வமாக குரலெழுப்பவும் செய்தது. கௌரிஷங்கர் என்பவன் பிரபலமான முறையில் கௌரியா என்று அழைக்கப்பட்டான். மேலும், ஒரு லேசான சீண்டலிலேயே சண்டை சச்சரவில் இறங்கிவிடுகின்ற கோளாறான ஆள் என்பதால் அவனை ‘பக்காத்’ என்றும் அழைத்தனர். கௌரி உயரமாகவும், மிகுந்த கறுப்பாகவும் இருந்தான். பொதுவாகவே அவன் அமைதியானவன், ஆனால் அவன் யாரிடமாவது பேசினான் என்றால் அது சம்பந்தமில்லாமலும், தேவையில்லாததாகவும்தான் இருக்கும். கோடைகாலங்களில் ஒரு ஜோடி உள்ளாடைகளைத் தவிர்த்து அவன் வெற்றுடம்புடனே இருப்பான். பார்ப்பனியத்திற்கு எதிராக இருப்பதுதான் அவனுடைய மிகப்பெரிய பலம் அல்லது பலவீனம், அதை அவன் எந்த ஒரு விவாதத்திலும் அல்லாமல் தன்னுடைய பழிதூற்றல்கள் வழியாகவே செய்துவந்தான். அவனுடைய மூர்க்கதனத்தை அறிந்த பார்ப்பன சிறைவாசிகள் அவனுடன் வாதம் செய்வதற்கு பதிலாக அவனை தவிர்த்துவிடவே முயற்சித்தனர். வட்டத்தின் இளநிலை சிறையதிகாரியான பி.டி.ஷர்மா ஒரு பார்ப்பனர். கௌரியாவின் நடவடிக்கைகள் அவ்வப்போது அவர் காதுகளை எட்டின, அவனை அடக்கிவைக்க அவர் ஒரு திட்டம் தீட்டினார். ஆறேழு நாட்களுக்கு ஒருமுறை அவன் வட்ட அலுவகத்திற்கு அழைக்கப்படுவான். சிறையதிகாரி கத்திய உடனே, கௌரியா உடனடியாக சேவல் நிலையில் தன் காதுகளில் கைகளை வைத்தபடி குந்தவைத்து உட்கார்ந்துவிடுவான். சிறையதிகாரி அவனை அடிப்பதற்கு ஒரு லத்தியை கொண்டுவரச் சொல்வார், அதுவே அவனை பயத்தில் ஓடவைத்துவிடும். இது கௌரியாவின் பார்ப்பன எதிர்ப்பு மனப்போக்கிற்கான பழிவாங்கல் அல்ல, அது அவனுடைய கட்டுத்தளையற்ற பேச்சுக்களை கட்டுப்படுத்துவதற்காகத்தான். ஒருநாள் அவன் சேவல் தண்டனைக்கு அழைக்கப்பட்டபோது, அவன் சிறையதிகாரியிடம் கூறினான், “ஹுஸூர்! இன்றைக்கு வேறு ஏதாவது பறவையை வைத்துக்கொள்ளலாமே.” அந்த சிறையதிகாரி லத்தியை தரையில் அடித்து அவனை அப்பால் விரட்டியடித்தார்.

எங்களுடைய பாசறையில், என்னுடைய படுக்கை கௌரியாவிற்கு அடுத்திருந்தது. அவன் சாதாரணமாக என்னுடன் உளறிக்கொண்டிருக்க மாட்டான், ஆனால் இரவில் அவன் தன்னுடைய கடந்தகால கதைகளை உளறுவான், பஸ்ரா மற்றும் பாக்தாத்தில் ராணுவ சாகசங்கள் மற்றும் கடலில் செய்த பயணங்களைப் பற்றி அற்புதமான கதைகள் சொல்வான். பிரிட்டிஷ்காரர்கள் சாதாரண கிராமத்தவர்களையும் ராணுவத்தில் சேர்த்துக்கொண்ட இரண்டாம் உலகப்போர் நடந்த நாட்களைப் பற்றித்தான் அவன் பேசுகிறான் என்பதை என்னால் யூகிக்க முடிந்தது. கௌரியாவும் அதில் சென்று சேர்ந்திருக்கலாம். மாலையில் பாசறைகள் மூடப்படும் முன்னதாக அவன் என்னுடைய மண்பாண்டத்தில் தண்ணீர் நிரப்பி வைத்து, அதை மூடியிட்டு இரண்டு படுக்கைகளுக்கு இடையில் இருக்கும் குறுகலான இடமாகிய ஜிர்ரியில் வைத்துவிடுவான். இதற்காக நான் அவனுக்கு வேண்டுமென்றே நன்றி தெரிவித்ததில்லை.

சிலபோது, மாலைநேரங்களில் மல்லாக்க படுத்துக்கொண்டு அவன் திட்டத் தொடங்கிவிடுவான், "இந்தப் பூணூல் போட்டவர்கள் அழிந்துபோக! நாசமாய்ப்போன நாமக்காரர்கள்!" என்பான். ஆனால், அவனுடைய படுக்கைக்கு அடுத்த படுக்கையில் இருக்கின்ற ஆசிரியரும், சிறைச்சாலையின் எழுத்தருமாகிய பாண்டே-ஜி அவனைத் திட்டும்போதுதான் அமைதியாகிப் படுப்பான். அருகாமையில் இருக்கும் மற்றொரு படுக்கையில் உள்ள ராம்கோபால் பாண்டா இந்த கத்தல்களால் நடுங்கிப்போவார். பாண்டா ஒரு மீசையும் தாடியும் கொண்ட அறுபத்தைந்து வயது முதியவர். அவ்வப்போது, பிரார்த்திப்பதற்கான நேரத்தை எடுத்துக் கொள்வார். கௌரியா செய்யும் அவதியால் பாதிக்கப்படும்போதெல்லாம் பாண்டா-ஜி என்னிடம்தான் புகார் செய்து, வலியை பகிர்ந்துகொள்வார். அவர், பங்கார்மாவில் இருந்து நான்கைந்து கிலோமீட்டர் தொலைவில் அமைந்திருக்கும் கங்கை ஆற்றுக்கு அருகாமையில் உள்ள நாபத்கன்ஞ் எனும் கிராமத்தைச் சேர்ந்தவர். பாண்டாக்களிடையே யார் பெரியவர் என்ற சண்டையோடு சம்பந்தப்பட்ட கொலைக்காக அவர் சிறைவாசம் அனுபவித்துக் கொண்டிருந்தார்.

ஒரு குளிர்கால நாளில், பாண்டா-ஜி பாசறையின் வெளிப்புற சுவரில் சாய்ந்து வெயில் காய்ந்துகொண்டிருந்தார். அது எங்களுக்கு வேலையில்லாத நாள். பாண்டா-ஜிக்கு சற்று தள்ளி நின்றுகொண்டிருந்த கௌரியாவும் சுவரில் சாய்ந்திருந்தான்.

அவன் தனது ஒரு காலை மற்ற கால்மீது போட்டுக்கொண்டு, தன்னுடைய செருப்பு பாண்டா-ஜியை பார்த்தபடி இருக்குமாறு வைத்துக்கொண்டான். தொடர்ந்து காலை ஆட்டிக்கொண்டிருந்த அவன் வேண்டுமென்றே பாண்டா-ஜியைப் பார்ப்பதும் பிறகு தன் செருப்புக் காலை பார்ப்பதுமாக இருந்தான். இது அப்படியே கொஞ்ச நேரத்திற்கு நடந்துகொண்டிருந்தது. முடிவில், கோபத்துடன் அந்த சுவற்றை விட்டுச் சென்ற பாண்டா-ஜி சிறையதிகாரியிடம் புகார் தெரிவித்துவிட்டார். சிறையதிகாரி கௌரியாவை அழைத்துவரச் செய்தார், தான் வெறுமனே சுவற்றில் சாய்ந்து வெயில் காய்ந்துகொண்டிருந்தேன் என்றான் அவன். அவனை துரிதகதியில் அடித்து வெளியே தூக்கிப்போட்டார்கள். திரும்பி வந்ததும், அவன் சிறைவாசிகளுடன் வெயிலில் உட்கார்ந்துகொண்டான். அவனுடைய உறுமல் மறுபடியும் தொடங்கிவிட்டது, “நாசமாய்ப்போன நாமக்கார, பூணூல் போட்டவர்களின் சகோதரிகளையும் மகள்களையும் ‘மேய்ந்து’ தள்ள!”

கடைசிவரையிலும், சாதிய வகையில் மேல்தட்டு அஹிர் வகுப்பைச் சேர்ந்தவனாக இருந்தபோதிலும்கூட, கௌரியா ஏன் பார்ப்பனர்களால் மிகவும் வெறுக்கப்பட்டு வந்தான் என்பதை என்னால் புரிந்துகொள்ள முடியவில்லை. ஒருவேளை பார்ப்பனர்கள் அவனுடைய கிராமத்தில் உள்ள யாரையாவது கடந்தகாலத்தில் சுரண்டியிருக்கலாம். அது என்னவாயினும், அதை அவன் மனதார எடுத்துக் கொண்டுவிட்டான் என்பது மட்டும் நிச்சயம். அவனுடைய பேச்சு சித்தாந்த தெளிவுடனெல்லாம் இல்லை, ஆனால் ஆற்றுப்படுத்தவே முடியாத தனிப்பட்ட வெறுப்பாகவே இருந்தது.

ஹோலி, ரமலான், ஜனவரி 26 மற்றும் ஆகஸ்ட் 15 ஆகியவைதான் எங்களுடைய மிகப்பெரிய பண்டிகைகள். அது நாங்கள் ஒன்றும் பெரிய தேசபக்தர்கள், தேசியவாதிகள் அல்லது உண்மையான முஸ்லீம்கள் என்பதற்காக அல்ல, இந்த நாட்களில் நல்ல உணவு கிடைக்கும், அது எங்களுக்கு மற்ற எதையும்விட மிகப்பெரியதாக தெரிந்தது. 1977, ஜனதா ஆட்சிகாலத்தில் வாரத்திற்கு ஒருமுறை நல்ல உணவும், நாளைக்கு ஒருமுறை தேநீரும் கிடைத்தது என்றாலும், யதார்த்தத்தில் சிறைவாசிகளைக் காட்டிலும் சிறையதிகாரிகளும் பணியாளர்களும்தான் அதிக பயனடைந்தார்கள். சமையல்கட்டில் இருந்து சமையல் எண்ணை மற்றும் டால்டா போன்றவற்றை டின் கணக்கில் திருடுவது அவர்களுக்கு சுலபமாகிப்போனது. அதன் விளைவாக, சிறிதளவு எண்ணையில் பொறிக்கப்பட்ட

பூரிக்களும், தன்னையே நொந்துகொள்ளக்கூடிய அல்வாக்களும்தான் எங்களுக்கு கிடைத்தன, அந்த அல்வா மலத்தைப் போல் தோன்றும் வெல்லப்பாகாக சமைக்கப்பட்டிருக்கும்.

1975-இல், என் உடல்நிலை மிகவும் மோசமானது, அவ்வப்போது இருட்டிக் கொண்டு வந்துவிடுவதால் எனக்கு வேலைசெய்வதே கஷ்டமாகிவிட்டது. என் வேகம் குறைந்தது. ஒவ்வொரு நாளும் நான் மருத்துவமனைக்கு சென்றேன், ஆனால் யாரும் என்னுடைய பிரச்சினைகளை கேட்கவே இல்லை. கடைசியில், நான் முதன்மை மருத்துவ அதிகாரியையே போய்ப் பார்த்துவிட்டேன், இருந்தாலும் அது என்னைத் தனிமைச் சிறையில் தள்ளிவிடும் என்பது எனக்குத் தெரியும், என்னுடைய உபாதை ஒரு முடிவுக்கு வருமளவுக்கு அங்கு மரணமே நேர்ந்தாலும் சரி என்றுதான் நான் நினைத்தேன். நான் ஆச்சரியப்படும் வகையில் அந்த மருத்துவர் என்னை சேர்த்துக் கொண்டார். ஒரு வாரத்திற்குள்ளாகவே என்னுடைய நிலை மோசமானது, என் உடல் சூடு தணியவே இல்லை. என்னால் நடக்க முடியவில்லை, படுக்கையில் இருந்து புரண்டு படுக்கக்கூட முடியவில்லை. அந்த மருத்துவருக்கு தினமும் தகவல் தெரிவிக்கப்பட்டது, அவரும்கூட தினசரி என்னை வந்து பார்த்தார். மரணம் நெருங்கி வருவதைப் போல் உணர்ந்தேன். இறுதியில் அது மஞ்சள் காமாலை என்று உறுதியானது. இந்த காலகட்டத்தில், டாக்டர் கோபால் குப்தா என்னிடத்தில் மிகவும் அக்கறையுடன் நடந்துகொண்டார். தொடர்ந்து பலமுறை ஊசிகள் போடப்பட்டன, குளுக்கோஸ் ஏற்றப்பட்டது. நான் குணமாக ஐந்தாறு வாரங்கள் ஆயிற்று. என் ஆரோக்கியத்தைப் பேணிக்காத்து மீட்டுக் கொண்டுவர, என் சொந்த மாவட்டத்தைச் சேர்ந்த சியாராம் சைனி மற்றும் கிருஷ்ணா பால் சிங் ஆகிய இரண்டு சிறைவாசிகளுக்கும் பட்ட கடனை எப்படித் திருப்பியளிப்பதென்று எனக்குத் தெரியவில்லை.

நான் மருத்துவமனையில் இருந்த காலத்தில், நோயுற்ற சிறைவாசிகளுக்கு அளிக்கப்பட்ட பல குவிண்டால்கள் பாலில் பாதிக்கும் மேற்பட்டவை அதிகாரிகள் வீட்டைத்தான் அடைகின்றன என்பதைத் தெரிந்து கொண்டேன். பால்போன்றே தோன்றக்கூடிய தண்ணீர்தான் கைதிகளுக்கு வழங்கப்பட்டது. நல்ல மருந்துகள் யாவும் மருத்துவமனை ஊழியர்களால் திருடப்பட்டன. மருத்துவமனைக்கு பழங்களை கொண்டுவரும் ஒப்பந்ததாரர்கள் அந்த அழுகிய பழங்களுக்கு கடும் கட்டணம் வசூலித்தனர். கைதிகளின் மருத்துவமனை சீருடைகள் மற்றும் அவர்களுடைய படுக்கை விரிப்புகள் போன்றவை, உயர்

அதிகாரிகள் வருகைபுரிவார்கள் என்று எதிர்பார்க்கப்பட்டால் மட்டுமே மாற்றப்பட்டன. அந்த அதிகாரி மருத்துவமனையை விட்டுச் சென்ற உடனேயே சுத்தமான உடைகளும் படுக்கை விரிப்புகளும் எடுத்துச் செல்லப்பட்டன. நிராதரவான நோயாளிகள் மண்ணேறிய படுக்கைகளில் அழுக்கான உடைகளுடன் படுத்துக் கிடப்பார்கள். பூச்சிக்கள் தொற்றிய படுக்கைகளில் இருந்த பூச்சிகள், சிறை அதிகாரிகளின் அதே அர்ப்பணிப்புடன் கைதிகளின் ரத்தத்தை உறிஞ்சிக் கொண்டிருந்தன.

மாறுகண் கொண்ட ஒரு வழுக்கைத்தலை கம்பவுண்டருக்காக மூன்று நான்கு லிட்டர் பால் தயிராக்கப்பட்டிருக்கும். காலையில் அவர் வந்த உடனே அவருடைய அடிப்பொடிகள் அவருக்கு லஸ்ஸி செய்து தருவார்கள். அதைக் குடித்து முடித்த பின்னர் மருத்துவமனையை சுற்றிவரும் அவர் நோயாளிகளைப் பார்த்து வசைமாரிப் பொழிவார். இது ஒருநாளில் பலதடவை நடக்கும்.

நான் குணமானதும், என்னுடைய மாஸி (இவர் என் அம்மாவின் தங்கை, நான் ஏற்கனவே மாஸி என்றழைத்த என் மனைவியின் அம்மா அல்ல) மற்றும் என் மனைவி ஆகியோர் என்னைப் பார்க்க வந்தனர். என் மனைவியின் தூண்டுதலில், என் அனுமதியில்லாமல் அவள் வேலைக்குச் சென்றால் நான் அவளை விரும்பாமல் போய்விடுவோனோ என அவள் பயப்படுகிறாள் என்று மாஸி என்னிடம் கூறினார். என்னுடைய நண்பரும் காம்ரேடுமான அஷய் ஷகால் பொம்மைகள் தயாரிக்கும் பிளாஸ்டிக் தொழிற்சாலை ஒன்றை கான்பூரில் வைத்திருந்தார். துலாரிக்கு ஷகால் அவ்வளவாக கஷ்டமில்லாத வேலை ஒன்றை போட்டுக் கொடுத்தார், இதனால் தன்னுடைய வாழ்வாதாரத்தை அவளால் ஈட்டிக்கொள்ள முடிந்தது. ஷகாலின் மனைவியும் அவளை மதித்து உதவிகள் செய்தார். ராம்துலாரி இப்போது கான்பூரில் என்னுடைய அம்மாவுடன் அவளுடைய சகோதரன் வீட்டில் வசித்துவந்தாள். தன்னுடைய அடிப்படைத் தேவைகளுக்காக அவள் மற்றவர்களை சார்ந்திருக்க வேண்டியதில்லை என்பது எனக்கு மகிழ்ச்சியாயிருந்தது.

ஒன்று அல்லது இரண்டு மாத இடைவெளிகளில் என் மனைவி என்னை வந்து பார்த்துச் சென்றாள். என் கடிதங்களை ரகசியமாக சுமந்துசென்ற அவள் வெளியுலகத்தைப் பற்றிய செய்திகளையும் எனக்குத் தெரிவித்தாள். ஆனால், அவளுடைய எதிர்கால வாழ்க்கையைப் பற்றிய சிந்தனை என்னைக் கவலைப்பட வைத்து, வாழ்க்கையை கடினமாக்கியது.

12

எமர்ஜன்ஸி என்ற மிகப்பெரிய சிறைச்சாலை

கைதிகள் படிப்பதற்கு சிறையில் நூலகம் என்பதே கிடையாது. தனிப்பட்ட முறையில் செய்தித்தாள்கள் வருவதும் கிடையாது. ஒவ்வொரு வட்டத்திற்கும் வரவேண்டிய செய்தித்தாள் நேராக துணை சிறையதிகாரி அலுவலகத்திற்கு சென்றுவிடும். அவருக்குப் பிறகு, பியூன், எழுத்தர், பண்டகசாலை காப்பாளர் போன்று சலுகைபெற்ற சில குற்றவாளிகள் கைகளுக்கு செல்லும். மேலே குறிப்பிட்டுள்ள பலதரப் பணிகளைச் செய்வதன் காரணமாக, துணை சிறையதிகாரியின் அலுவலகத்திற்கு வெளியிலோ அல்லது பாசறைகளிலோ சில கல்விகற்ற சிறைவாசிகளுக்கு செய்தித்தாள்களை படிக்க அவ்வப்போது வாய்ப்பு கிடைக்கும்.

ஜூன் 26,1975 அன்றைய மாலைப்பொழுதில், தொழிலகங்களில் இருந்து பாசறைகளுக்கு கைதிகள் திரும்பிவந்தபோது, சிறையதிகாரி அலுவலகத்தைச் சேர்ந்த ஒரு சிறைவாசி-பியூனிடம் செய்தித்தாள் தரும்படி கேட்டிருந்தேன். அதன் முகப்புப் பக்கத்தில் எமர்ஜன்ஸி என்று கொட்டை எழுத்தில் தலைப்பிடப்பட்டிருப்பதை பார்த்தேன், அந்த செய்தித்தாள் முழுவதுமே அது சம்பந்தப்பட்ட செய்திகள்தான் இடம்பெற்றிருந்தன. ஆசிரியர் பத்தியில் எதுவுமே எழுதப்படாமல் ஒரு கேள்விக்குறி மட்டும் இடம்பெற்றிருந்தது. அது பல விஷயங்களையும் சொல்லாமல் சொன்னதால் பெரும் ஆர்வமேற்பட்டது.

அவசர அவசரமாக, அந்த செய்தித்தாளின் எல்லாத் தலைப்புகள் மற்றும் துணைத் தலைப்புகளையும் ஆராய்ந்தேன். தொந்தரவுபடுத்தக்கூடிய வகையில் தோன்றிய எண்ணங்கள் என்னை சலனப்படுத்தின. எனினும், ஆசிரியர் பத்தியில் அந்தக் கேள்விக்குறியை நான் பார்த்திருந்தது, என் நனவிலி மனதில் ஒரு மங்கிய நம்பிக்கை கீற்றை கொண்டுவந்தது. எதிர்ப்பு நிலவும் காலத்தில்கூட தன்னுடைய சுதந்திரத்தை மீட்டெடுக்கும் வழியை மனிதன் நிச்சயம் கண்டெடுப்பான், அதுவே எதிர்காலத்தில் முழுமையான சுதந்திரத்திற்கு இட்டுச்செல்லும்.

என் நினைவுக்குத் தெரிந்தவரையில், அது பெரும் எண்ணிக்கையில் விற்பனையான தெய்னிக் ஜகாரன் என்ற பத்திரிக்கைதான் என நினைக்கிறேன். மற்ற அச்சு ஊடகத்தைப் போன்றே, அதனுடைய உரிமையாளரும் பத்திரிக்கையாளர்களும் இந்த அவசரநிலை அரசாட்சியால் குறிவைக்கப்பட்டார்கள். ஆனாலும்கூட, எமர்ஜன்ஸி காலகட்டத்தில் இந்திரா காந்தி கான்பூருக்கு வருகை தந்தபோது, இதே பத்திரிக்கையின் ஆசிரியர்தான் அவரை முன்னின்று வரவேற்றார் என்பதை பின்னாளில் தெரிந்துகொண்டபோது அதிர்ச்சியாகவும் இருந்தது. (பின்னாளில், அவர் பிஜேபி தலைவர் எல்.கே.அத்வானிக்கு நெருக்கமானவராகி, ராஜ்ய சபா உறுப்பினராகவும் ஆனார்.) எனக்குச் சொல்லத் தெரிந்தவரையில், ஜனசங்கம் மற்றும் ஆர்எஸ்எஸ் தொண்டர்களுக்கு, ஆசிரியர் பக்கத்தில் ஒரு கேள்விக்குறியை இடுதல் என்பது அப்படியான பிரச்சினைக்குரிய நேரங்களில் பத்திரிக்கையின் விற்பனையை அதிகரிப்பதற்கான ஒரு வணிக உத்தி மட்டுமே; எதிர்காலத்தில் ஒடுக்கப்படலாம் என்ற பயத்திலேயே அவசரநிலையிடம் தாங்கள் சரணடைவதற்கான பிற வழிகளைகளையும் அவர்கள் கண்டுபிடித்திருந்தனர்.

சிறையில் இருந்து விடுபடுவேன் என நான் தக்கவைத்திருந்த சிறு நம்பிக்கையும் இப்போது பயனற்றதாய்த் தோன்றியது. எமர்ஜன்ஸி அறிவிக்கப்பட்ட சூழ்நிலைகள் அது முடிவில்லாமல் நீண்டுசெல்லுமோ என்ற தோற்றத்தைத்தான் தந்தன, அல்லது அது மேலும் உயர்த்தப்பட்டிருக்குமானால், இந்திரா காந்தி அப்போதே இந்த நாட்டின் ஜனநாயகக் கட்டுமானத்தை அழித்துவிட்டிருப்பார். பிரபலமான தலைவர்கள் எல்லோரும் கைது செய்யப்பட்டனர். சிறையில் பயமும் சீற்றமும் தொற்றிக்கொண்டன. அங்கே ஏற்கனவே இருந்தவர்களுக்கு எமர்ஜன்ஸி என்பது சிறிதளவுக்கே வித்தியாசமானது என்பதை ஒப்புக்கொள்ளத்தான் வேண்டும்,

ஆனால் சிறைச்சாலை என்பது வதந்திகள் மற்றும் பரவலான கல்வியறிவின்மைக்கான இடமாகும். தவறாக சித்தரிக்கப்பட்ட பல கதைகள் உலவிவந்தன, அவற்றில் நீதிமன்றத்தால் யாரும் இப்போது விடுதலை செய்யப்பட மாட்டார்கள் என்பதும் ஒன்று. யாரை விடுதலை செய்யலாம், யாரை விடுதலை செய்யக்கூடாது என்பதை இந்திரா காந்திதான் தீர்மானிப்பார். இறுதியாக சுற்றிவந்த மிக விஷமத்தனமான வதந்தி என்னவென்றால், எல்லாக் கைதிகளையும் ஆண்மை நீக்கம் செய்யப் போகிறார்கள் என்பதாகும். நூற்றுக்கணக்கில் பெருகிப்போய்விட்ட அரசியல் கைதிகள் ஃபதேகர் மத்திய சிறையின் பாசறைகளுக்குள் தள்ளப்பட்டார்கள். முதல் மற்றும் இரண்டாவது அரை வட்டங்கள் முழுவதும் இந்த அரசியல் கைதிகளாலேயே நிரப்பப்பட்டன. உள்நாட்டு பாதுகாப்பு சட்டமானது (மிஸா) அரசியல் காரணங்களுக்காக பலருக்கும் எதிராக பயன்படுத்தப்பட்டது. கைதிகளின் எண்ணிக்கை மூவாயிரமாக உயர்ந்துவிட்டது. பாதுகாப்பு பலப்படுத்தப்பட்டு, சிறை ஊழியர்கள் அதிக விழிப்புடன் இருக்க வேண்டுமென அறிவுறுத்தப்பட்டது. ஆனால், கணகாணிப்பாளர் ஜி.எல்.குப்தாவின் சர்வாதிகார மனப்போக்கு இந்த அரச கைதிகளுக்கு முன்பாக அடிபணியவில்லை. புதிதாக வந்தவர்கள் நிர்வாகச் சீர்கேடு மற்றும் கலப்பட உணவு குறித்து, – ‘இது மனிதருக்கான உணவா அல்லது கால்நடைத் தீவனமா’ மற்றும் ‘ஏய் குப்தா, நீ ஒரு கயவாளி, உன்னுடைய அடக்குமுறையை இனியும் பொறுக்க முடியாது’ என்பது போன்ற - காதைப் பிளக்கச் செய்யும் கோஷங்களை எழுப்பினர்.

அவ்வாறு வம்பிழுக்கப்பட்ட ஜி.எல்.குப்தா வருவது கேட்டதுமே கைதிகள் நடுங்கிப் போவார்கள், எதுவும் நடக்கவில்லை என்றாலும் கூட, தலைவர்கள் மீது குண்டாந்தடி தாக்குதல் நடக்கப்போவது உறுதி என நினைத்துக்கொள்வார்கள். இந்தப் பாவப்பட்ட கைதிகள் சிதறிப்போன தங்கள் சுய-கௌரவம் மற்றும் இல்லாத ஆன்மாக்களைக் கொண்டு குப்தாதான் இந்த உலகத்திலேயே மிகவும் அதிகாரம் வாய்ந்த ஆள் என்று நம்பினார்கள். பல பத்தாண்டுகள் சிறைவாசம் அவர்களுடைய உணர்வுகளை மழுங்கடித்துவிட்டது. குண்டாந்தடி ஏந்திய நூறு நம்பர்தார்கள் மற்றும் அவரைச் சுற்றிலும் இருக்கும் வார்டன்கள் மூலமாக குப்தா தன்னுடைய தசை பலத்தை காட்டினாலும், இந்த இரண்டு குழுக்களுக்கும் இடையிலான நெருக்கடி நிலையை பேச்சுவார்த்தை மூலமாகத்தான் தீர்க்க முடியும். தங்களுடைய பெரிய சாஹிப்

ஒன்றும் வெல்லமுடியாதவர் அல்ல என்பதை சிறைவாசிகள் இப்போது உணர்ந்து கொண்டார்கள்.

பெரிய சாஹிப்பின் சடங்கார்ந்த அணிவகுப்பு அரசியல் கைதிகளால் கேலிகிண்டல்களுக்கு உள்ளாக்கப்பட்டது. தங்களுக்கு சந்தர்ப்பம் கிடைத்தபோதெல்லாம் அவர்கள் ஒருமித்த குரலில் இப்படி துதிப்பார்கள்:

சொல்லு அல்லக்கையே, நீ என்ன பார்த்தாய் ?
அபிஷேகம் செய்யாத அரசனைப் பார்த்தேன்.
வேறு என்ன அல்லக்கையே நீ பார்த்தது ?
ஒரு முரடன் ஈ ஓட்டிக் கொண்டிருந்தான்.

வெறிகொண்ட பெரிய சாஹிப் அவர்களுடைய அகங்காரத்தை நசுக்க சரியான சந்தர்ப்பத்தை எதிர்பார்த்து காத்திருந்தார். சீக்கிரமே, அதையும் கண்டுபிடித்துவிட்டார். ஓரிரவு, மிசா கைதியான பங்கஜ் என்பவருக்கு மார்பில் வலி ஏற்பட்டது. இருபது வயதிருக்கும் அவருடைய நண்பர் அவரது உடலை தேய்த்துவிட்டார். அதனால் கட்டில் குலுங்கிக் கொண்டிருந்தது. பணியில் இருந்த வார்டன் ஜன்னல் கம்பிகள் வழியாக எட்டிப்பார்த்து அதைப் பற்றி விசாரித்தபோது, அந்த இளைஞன் அதற்கான காரணத்தை சொன்னார். ஆனால் குப்தாவிடம் நல்லபெயர் வாங்குவதற்காக, அவர்கள் இருவரும் இயற்கைக்கு புறம்பாக உடலுறவு கொண்டார்கள் என்று கொந்தளித்தான்.

இதைக் கேட்டவுடனே, மிசா கைதிகள் எல்லோரும் சீற்றம் கொண்டார்கள். அது ஒரு இரைச்சல் கூடிய தொந்தரவான இரவாகிவிட்டது. அடுத்தநாள் காலையிலேயே, கண்காணிப்பாளர் முன்பாக பங்கஜ் கொண்டுவரப்பட்டார், அதேநேரம் மற்ற கைதிகள் பூட்டியே வைக்கப்பட்டனர். கண்காணிப்பாளர் முன்பு பங்கஜ் ஒரு நாற்காலியில் உட்கார்ந்தபோது, மூர்க்கத்தனமாக தோன்றிய ஒரு பக்கா அவரை பலமாக அறைந்து நாற்காலியில் இருந்து தள்ளினார். குப்தா அவரைத் தடுப்பதுபோல் பாவனை செய்தாலும் அந்தப் பையன் அவருடைய அறிவுறுத்தலாலேயே தாக்கப்பட்டான். இது அரச கைதிகளிடத்தில் பெரும் அதிருப்தியை உருவாக்கியது. இதற்கும் சற்றுநேரத்திற்குப் பின்னர், கைதிகளிடம் விநியோகிக்கப்பட்ட துண்டுப்பிரசுரங்கள் குப்தா வசம் இருந்தன. அவற்றில் இவ்வாறு எழுதப்பட்டிருந்தது:

சொல்லு அல்லக்கையே, நீ என்ன பார்த்தாய்?
ஒரு தலைவர் மற்றவர் மேல் இருப்பதை பார்த்தேன்.
வேறு என்ன அல்லக்கையே நீ பார்த்தது?
குலுங்கும் கொசுவலையைப் பார்த்தேன்.

சிறைவாசிகள் இந்த வார்த்தைகளை பெரும் மகிழ்ச்சியுடன் உச்சரித்து, கத்திக்கொண்டே ஓடவும் செய்தார்கள். அவை எல்லாமே பொய் என்றும், திரிக்கப்பட்டவை என்றும் இந்த அறிவில்லாத பிறவிகளிடம் யார்தான் சொல்ல முடியும். அவர்கள் வெறுமனே "சொல்லு அல்லக்கையே..." என்று கத்திக்கொண்டிருக்கத்தான் விரும்பினார்கள். ஒருவேளை இது அவர்களுக்கு தங்களுடைய பெரிய எஜமான் இல்லாத நேரத்தில் கூச்சல் போடுவதற்கான சுதந்திரத்தை வழங்கியதாலும் இருக்கலாம்.

எமர்ஜன்ஸி கைதிகள் மற்றும் சிறை அதிகாரிகளுக்கு இடையே நடந்த கெடுபிடிப் போரின்போது, ஒரு மிருகம் என்பதற்கு மேலாக தன்னை நடத்தியிராத தன்னுடைய கொடூரமான எஜமானர்களிடம்தான் சாமானிய கைதியின் விசுவாசம் இருந்தது என்பதைக் கண்டு எனக்கு ஆச்சரியமாகத்தான் இருந்தது. அடிமை புத்திகொண்ட இப்படிப்பட்ட கைதிகள் தங்களுடைய எஜமானர்களை சந்தோஷப்படுத்துவதற்கு அரசியல் கைதிகளை திட்டவும், அவர்களுடைய பொருள்களை திருடவும் செய்தார்கள். இப்படிப்பட்டவர்களின் மறைமுக ஆதரவினால், போராட்டக்காரர்களும் அரசியல் கைதிகளும் எங்களுடைய சிறையில் அடித்து நொறுக்கப்பட்டார்கள், இந்த விஷயத்தை, அவை சாதாரண கைகலப்புகள் என பதிவு செய்து அப்புறப்படுத்தினார்கள். நம் நாட்டில், அநேகமாக உலகம் முழுவதும், சிறைச்சாலை அமைப்பின் கட்டமைப்பே நீண்டகால சாமானிய கைதிகளின் ஆன்மாக்களை நசுக்கி கொடூர முரடர்களாக மாற்றிவிடுகிறது, இவ்வாறுதான் அவர்களுடைய மனநிலை சீர்திருத்தம் செய்யப்படுகிறது.

அரசியல் கைதிகள் மற்றும் கிளர்ச்சியாளர்களில் பலரும் பலதரப்பட்ட மாவட்டங்களில் இருந்து கொண்டுவரப்பட்டவர்கள். அவர்கள் தங்களுடைய சொந்த ஊருக்கு அருகில் இருக்கும் சிறைகளில் இருந்து, அவர்களுடைய குடும்பத்திற்கு தெரியாமலேயே இங்கு கொண்டுவரப்பட்டார்கள். அவர்கள் தங்கள் குடும்பத்தைப் பார்க்க ஏங்கினாலும், அது அரிதாகத்தான்

நடக்கும். குறிப்பிட்ட எண்ணிக்கையைக் காட்டிலும் அதிகமாக கடிதம் எழுத அவர்களை அனுமதிக்கூடாது என அதிகாரிகளுக்கு உத்தரவிடப்பட்டது, அதன் ஒவ்வொரு வார்த்தையும் கண்காணிக்கப்பட்டு தணிக்கை செய்யப்பட்டன.

இந்த காலகட்டத்தில், முதல் வட்டத்தைச் சேர்ந்த சிறையதிகாரி ஒரு குடிகாரன், சந்தேகவாதி, கொடூரன் மற்றும் வஞ்சகனாகவும் இருந்தான். அவன் அரச கைதிகளிடம் அக்கறை காட்டினான், ஆனால், அது ஒரு ஏமாற்று வேலை. அவனுடைய நட்பார்ந்த நடத்தையால் ஈர்க்கப்பட்டு, சில மிசா கைதிகள் அவனுடன் அமர்ந்து பேசிக்கொண்டிருப்பார்கள். அந்த அதிகாரியை மகிழ்ச்சிப்படுத்தினால் தங்கள் வீட்டிற்கு கூடுதலாக ஒன்றிரண்டு கடிதங்கள் அனுப்பலாம் என்று அவர்கள் நம்பினர். அவனும்கூட நிறைய கடிதங்கள் எழுத ஊக்கப்படுத்தினான். மாலையில், அவனுடைய மேசையில் நிறைய கடிதங்கள் சேர்ந்தவுடன், அதை தன்னுடைய பியூன் கையில் கொடுத்துவிட்டு, "இவற்றைக் கொண்டுபோய் 'சிராக் அலியிடம்' கொடு," என்பான்.

இது ஒரு பழமையான, புழக்கமில்லாத பாசறைக்கு பின்னால் கொண்டுபோய் எரித்துவிடு என்பதற்கான மறைமுக வார்த்தைகள், அதேநேரம் சிறைவாசிகள் தங்கள் வீட்டில் இருந்து வரவே வராத கடிதங்களுக்காக முடிவின்றி காத்திருப்பார்கள். ராஜ்குமார் என்ற அந்த பியூன் ஒரு பண்பான மனிதர். அந்தக் கடிதங்களை எரிக்க அவர் ரொம்பவே திகைப்புற்றார் என்றாலும் அவருக்கு வேறு வழியுமில்லை. நாங்கள் ஒருவருக்கொருவர் நெருக்கமானவர்கள் என்பதுடன் ஒரே பாசறையில்தான் இருந்தோம். ஒருநாள், சிறைச்சாலை பூட்டப்பட்ட பின்னர், அவரால் எரிக்க இயலாத கடிதங்கள் கொண்ட பையை தன் சட்டைப் பையில் இருந்து வெளியே எடுத்தார். அந்த விஷயத்தில் அவர் என்னிடம் நம்பிக்கை வைத்தார். என்னால் எல்லாக் கடிதங்களையும் படிக்காமல் இருக்க முடியவில்லை. பின்னர் அவற்றை வெல்லப்பாகு மற்றும் பயறு ஆகியவற்றைக் கொண்டு மறைத்து வைத்தோம். இந்தக் கடிதங்களில் தனிப்பட்ட உணர்ச்சிரகமான குரல்கள் நிரம்பியிருந்தன. அவற்றை படித்த பின்னர், அப்படியே உட்கார்ந்து, முழுக்கவே சோர்வுற்ற நிலையில் என் கைகளை தலையில் வைத்துக் கொண்டேன்.

அடுத்தநாள், என் அப்பா என்னைப் பார்க்க வருவதாக இருந்தது. அந்தக் கடிதங்களை நானே எடுத்துக்கொண்டு,

அவற்றை ஒரு பையில் என் அப்பாவிடம் கொடுத்துவிடுவதாக ராஜ்குமாரை ஒப்புக்கொள்ள வைத்தேன். அவற்றை கான்பூரில் அஞ்சல் செய்துவிடும்படி அப்பாவிடம் கேட்டுக்கொண்டேன். குடும்பத்தினர் வருகையின்போதும், சிலசமயங்களில் வருகைக்கு முன்னரும்கூட கைதிகள் முழுமையாக சோதனையிடப்படுவார்கள். அந்தக் கடிதங்கள் என்னிடத்தில் கண்டுபிடிக்கப்பட்டிருந்தால் அது என்னுடைய சாவில்தான் முடிந்திருக்கும். பின்னாளில், ராஜ்குமாரின் உதவியுடன் அந்தக் கடிதங்களை கடத்திச் செல்வதற்கான வேறு வழிகளை கண்டுபிடித்தேன்.

உயர்மட்ட கண்காணிப்பு மற்றும் சோதனையிடப்படுவதற்கான அதிக சாத்தியங்கள் இருந்தபோதிலும், தங்களைப் பார்க்க வருகிறவர்கள் தரும் காகிதப் பணங்களை மறைத்து எடுத்துவர கைதிகள் பல வழிகளை கையாண்டனர். பார்வையாளர் தன்னுடைய தோல்துண்டை மடித்து அதை தரையில் வைத்துவிட வேண்டும் என சிறைவாசி அவருக்கு அறிவுறுத்துவார். அந்த துண்டில் சட்டப்பூர்வமான பொருள்களை வைக்கின்ற பார்வையாளர் அதேநேரத்தில் அதன் மடிப்புகளில் கள்ளச்சரக்கையும் நழுவ விடுவார். பார்வை நேரம் முடிந்ததும் கைதியின் ஆள் மற்றும் அவருடைய பொருட்களை சோதனையிடுவது கட்டாயம், ஆனால் இது ஒரு பாவனையாகத்தான் இருக்கும். கைதி, அதன்பிறகு தன்னுடைய கொள்ளையை பாசறைக்கு எடுத்துச் சென்றுவிடுவார். சிலநேரங்களில், பார்க்க வரும் உறவினர்கள் சில சிகரெட்டுகளில் இருக்கும் புகையிலையை நீக்கிவிட்டு, அவற்றின் குழாய்களில் பணத்தை சுருட்டி வைத்துவிடுவார்கள். இது ஆபத்தானது, ஏனென்றால் அந்தக் கைதி போகும் வழியில் நம்பர்தாரரையோ அல்லது பக்காவையோ எதிர்கொண்டுவிட்டால், சுங்கவரியாக அவர்கள் அந்த சிகரெட்டை எடுத்துக்கொண்டுவிடும் வாய்ப்புண்டு.

வார்டர்களில் யாருடனாவது உடன்படிக்கை செய்திருக்கும் கைதிகள், அவர் தனக்குரிய பங்கை எடுத்துக்கொண்டதும் விரும்பிய பொருட்களை பெற்றுக்கொள்வார். இப்படிப்பட்ட பணத்தை தக்கவைத்துக் கொள்வதுதான் கடினம். அந்தப் பணம் அவருடைய படுக்கையின் செங்கற்களுக்கு இடையில் உள்ள இடுக்கில் மறைத்து வைக்கப்பட்டு, அந்த இடுக்கின் மேல் களிமண் பூசப்பட்டுவிடும். மற்றவர்கள் தங்களுடைய பணத்தை, நன்றாக பழக்கம் வைத்துள்ள, அதிகார உருவகமாக இருக்கின்றவர்களாகிய, சிறையதிகாரியின் பியூன் அல்லது எழுத்தர் போன்றவர்களிடம்

கொடுத்து வைப்பார்கள். அந்தப் பிரமுகர்கள் எப்போதாவதுதான் சோதனையிடப்படுவார்கள் என்பதுடன் தடைசெய்யப்பட்ட பொருள்களை வெற்றிகரமாக மறைத்தும் வைத்துக்கொள்வார்கள்.

அதேசமயம், அரசியல் கைதிகளும் ரகசிய பாதைகள் வைத்திருந்தனர். சிறைச்சாலைக்கு வெளியே அவர்களுடைய செய்திகளை கொண்டுசெல்ல உதவும் வார்டர்கள் இருந்தார்கள். இந்த வார்டர்களின் இயல்பு அவர்களுடைய வர்க்கத்திலேயே மிகவும் பிரத்யேகமான ஒன்று. ஒருபக்கம், அவர்கள் அரசியல் அல்லது சாமானிய கைதிகள் என்று எல்லோரையுமே அடித்தார்கள்; மற்றொரு பக்கம், சிறப்பு சந்தர்ப்பங்களில் அவர்களுடன் ஒத்துழைக்கவும் செய்தார்கள்.

செக் புரட்சியாளரான ஜூலியஸ் ஃபூசிக் எழுதிய *நோட்ஸ் ஃப்ரம் கி காலோவ்ஸ்* என்ற சர்வதேச அளவில் புகழ்பெற்ற புத்தகமானது, அவர் தனிமைச் சிறையில் அடைக்கப்பட்டிருந்த காலத்தில் சின்னஞ்சிறு காதிதத் துண்டுகளில் அவரால் எழுதப்பட்டது. அவை இதுபோன்ற வார்டர்களின் உதவியினாலேயே சிறைக்கு வெளியில் கடத்திச் செல்லப்பட்டன. இந்தியாவில் பிரிட்டிஷ் ஆட்சியின்போது, இந்த வார்டர்கள்தான் தகவல்தொடர்பு இணைப்பில் மிக முக்கிய பங்காற்றினார்கள். மகத்தான தியாகியாகிய ராம் பிரசாத் பிஸ்மில்லின் சுயசரிதையை, கோரக்பூர் சிறையின் பான்ஸி கராத்தில் (தூக்குதண்டனை சிறையறை) இருந்து தவணை முறையில் கடத்திக்கொண்டு வந்த வார்டரின் பெயர் யாருக்குமே தெரியாது. இப்படிப்பட்ட பல மேன்மையான ஆன்மாக்கள்தான் மிஸா கைதிகளுக்கு உதவினார்கள். என்னுடைய சொந்த அனுபவமே மிகவும் வியக்கத்தக்க ஒன்று. வார்டர்களில் ஒருவர் எனக்காக இப்படிப்பட்ட ஒரு துணிச்சலான காரியத்தை செய்தார். அது கண்டுபிடிக்கப்பட்டிருந்தால் அவருடையே வேலையே போயிருக்கும். என்னுடைய வீட்டிலுள்ளவர்களின் நினைவுக்காக புகைப்படங்கள் எடுத்து அனுப்ப அவர் எனக்காக ஒரு கேமராவை கொண்டுவந்தார். அந்தக் கேமராவை நான் இரண்டு நாட்கள் வைத்திருந்தேன், ஆனால் அதைப் பயன்படுத்துவதற்கான தைரியமோ அல்லது சந்தர்ப்பமோ எனக்கு கிடைக்கவில்லை. அது என்னிடம் இருப்பது கண்டுபிடிக்கப்பட்டிருந்தால், அது நிச்சயமாக நான் அந்த சிறையை வரைபடமிட்டு, தப்பிக்க முயற்சி செய்தேன் என்றோ, சொல்லப்போனால் ஒரு மிகப்பெரிய சதித்திட்டம் என்றுகூட எடுத்துக்கொள்ளப்பட்டிருக்கும். அவர் தனக்குரிய

நல்ல எண்ணத்தில்தான் இதை செய்தார், அத்துடன் எனக்கு பெரும் விருப்பம் இருந்தபோதிலும் அவருடைய பெயரை குறிப்பிட இயலாததும் என்னைத் துன்புறுத்துகிறது. நான் அவரை ‘பாய் சாஹிப்’ என்றே அழைத்தேன், அவரது பெயரை தெரிந்துகொள்ளவே இல்லை.

ஏறக்குறைய ஆறு வருடங்களாக, ஃபதேகர் மத்திய சிறையின் முக்கியஸ்தராக இருந்துவிட்ட ஜி.எல்.குப்தா, எமர்ஜன்ஸி காலகட்டத்தில்தான் இடமாறுதல் பெற்றார். சிறைச்சாலை வரலாற்றில் மோசமான சர்வாதிகாரி என்று பெயர்பெற்ற அவருடைய புறப்பாடு சிறைவாசிகளுக்கு நிம்மதியைக் கொடுத்தது, ஆனால் அவருடைய பயங்கரத்தின் நிழல் மட்டும் அடுத்த சில மாதங்களுக்கும் நீடித்திருந்தது. அவர் திரும்பி வந்தாலும் வரலாம் என கைதிகள் கவலைப்பட்டனர். புதிய கண்காணிப்பாளர் பொறுப்பேற்ற பின்னரே அந்த மயான அமைதி படிப்படியாக குறைந்தது. புதிய கண்காணிப்பாளரான கே.எஸ்.பாண்டே ஒரு அறிவார்ந்த மனிதர். அவருக்கு கைதிகள் மீது அக்கறை இருந்தது. உடல்ரீதியான தண்டனை மற்றும் அடக்குமுறைகள் தொடர்ந்தபோதிலும் அவை அவருடன் நேரடியாக சம்பந்தப்படவில்லை. அதைத் தொடர்ந்து, சூழ்நிலையின் பயங்கரம் படிப்படியாக குறைந்துபோனது.

பாண்டே-ஜிக்கு, பேசிக்கொண்டிருக்கையில் மூக்கு நோண்டும் பழக்கம் இருந்தது. அவர் லக்னோ மாவட்ட சிறைச்சாலையின் அதிகாரியாக இருந்த 1967-68 காலகட்டம் என் நினைவுக்கு வந்தது. அப்போது மாணவனாக இருந்த நான், விதான் சபா பவனுக்கு முன்பாக போராட்டத்தில் ஈடுபட்ட நூற்றுக்கணக்கானவர்களுடன் சேர்த்து கைது செய்யப்பட்ட, ஒன்றிணைந்த எதிர்க்கட்சிகள் முன்னணியின் மாநில உறுப்பினர்களுள் ஒருவனாக அந்த சிறைச்சாலைக்கு கொண்டுவரப்பட்டேன். அப்போதுதான் முதல்முறையாக கைதுசெய்யப்பட்ட என்னை சிறையில் ஒருமாதம் வைத்திருந்தார்கள். என்னுடன் சிறையில் அடைக்கப்பட்டவர்களில் கம்யூனிஸ்ட் தலைவர்களான ஷிவ் குமார் மிஷ்ரா, ஷங்கர் தயாள் திவேரி, ஆர்.என்.உபாத்யாய, விஜய்பால் சிங், ராம்ஹர்ஷ் வித்ரோஹி, சமாஜ்வாடி (சோசலிஷ) தலைவர்கள் அர்ஜுன் சிங் பதோரியா மற்றும் ராம்ஷேவக் யாதவ், மாணவர் தலைவர்கள் ராம் ஆஸ்ரே வர்மா மற்றும் சுரேந்திரா சிங் மற்றும் ‘இந்திய அரசியல் கோமாளி’ ராஜ் நாராயண் ஆகியோரும அடங்குவர்.

இத்தனை வருடங்கள் கழித்து, அந்த கண்காணிப்பாளர் மூக்கு நோண்டுவதைப் பார்த்ததும் எண்ணிலடங்காத நினைவுகள் தோன்றின. சிறைச்சாலை வாழ்க்கைக்கு அப்போதும் இப்போதும் உலகளவு வித்தியாசமிருந்தது. அப்போது என் லட்சியம் கொதிநிலையில் இருந்தது. நம்பிக்கை முழு வேகத்தில் இருந்தது. என் கண்களில் கனவுகள் இருந்தன. இந்த சோசலிஷ போராட்டத்தில் என்னுடைய பங்கு எந்தளவுக்கு முக்கியத்துவம் பெற்றிருக்கும் என்பதை நான் தனிமையில் பலமுறை நினைத்துப் பார்த்திருக்கிறேன். ஆனால் இந்த தீர்மானங்கள் நான் இந்த தூக்குமரத்தின் கீழ், என்னுடைய ஆயுள் தண்டனையை நிறைவேற்றிக் கொண்டிருக்கும் இடத்தில் செத்துக்கொண்டிருந்தன. இப்போது, சிவப்பு பட்டையிட்ட கால்சராய், பைஜாமா மற்றும் தொப்பி அணிந்த கைதியாக சுருக்கப்பட்டுவிட்டேன். என்னைச் சுற்றிலும் செங்கற்களை மட்டுமே காணமுடிகிறது, ஒவ்வொரு நாளும் ஒரு வருடத்தைப் போல் இருந்தது.

இந்த எமர்ஜன்ஸி என் வாழ்க்கையை கடினமாக்கிவிட்டது. செய்தித்தாள்களில் வரும் செய்திகள் என் குடும்பத்தினரை நினைத்து பயம்கொள்ள வைத்தன. எனக்கு ரொம்ப நாட்களாக செய்தி எதுவும் வரவில்லை என்றால், மிஸாவின் சதித்திட்டம் சம்பந்தப்பட்ட விதிகளின்படி என்னுடைய சகோதரர்கள் கைது செய்யப்பட்டிருப்பார்கள் என்றோ அல்லது என் அப்பா சிஐடி-களால் விசாரிக்கப்பட்டிருப்பார் என்றோ நான் கற்பனை செய்ய வேண்டியிருந்தது. என் நேசத்திற்குரியவர்களோ – அம்மா, அப்பா, சகோதரர்கள் மற்றும் மனைவி – எமர்ஜன்ஸி என்ற மாபெரும் சிறையில் வைக்கப்பட்டிருப்பதைப் போன்றே எனக்குத் தோன்றியது. உண்மையாகவே, இந்த மொத்த தேசமும் சிறைச்சாலையாகத்தான் மாறிப்போயிருந்தது. கான்பூரின் நடைபாதைகளிலும், குடிசைகளிலும், குப்பைக்கூளங்களிலும் வசித்துவந்த ஆயிரக்கணக்கான தொழிலாளர்கள், கட்டாய ஆண்மை நீக்கம் மற்றும் மிஸா சட்டத்திற்கு பயந்து நகரத்தையே காலிசெய்து போய்விட்டார்கள் என்றும் தெரியவந்தது.

பெரும் எண்ணிக்கையிலான நக்ஸலைட் செயல்பாட்டாளர்கள் போலி எண்கவுண்டர்களில் கொல்லப்பட்டனர். செய்தித்தாள்களின் கூற்றுப்படி, 1970 மற்றும் 76-க்கு இடைப்பட்ட வருடங்களில், ஆந்திரப் பிரதேசத்தில் மட்டும் அரசியல் காரணங்களுக்காகவே ஆண்கள், பெண்கள் மற்றும் குழந்தைகள் என நூற்றி முப்பத்து ஐந்து பேர் கொல்லப்பட்டார்கள். 1967, ஸ்ரீகாகுளம் விவசாய

எழுச்சித் தலைவர்களான வேம்படப்பு சத்யநாராயணா (சத்யம் என்றழைக்கப்பட்டவர்) மற்றும் அதிபத்லா கைலாசம் ஆகியோர் சுட்டுக்கொல்லப்பட்டனர். தெலுங்கு கலைஞர்கள் மற்றும் கவிஞர்கள், ஆண்களும் பெண்களுமாகிய சுப்பாராவ் பனிகிரஹி, ரமேஷ்சந்திரா சாஹூ, பஞ்சடி நிர்மலா, கோரகலா அங்கம்மா மற்றும் தேலகலா சரஸ்வதி ஆகியோர் சுட்டுக் கொல்லப்பட்டனர். பனிரெண்டே வயதான பொண்டுரூ வீராஸ்வாமி மற்றும் பதினேழே வயதான சவர ராமு உட்பட தன்ஞ்செய் ராவ் மற்றும் பிரகாஷ் பெலேரு உமாபதி ஆகியோர் போலீஸால் கொடூரமாக கொல்லப்பட்டனர். எழுபத்தி மூன்று வயதான கோட கோபண்ணா மற்றும் அறுபது வயதான பெண்டா லிங்கனா ஆகியோர் கம்மம்மில் வைத்து கொல்லப்பட்டனர். ஆந்திரப் பிரதேசத்தின் முன்னாள் சட்டப்பேரவை உறுப்பினர்களான நீலம் ராமச்சந்திரய்யா மற்றும் மாணவர் தலைவரான ஜம்பாலா பிரசாத் ஆகியோர் விஜயவாடாவில் கொல்லப்பட்டனர். பழையகொல்லா வெங்கய்யா சிறையில் அடைக்கப்பட்டு தாக்குதலுக்கு ஆளானார்.

மேற்கு வங்கத்தில், சித்தார்தா ஷங்கர் ராயின் காங்கிரஸ் தலைமையிலான அரசு ஆட்சி செய்தபோது வரநகர் மற்றும் காஷிபூரில் நுற்றுக்கணக்கான இளைஞர்கள் கொல்லப்பட்டனர். 1970 மற்றும் 1975-க்கு இடைப்பட்ட வருடங்களில், இருபத்தைந்து கைதிகள் பல்வேறு சிறைச்சாலைகளில் வைத்து கொல்லப்பட்டனர், நிறையபேர் அடித்து நொறுக்கப்பட்டனர். சிறைத்தகர்ப்பு முயற்சி மேற்கொண்ட குற்றச்சாட்டில் பிஹாரின் பகல்பூர் சிறைச்சாலையில் பதினாறு அரசியல் கைதிகள் கொல்லப்பட்டனர். பஞ்சாப்பின் ஃபரித்கோட் மாவட்டத்திற்குள் வரும் பழைய பகாஹா காவல்நிலையத்தில் வைத்து மான்கி கிராமத்தைச் சேர்ந்த குர்சரண் சிங், காகு சிங் மற்றும் தீதர் சிங் ஆகியோர் கொலைசெய்யப்பட்டனர். இதனால் கோபம்கொண்ட இருபத்தி ஐயாயிரம் பஞ்சாப் விவசாயிகள் போராட்டத்தில் குதித்தனர். பஞ்சாப் போலீஸ், கதர் கட்சியின் மிகமூத்த புரட்சியாளரான, எண்பத்தி இரண்டு வயது புஜா சிங்கையும் கைது செய்தது. அவர் ஒரு கால்வாய் கரையில் வைத்து சுட்டுக் கொல்லப்பட்டார். தலைமறைவு நக்ஸல் செயல்பாட்டாளரான ராம்சரணின் மகனை வேலை கொடுப்பதாக ஆசைகாட்டி வரவழைத்து கொலை செய்தனர்.

13

மாமாக்கள், பாலியல் துன்புறுத்தல் மற்றும் கௌரவ வழிப்பறிகள்

இளம் கைதிகளை பாலியல் துன்புறுத்தலுக்கு உள்ளாக்கும் சம்பவங்கள் இந்திய சிறைச்சாலைகளில் சாதாரணம். உச்சநீதிமன்றம் தெளிவான உத்தரவுகள் பிறப்பித்திருந்தபோதிலும், இளம் கைதிகளை பாதுகாக்கும் விஷயத்தில் மாநில அரசாங்கம் அக்கறையில்லாமல் நடந்துகொண்டது. சமீபத்தில்கூட, ஒடிஷாவில் உள்ள நிலை என்னவென்றால், நான்காயிரம் பேர் இருக்கக்கூடிய அறுபத்தி இரண்டு சிறைச்சாலைகளில் ஒவ்வொரு சிறைச்சாலையிலும் ஆறாயிரம் பேர் நெருக்கியடித்துக் கொண்டு அடைக்கப்பட்டுள்ளார்கள். இந்தக் கைதிகளில் பத்து சதவிகிதத்தினர் இளமைப் பருவத்தில் இருப்பவர்கள் அல்லது இளைஞர்கள். 1982-இல், இப்படி அதிகப்படியாக ஆட்கள் நிரப்பப்பட்ட சிறைச்சாலைகளில், செய்தித்தாள்களும் பிற பதிப்புகளும் பல நாட்களுக்கு செய்தி வெளியிடக்கூடிய அளவுக்கு பாலியல் துன்புறுத்தல்கள் மட்டுமீறி காணப்பட்டது.

என்னுடைய நீண்டகால சிறைவாசத்தில், முறையற்ற பாலுறவுகளைக் கண்டும், அவர்களுடைய கதைகளைக் கேட்டும் மகிழ்கின்ற சிறை அதிகாரிகளை பார்த்திருக்கிறேன். சில அதிகாரிகள் மாமாக்களாககூட செயல்பட்டார்கள். சிறைவாசிகளுடன் பேரத்தில் ஈடுபட்ட ஒரு சிறை அதிகாரியைப் பற்றி எனக்குத் தெரியும். அவர் தனக்கு பணம் தரும் கைதிக்கு அதற்கு பிரதிபலனாக அவன் விரும்பிய

பையனுடன் சேர்த்து ஒரு தனித்திருக்கும் அறையில் வைத்து அடைத்துவிடுவார். இதே சிறையதிகாரிதான் பார்ப்பதற்கு நல்ல தோற்றமுள்ள ஒரு இளம் கைதியின் கையைப் பிடித்துக்கொண்டு, சிறை வட்டம் முழுவதும் ஏலமிட்டபடி சுற்றிவந்தார். அந்தப் பஞ்சாபி பையன் வட்டம் முழுவதும் அழுதபடியே வந்தான். இதே சிறையதிகாரிதான் ஒரு சிறைச்சாலைக்கு கண்காணிப்பாளராகவும் ஆகி கப்பார் சிங் அளவுக்கு பெயரும் பெற்றார்.

நிறைய பையன்கள் தாங்கள் பாதுகாப்பாக இருக்கலாம் என நினைத்து ஒரு பலசாலியான கைதியின் பாதுகாப்பில் சரணடைந்து விடுவார்கள். எதிர்ப்பு காட்டுவது பாலியல் துன்புறுத்தலுக்கும் மேலாக அடிவாங்க வேண்டிய அபாயத்திற்கும் காரணமாகிவிடும். ஃபதேகர் மத்திய சிறையில், ஜி.எல். குப்தாவின் ஆட்சிகாலத்தின் போது, பத்தொன்பது அல்லது இருபது வயதிருந்த ஒரு பளபளப்பான நிறமுடைய, ரஷீத் என்ற அழகான இளைஞன் தண்டனை காலத்தை கழித்து வந்தான். அவன் தொடர்ச்சியாக பிட்ட உடலுறவுக்கு ஆளாக்கப்பட்டான். சிலநேரங்களில் அவனைப் பார்த்துக்கொள்ளும் பக்காக்கள் தங்களுடைய சிறைக்காவல் கூட்டாளிகளுக்கும் மற்றவர்களுக்கும் அழைப்பு விடுத்து அவனை விருந்தாக்கிக் கொள்வார்கள். முதல் சில நாட்களின் கண்ணீர் உலர்ந்துபோன பின்னர் அவன் அந்த துன்புறுத்தலுக்கு இயந்திரகதியில் தாக்குபிடிக்கலானான், பயத்தாலும் வன்முறையாலும் நொறுங்கிப் போய்விட்டான். ரஷீத் மிகவும் பித்துகொண்டவனாகி, சில சமயங்களில் வலிப்புடன் சிரிக்கவும் ஊளையிடவும் செய்யலானான்.

ஒருநாள் இரவு எங்கள் வட்டத்தின் பாசறை எண் 2-இல் ஒரு பெரும் களேபரம் ஏற்பட்டது. ரஷீதும், பிற இரண்டு இளைஞர்களும் தங்களுடைய வாழ்வை முடித்துக்கொள்ளவும், அந்த வாழும் நரகத்திலிருந்து தப்பிக்கவும் நச்சுத்தன்மை வாய்ந்த டாட்டுரா விதைகளை உண்டுவிட்டனர். ஆனால் சாகவில்லை, பதிலாக போதையேறிப்போய் தாவித் தாவிக் குதித்துக்கொண்டும், பெரும் சத்தமிடவும் தொடங்கிவிட்டனர். அந்த வட்டத்திலுள்ள எல்லா கைதிகளும் விழித்துவிட்டனர். அன்றிரவு, அந்த மூன்று பேரும் பாசறைக்கு வெளியே கொண்டுசெல்லப்பட்டு, மரக்கட்டையால் அடிக்கப்பட்டு மருத்துவமனைக்கு இழுத்துச் செல்லப்பட்டனர். நச்சுத்தன்மையுள்ள அந்த போதைப்பொருளுக்கு எதிராக முறிப்பு மருந்து கொடுக்கப்பட்ட பின்னர், தனிமைச் சிறையில் அடைக்கப்பட்ட அவர்களை இரவு முழுவதும்

அடித்துக் கொண்டிருந்தார்கள். காலையில், அவர்களுடைய ஆசன வாய்களுக்குள், சில அங்குலங்களுக்கு மரத் தடிகளைச் செருகுமாறு பக்காக்களுக்கு உத்தரவிடப்பட்டது. மீண்டும், அந்த தனிமைச்சிறைகளின் அதிகாரி உத்தரவுப்படி ஒரு கிழிந்த தோல் ஷூ இரவு முழுவதும் தண்ணீரில் ஊறவைக்கப்பட்டது, காலையில் முதல்வேளையாக அந்தப் பையன்களுக்கு அதனால் அடிவிழுந்தது. ஒருநாளில் அது பலமுறை தொடர்ந்தது. பிறகு பலநாட்களுக்கும் தொடர்ந்தது.

அதே சிறையில், இரண்டு சிறைவாசி-ஆர்டர்லிகள் – ஜி.எல். குப்தாவின் நம்பிக்கைக்குரியவர்கள்- வெட்கப்படுகின்ற, பார்க்க நன்றாகயிருக்கின்ற பையன்களை பாலியல் துன்புறுத்தலுக்கு உள்ளாக்குவதில் பெயர்பெற்றவர்கள். ஆனால் எந்த அதிகாரியோ அல்லது சிறைச்சாலை ஊழியரோ அதற்கு எதிர்ப்பு தெரிவித்ததில்லை. இந்த முரட்டு சிறைவாசிகளுக்கு எதிராக நடவடிக்கை எடுத்தால் தங்களுடைய ஊழல் வெளியே தெரிந்துவிடும் என்று அவர்கள் பயந்தனர். சிறார் கைதிகளில் பலரும் அந்நேரத்து கோபத்தில் குற்றம் செய்தவர்கள்தான், மற்றவர்கள் வழிப்பறி செய்கின்ற கெட்ட சகவாசத்தில் விழுந்தவர்கள். நீண்டகால சிறைவாசத்தில், தங்களுடைய குடும்பங்களுடன் அவர்களுக்கு எந்தவித தொடர்பும் இல்லாமல் போய்விடுவது சாதாரணம். எல்லோராலும் ஒதுக்கிவைக்கப்பட்டு, அதிர்ச்சியில் இருந்து விலகாமல் இருக்கும் இதுபோன்ற ஒரு இளைஞன் யாரிடமிருந்தாவது பாசத்தையோ, அங்கீகாரத்தையோ பெறுகிறான் என்றால், அவன் அதை சௌகரியமாக உணர்ந்து, அவரிடத்தில் எந்தவித நிபந்தனையும் இல்லாமல் சரணடையவே செய்வான். சிறைச்சாலைகளின் ஒழுக்கமற்ற உலகில் இந்த பாசத்தின் வெளிப்பாட்டை பாலியல் துன்புறுத்தல் வடிவத்தில்தான் காணமுடியும். இளம் கைதிகள் பெண்களுக்கு மாற்றாவார்கள், படிப்படியாக இந்தக் கட்டாயமானது ஒரு பழக்கமாகவோ அடிமைப்படுத்தலாகவோ மாறிவிடும்.

அவ்வப்போது, நீடித்த ஜோடிகளும் உருவானார்கள். இத்தகைய ஜோடிகளின் அடையாளம் ஒரு வெளிப்படையான ரகசியமாகும், ஆனாலுமே அவர்களுக்கு பாலியல் நெருக்கத்திற்கு நேரமிருக்கிறதா இல்லையா என்பது அவர்களுக்கு மட்டுமே தெரியும், மற்றவர்களுக்கு தெரிய வராது. சிறை அதிகாரிகளுக்குகூட ஒன்று அல்லது இரண்டு ஜோடிகளைப் பற்றி தெரிந்திருக்கும். அது மிகவும் வெளிப்படையாக தெரிய வரும்வரையில் அவர்கள்

ஒருவரை ஒருவர் பார்த்துக்கொள்வதற்கு தடையிருக்காது. என் காலத்தில், சாஹேப் சிங் (பின்னாளில் சிறையின் நம்பர்தார் ஆனவன்) மற்றும் ஹல்கா என்ற பையனின் ஜோடி நன்கு பிரபலமாகியிருந்தது.

ஜெயிலில் பொதுவாக ஒரு சொல்வழக்கு உண்டு: ஒரு பையனைப் பராமரிப்பதென்பது ஒரு யானையைப் பராமரிக்கும் அளவுக்கு செலவு வைக்கும். இந்தக் கூற்று தெளிவுறுத்துவதன்படி, நிரந்தரமான ஜோடியை பார்ப்பது அரிது. பொதுவாக, இந்த இணைகளின் வேலையிடங்கள் வெவ்வேறாக இருக்கும், ஆனால் அவர்கள் எப்படியாவது மதிய உணவையும் இரவு உணவையும் ஒன்றாக சாப்பிடுவார்கள். அவர்கள் ஒருவரையொருவர் கவனித்துக்கொள்ளவும் செய்வார்கள். ஒருவர் வேறொரு பாசறைக்கு மாற்றப்பட்டால், அவருக்குத் தேவையான பொருள்களை மற்றுமவர் சுமந்துசென்று, இரவுநேர பூட்டுதலுக்கு முன்னர் தன்னுடைய இணையரிடம் கொடுத்துவிட்டுத்தான் வருவார். அந்தப் பொருள்களில் தங்களைப் பார்க்க வந்தவர்கள் கொண்டுவந்த நெய், சர்க்கரை, ஊறுகாய் மற்றும் பீடி-சிகரெட்டுகள் அல்லது நம்பிக்கைக்குரிய வார்டரால் உள்ளே கடத்திவரப்பட்ட சில உணவுப் பண்டங்கள் இருக்கும். தன்பாலின உறவாளர்கள் அல்லது அதற்கு பழக்கப்பட்டவர்களிடம் பிற கைதிகளின் நடந்துகொள்ளும் விதம் யதார்த்தமானதுதான். இருப்பினும், தேவையில்லாமல் யாரும் அவர்களுடன் பேசமாட்டார்கள். யாராவது ஒரு கைதி பையன்களிடத்தில் தீவிர விருப்பம் கொண்டிருந்தால் அது ஆட்சேபத்திற்குரியதாக கருதப்பட்டு மற்றவர்கள் அவரை உரையாடலின்போது கேலிசெய்வார்கள். கைதிகளிடையே நிலவும் அறவியல் விதிப்படி, மற்றவருடைய பிரத்யேக நண்பரை யாராவது பலாத்காரம் செய்யவோ அல்லது வெற்றிகொள்ளவோ முயற்சிப்பது முறையற்றதாகும். சிறைச்சாலை வரலாற்றில், மற்றவர்களின் குறுக்கீட்டினால் கைகலப்புகள் ஏற்பட்ட சம்பவங்கள் நிறைய உண்டு. முதல் வாய்ப்பிலேயே கொலை நிகழ்ந்துவிடும். நீண்டநாட்களுக்கு முன்னர், ஃபதேகர் மத்திய சிறையில் அதிகநாள் இருந்தவர் தனக்கு உண்மையாக நடந்துகொள்ளாத காதலரைக் கொன்றுவிட்டார். இது, அதே பாசறையில் (எண் நான்கு) அதேபோன்று மற்றொரு சம்பவம் நடப்பதற்கு வழியமைத்துவிட்டது. இதன் விளைவாக, அந்தப் பாசறையானது சபிக்கப்பட்டதாக அறிவிக்கப்பட்டு நிரந்தரமாக மூடப்பட்டது. இப்போதும்கூட அது மூடப்பட்டுதான் இருக்கிறது.

கைதிகளை சீர்திருத்துவதில் திறந்தவெளி சிறைச்சாலைகள் மிகுந்த பயன்மிக்கவையாகவும் வெற்றிகரமாகவும் விளங்குகின்றன என்பது உண்மைதான். திறந்தவெளியில் வேலை செய்வதும், புத்தம்புது காற்றை சுவாசிப்பதும் கைதிகளிடத்தில் உளவியலில் மாற்றத்தை ஏற்படுத்துகிறது, அவர்களுக்கு வாழ்க்கை குறித்த நேர்மறையான எண்ணங்களையும் ஏற்றுக்கொள்ள வகைசெய்கிறது. *1960*-இல், இதை மனதில் வைத்துதான் பாபு சம்பூர்ணானந்த், நைனிடால் மாவட்டத்தில் சிதார்கன்ஞ் திறந்தவெளி சிறைச்சாலையை (சம்பூர்ணானந்த் வேளாண் மற்றும் தொழில்துறை முகாம்) நிறுவினார். காட்டுக்குள்ளே நான்காயிரத்து ஐந்நூறு ஏக்கர்களில் பரந்துவிரிந்திருக்கும் இந்த வேளாண் பண்ணையானது கைதிகள் வேலை செய்யும்போதே ஓடும் நதிகள், ஏரிகள் மற்றும் உதய சூரியனின் செந்நிறப் பந்து போன்ற காட்சிகளைக் கண்டு இயற்கையுடனான நெருக்கத்தை அவர்கள் உணர்ந்துகொள்ள வகைசெய்கிறது. இரவில், அவர்கள் திறந்தவெளி பாசறைகளில் ஓய்வெடுப்பார்கள். அவர்களுக்கு ஒவ்வொரு வருடத்திலும் சில நாட்களுக்கு பரோல் வழங்கப்பட்டதால், தங்கள் வீட்டில் குடும்பத்துடன் அவர்களால் நேரம் கழிக்க முடிந்தது. அவ்வப்போது, தங்களைப் பார்க்க வருகிறவருடன் ஒரு தனி குடிசையில் மூன்று நாட்கள் இருக்கவும் சிறைவாசிகளுக்கு அனுமதி அளிக்கப்பட்டது. இது நிறுவப்பட்டதில் இருந்து, பத்தாயிரக்கணக்கான ஆயுள் தண்டனை கைதிகள் இந்த முகாமிற்கு அனுப்பி வைக்கப்பட்டுள்ளனர். இந்த இடத்திலிருந்து தப்பிச் சென்ற கைதிகளை வேண்டுமானால் அப்படியே விட்டுவிடுவோம். ஆகவே, இந்த சிறைச்சாலையில் இயற்கைக்கு புறம்பான பாலுறவு சம்பவங்கள் பற்றி கேள்விப்பட்டதே இல்லை என்பதில் ஆச்சரியப்பட எதுவுமில்லை.

ஆனால், அரசியல் அமைப்பின் குறிக்கோள் அடக்குமுறைதானே தவிர சீர்திருத்துவது அல்ல. இந்த அமைப்பினுடைய வர்க்க நலனை மீறிவிடாது என்ற அளவுக்கு மட்டுமே சீர்திருத்தம் என்ற கருத்தாக்கம் சகித்துக்கொள்ளப்படுகிறது. எங்களைப் போன்ற நக்ஸலைட்டுகள் இந்த திறந்தவெளி சிறைச்சாலைக்கெல்லாம் அனுப்பி வைக்கப்படுவோம் என்று கனவுகாணக்கூட முடியாது. எங்களுக்கெல்லாம் கெட்டியான இரும்புக் கிராதிகள், உயர்ந்தெழுந்த சுவர்கள், தனிமைச் சிறைகள் மற்றும் இரும்புத் தடிகள் மற்றும் குண்டாந்தடிகள்தான், ஏனென்றால் அடக்குமுறையாள பூர்ஷ்வாக்களின் ஆதிக்கத்தை அழித்து,

அவ்விடத்தை ஒடுக்கப்பட்ட வெகுசன தொழிலாளர்களின் தலைமையை கொண்டு பதிலீடு செய்வதுதான் எங்களுடைய குறிக்கோள். ஆம், நாங்கள் சம்பால் பகுதியைச் சேர்ந்த வழிப்பறிக் கொள்ளையர்களாக இருந்திருந்தால் எங்களுக்கு எல்லாவிதமான வசதிவாய்ப்புகளும் கிடைத்திருப்பதற்கான வாய்ப்பிருக்கிறது.

ஃபதேகர் மத்திய சிறைச்சாலையின் ஒரு தனி வசிப்பிடத்தில், சரணடைந்த ஆபத்தான வழிப்பறி கொள்ளையர்கள் வைக்கப்பட்டிருந்தனர். இந்த சிறைச்சாலையின் ஒரு பகுதிக்கான முக்கிய நுழைவாயிலும் தனிப்பட்ட ஒன்றுதான். இந்த வழிப்பறியர்களில் பலர் மீதும் கொலைகள் மற்றும் கொள்ளைச் சம்பவ குற்றச்சாட்டுகள் சுமத்தப்பட்டிருந்தன, அதற்காக அவர்கள் எல்லோருக்குமே ஆயுள் தண்டனை விதிக்கப்பட்டது. உத்தரப் பிரதேச மாநில அரசாங்கம் அவர்களை 'பாகி' (கிளர்ச்சியாளர்கள்) என்று வகைப்படுத்தி, அவர்களுக்கு திறந்தவெளி முகாம்கள் போன்ற வசதியை ஏற்படுத்திக் கொடுத்திருந்தது. அவர்களுக்கு நல்ல தரமான உணவு வழங்கப்பட்டது. அவர்கள் எல்லோருக்குமே மானியத்தில் ஒரு எருமை மாடு வழங்கப்பட்டது. அவர்கள் சிறைச்சாலைக்கு பால் வழங்குவார்கள், அதன் லாபத்தையும் அவர்களே வைத்துக்கொள்ளலாம். அவர்களுக்கு எத்தகைய கட்டுப்பாடும் இல்லாமல் பரோல் வழங்கப்பட்டது. மாநில அரசாங்கத்தின் கொள்கைப்படி, நூற்றுக்கணக்கான கொடூர குற்றங்கள் புரிந்த இந்த வழிப்பறியர்கள் சில வருடங்களிலேயே விடுதலை செய்யப்படுவார்கள். ஆனால் அவர்களுக்கு சிறைச்சாலையில் மட்டும் சுதந்திரம் குறைவா என்ன?

சிறைச்சாலையில் எந்த ஒரு நிகழ்ச்சி நடந்தாலும் நாங்கள் அனைவரும் தரையில் அமர்ந்திருக்க, அந்த வழிப்பறியர்கள் அதிகாரிகளுக்கு அடுத்தபடியாக நாற்காலிகளில் அமர்ந்திருப்பார்கள். ஆயுள் தண்டனைதான் அனுபவிக்கிறார்கள் என்றாலும் அவர்கள் எங்களைப் போல் சிறைச்சாலை சீருடை அணிய வேண்டியதில்லை. சுதந்திரமானவர்களைப் போல் தங்களுக்கு பிடித்த உடைகளையே அவர்கள் அணிந்தனர். ஆனால் ஒரு நாட்டில் வழிப்பறியர்கள், அரசியல்வாதிகள், அரசுப் பணியாளர்கள் மற்றும் காவல்துறையினர் மட்டும்தான் சுதந்திரமானவர்கள் என்பதில் ஆச்சரியப்பட எதுவுமில்லையே. மாநில அரசாங்கத்தைச் சேர்ந்த அதிகாரிகள் அவர்களை தொடர்ச்சியாக பார்க்க வருவார்கள், அவர்கள் மூலமாகவே, செயல்பாட்டில் இருக்கும் வழிப்பறியர்களுடன் அவர்களால்

தகவல்தொடர்பை ஏற்படுத்திக்கொள்ள முடிந்தது. மூத்த போலீஸ் அதிகாரிகள் சிறைச்சாலைக்கு வந்து, சில பாகி தலைவர்களை தங்களுடைய ஜீப்புகளில் ஒன்றிரண்டு நாட்களுக்கு வெளியே அழைத்துச் செல்வது பற்றியும் நான் கேள்விப்பட்டேன். இதுபோன்ற நடவடிக்கைகள் சிறைச்சாலை பதிவேட்டில் நிச்சயம் இடம்பெற்றிருக்காது. இதன் விளைவாக பாகிக்கள் மிகவும் துணிச்சல் பெற்றதால், ஜனவரி 1982-இல் இப்படி வெளியே வந்த தேஷ் ராஜ் சிங் என்ற ஒரு வழிப்பறியன் நகரத்தில் இருந்த ஒரு வியாபாரியை கொலை செய்தான்.

வழிப்பறியர்கள் தங்களுடைய மனைவிகளையும் குழந்தைகளையும் கூடவே வைத்துக்கொள்ளவும் அனுமதிக்கப்பட்டார்கள். அவர்கள் இருந்த சிறைச்சாலையின் ஒரு பகுதி பாகி சுதார் (கிளர்ச்சியாளர்கள் சீர்திருத்தப்படும் இடம்) என அழைக்கப்பட்டது. இங்கே சாராயம் தங்குதடையில்லாமல் புரண்டோடியது. உறவினர்கள் என்ற பெயரில் அவர்களை மகிழ்ச்சிப்படுத்த பெண்களும் கொண்டு வரப்பட்டனர்.

14

என் உலகம் சிதைந்து போனது

ஆயுள் தண்டனையில் நசுக்கப்பட்டவர்களுக்கு கண்ணீரின் ஈரமோ அல்லது வார்த்தைகளின் வறட்சியோ அர்த்தமில்லாத ஒன்று. இந்த சிறைச்சாலைக்கு அப்பால் ஒரு நீளமான தார்ச்சாலை அமைந்திருந்தது. வாகனங்களின் இரைச்சல் காதுகளை அடைக்கும். தொலைவில், ரயில்களின் அபஸ்சுவரமான ஒலி நகரின் ரயில் நிலையத்தினூடாக நகர்ந்துகொண்டிருக்கும். அவற்றின் என்ஜின் விசில்கள், நனவிலி மனதில் அச்சிடப்பட்ட படங்களைப்போல் நகரும். சற்று நிதானித்த பின்னர், அந்த என்ஜின் தனது புகையை ஊதித் தள்ளிவிட்டு நகர்ந்து செல்லும்.

நோயானது மறுபடியும் என்னை இறுகப்பற்றியது. எனக்கு டைபாய்டு வந்திருந்தது. நான் ஒன்றரை மாதங்களுக்கு சிறைச்சாலை மருத்துவமனையில் சேர்க்கப்பட்டிருந்தேன். காசநோய்க்கு இரையாகிக் கொண்டிருக்கிறேனோ என்று சந்தேகப்பட்டேன். என் நோய் குறித்து சிறைச்சாலை மருத்துவர்களால் ஒரு நிச்சயமான முடிவுக்கு வரமுடியவில்லை. நான் ஃபதேகர் காசநோய் மருத்துவமனைக்கு சென்று எக்ஸ்-ரே எடுத்துப் பார்த்தேன். ஆனால் காசநோய் இருப்பதற்கான அறிகுறி எதுவும் இல்லை.

அதன்பிறகு என் மனைவி பற்றிய கவலை ஏற்பட்டது. நோய்ப்படுக்கையில் கிடந்தபடியே என் அன்பானவர்கள் அருகாமையில் இருக்க வேண்டுமாய் விரும்பினேன். என் மனைவி தன் கைகளில் எனது நோயுற்ற உடலை பிடித்துக்கொண்டு அரவணைக்கவும், அவளுடைய குளிர்ந்த கைகளை காய்ச்சலடிக்கும் என் நெற்றியில் வைத்திருக்க வேண்டுமெனவும் நான் ஆசைப்பட்டேன்.

அவளுடைய துயரார்ந்த முகம் என் கண்களுக்கு முன்னால் மிதந்து கொண்டிருந்தது. அது என் ஆன்மாவைக் குத்திக் கிழித்தது. பெரும் சிரத்தையுடன் படுக்கையில் புரண்டு படுத்தேன், எனக்கு அருகாமையில் இருந்த ஒரு பழைய பத்திரிக்கையின் ஒன்றிரண்டு பக்கங்களை நடுங்கும் விரல்களால் புரட்ட முயற்சித்தேன். என் கண்கள் ஒரு விளம்பரத்தின் மீது நின்றது, அதில் ஒரு அழகான ஆரோக்கியமான குழந்தை கைகளை விரித்துக்கொண்டு கலகலப்பொலி எழுப்புவதைப் போலிருந்தது. அருகில் அமர்ந்திருக்கும் தாய், அந்தக் குழந்தையின் சின்னஞ்சிறு விரல்களில் அடங்கியிருக்கும் பலத்தையும், புலப்படாத சக்தியையும் அன்போடு பார்த்துக்கொண்டிருந்தாள்...

நீண்டநாட்களாகவே என் மனைவியிடம் இருந்து எந்த செய்தியும் வரவில்லை. ஒரு கடிதத்திற்காக என்னுடைய மனம் முடிவற்று காத்திருந்து சோர்ந்தே போயிருந்தது. எங்களைப் போன்ற சிறைவாசிகளுக்கு வெளியுலகத்துடன் தொடர்பு கொண்டிருப்பதைப் போல் உணரச் செய்வதற்கான ஒரே ஊடகம் கடிதங்கள்தான். நீண்டநாட்கள் காத்திருந்த பின்னர் எனக்கு ஒரு கடிதம் வந்தது. ஆனால், இதற்கு முன்னர் அவளுடைய கடிதங்களில் இருந்தது போன்ற உணர்வு அதில் இல்லை. அவள் மிகுந்த யதார்த்தவாதி ஆகிவிட்டதைப் போல் தோன்றியது. என் நோய்குறித்து அவள் குறிப்பிடத்தக்க ஆர்வம் எதுவும் காட்டவில்லை. சீக்கிரத்திலேயே என்னை வந்து பார்ப்பதாக எழுதியிருந்தாள்... நான் கவலைப்பட வேண்டியதில்லை... ஒரு ஒற்றைப் பெண்ணால் எப்படித்தான் சமாளிக்க முடியும்... என்னால் இந்த கடைசி வரியைத்தான் புரிந்துகொள்ள முடியவில்லை.

சந்திப்பின்போது, அவள் மனநெருக்கடி இன்றி மகிழ்ச்சியாக இருப்பதுபோல் தெரிந்தாள். நான் சொன்னவற்றிற்கெல்லாம் சிரித்தாள். என் சகோதரி தேவ்சேனா பற்றியும், கான்பூர் தேர்தல் பற்றியும் தெரிந்துகொள்ள விரும்பினேன். தேவ்சேனாவை சமீபத்தில் சந்தித்ததாகவும், ஆனால் தேர்தலைப் பற்றி எதுவும் சொல்ல முடியாது என்றும் கூறினாள். தேர்தல் நிலவரம் பற்றி அவளால் ஆராய முடியாத சூழ்நிலையைத்தான் அப்படிச் சொல்கிறாள் என்று நினைத்தேன். அதன் விவரங்கள் குறித்து நான் கட்டாயப்படுத்தியபோது அவள், "நான் அரசியலுக்காகத்தான் வாழ்கிறேனா?" என்றாள். நான் வானத்தில் இருந்து கீழே விழுந்துவிட்டதைப் போல் உணர்ந்தேன். என் முழு வாழ்க்கையுமே அரசியலுக்காக, அதன் உயர்நிலைக்காக அர்ப்பணித்திருக்கிறேன், இங்கே என்னுடைய வாழ்க்கைத் துணை அதை அப்படியே

கலைத்துப் போட்டுவிட்டாள். என்னால் இதை கற்பனை செய்துகூட பார்க்க முடிந்ததில்லை. அவள் போனபிறகு, அவள் சொன்ன வார்த்தைகள் பல நாட்களுக்கு என் காதுகளில் ரீங்கரித்துக் கொண்டிருந்தன. காலையிலும் மாலையிலும் கேட்கின்ற பூட்டு மற்றும் கிராதிகளின் கிணுகிணுப்பு, கைவிளக்கின் மங்கிய வெளிச்சம், காவலர்களின் கடுமையான அழைப்பொலிகள் மற்றும் வழக்கமாக ஒலிக்கும் காண்டாமணி – இவை எல்லாமே என்னைப் பார்த்து கேலி செய்வதாய் தோன்றின: நான் அரசியலுக்காகத்தான் வாழ்கிறேனா?

எங்களுடைய அடுத்த சந்திப்பு இரண்டு மாதங்களுக்குப் பிறகு நடந்தது. அவள் என்னைப் பார்க்க வரும் செய்தி தெரிந்த கணத்தில் நான் உருகிப்போனேன். நான் தேவையில்லாமல்தான் சந்தேகப்பட்டுவிட்டேன். அது என்னுடைய தவறு மட்டும்தான். அவள் மீது குற்றம்சொல்வது என்ற கேள்விக்கே இடமில்லை. அந்த சந்திப்பின்போது அவள் தனது வழக்கமான இனிய புன்னகையால் என்னை வரவேற்றாள். நான் திருப்பி புன்னகைத்தேன். ஆனால், அவள் கட்டாயத்தின் பேரில்தான் இனிமையாக புன்னகைத்தாள் என்பது சீக்கிரத்திலேயே தெளிவானது. பார்வை நேரம் முடிவுற்றது அறிவிக்கப்பட்டதுமே அவள் சற்றும் தாமதிக்காமல் எழுந்துவிட்டாள். மற்ற கைதிகளை பார்க்க வந்திருப்பவர்களை நோக்கி என் கண்கள் சென்றன. தங்களுக்குப் பிடித்தமானவர்களுடன் செலவிட இன்னும் ஒருநிமிடம் கிடைக்காதா என்ற ஏக்கத்தை அவர்களிடம் என்னால் பார்க்க முடிந்தது. குறிப்பாக, பெண் பார்வையாளர்களை வெளியேற்றுவது கடினம். இறுதியில் பார்வையாளர்கள் வெளியேறும்போது, மூலைக்கு சென்று திரும்பும் வரையில் தங்களுக்குப் பிடித்த உறவினர் கைதிகளை அவர்கள் திரும்பிப் பார்த்தபடியேதான் செல்வார்கள். சொல்ல மறந்த செய்தியை அவர்கள் கத்திச் சொல்வதும்கூட உண்டு. ஆனால் என் மனைவியோ, கடைசியாக ஒருமுறைகூட திரும்பிப் பார்க்காமல் முக்கிய வாயிலுக்கே சென்றுவிட்டிருந்தாள்.

கனத்த மனதுடன் என் பாசறைக்கு திரும்பினேன். கொஞ்ச நேரத்திற்குப் பிறகு, முக்கிய வாயிலில் நியமிக்கப்பட்டிருந்த சிறைச்சாலையின் முதன்மை பக்காவான மாஷுக் அலி என்னிடம் வந்தார். யாரோ ஒரு ஆள் என் மனைவியுடன் சிறைச்சாலை வரை வந்ததாகவும், திரும்பிப் போகும்போது இருவரும் சேர்ந்தே சென்றதாகவும் என்னிடம் கூறினார். நான் அதிர்ந்துபோனேன். விடைதெரியாத பல கேள்விகள் என்னுள் எழுந்தன. யார் அவன்? அவன் ஏன் என்னை பார்க்க வரவில்லை? அவனைப் பற்றி என் மனைவி ஏன் எதுவும் சொல்லவில்லை? கான்பூரில் இருந்து தாமாகவே வந்ததாக அவள் ஏன் கூறினாள்?

கடைசியில், கான்பூரில் இருந்து என் அம்மாவுக்கும் தம்பிக்கும்கூட அவளுடைய விவகாரம் தெரிந்துபோனது. அச்சமயத்தில் அவள் என் அம்மாவிடம் இருந்து பிரிந்தே வசித்து வந்தாள். ஏறக்குறைய ஒன்றரை மாதத்திற்குப் பின்னர், என் சகோதரனுடன் சேர்ந்து என்னைப் பார்க்க வந்தாள். அவள் சீற்றத்துடனும் அகங்காரத்துடனும் காணப்பட்டாள். ஆனால் சட்டென்று அவள் அழுதுவிட்டாள், அப்படிப்பட்ட விஷயம் மறுபடியும் நடக்காது என சத்தியம் செய்துவிட்டு புறப்பட்டாள். ஆனால், அதன்பிற வெகுசீக்கிரத்திலேயே என் தம்பி ஒரு பூங்காவில் ஒரு அந்நியனுடன் அவள் சேர்ந்திருந்ததை பார்த்திருக்கிறான். பிறகு எதுவும் சொல்லிக்கொள்ளாமலே மாஞ்சியாவில் உள்ள அவள் அம்மா வீட்டிற்கு சென்றுவிட்டாள். என் அப்பா அவளைத் திரும்பக் கூட்டிவர சென்றார், ஆனால் அவள் திரும்பிவர மறுத்துவிட்டாள். பதிலாக, அவளும் அவளுடைய அம்மாவும் நான்தான் அவளைவிட்டுச் சென்றுவிட்டேன் என வதந்தி பரப்பிவிட்டார்கள்.

அதேநேரத்தில், என்னுடைய பரோலை மாநில அரசாங்கம் ஏற்றுக்கொண்டிருந்தது. என் மனைவி மற்றும் அவள் அம்மாவிற்கும் இந்தச் செய்தி தெரிந்துபோனது. எந்தச் சூழ்நிலையிலும் நான் வெளியே வந்துவிடக்கூடாது என அவர்களால் ஆனதையெல்லாம் முயற்சித்தார்கள். கான்பூர் சிறைச்சாலையில் என் மீது பெரும் வெஞ்சினத்தில் இருந்த என் சகா ஒருவனை என் மனைவி போய்ப் பார்த்தாள். அவன் ராம்துலாரியின் சார்பாக முதலமைச்சருக்கு ஒரு கடிதம் எழுதிக் கொடுத்தான், அதில் நான் ஒரு ஆபத்தான நக்ஸல் என்றும், என்னை விடுதலை செய்தால் பெரும் வன்முறை வெடிக்கும் என்றும் அந்தக் கடிதத்தில் சொல்லப்பட்டிருந்தது. எனக்கான பிணையத் தொகை செலுத்தப்பட்டு, விடுதலை செய்யப்படுவதற்கான உத்தரவு கிடைக்க ஒன்றிரண்டு நாட்களே இருந்த நிலையில், என் மனைவியின் கடிதத்தை அடிப்படையாக வைத்து என்னுடைய பரோல் ரத்துசெய்யப்பட்டது. இந்தச் செய்தியை சில செய்தித்தாள்கள் எல்லாவிடத்திலும் பரப்பின.

ஒரு பண்பான அழகிய கிராமத்துப் பெண், என் மனதின் அடியாழத்தில் வைத்து நான் நேசித்த ஒருத்தி, என்னைக் கைவிட்டு டெல்லிக்கு போய்விட்டாள். இப்போது அவள் கைகளில் இரண்டு புதிய பெயர்கள் பச்சை குத்தப்பட்டிருந்தன: ஒன்று ராஜ்குமாரி (அவளுடைய புதிய பெயராக இருக்கலாம்) மற்றொன்று, திரிலோக் சிங்.

15

ஷிவ்நாத்தின் தியாகம்

அது, மிகவும் குளிரான 1978, ஜனவரி 23-24 இரவு. பழையதாகி கந்தலாகிப்போயிருந்த போர்வைகளில் உயிரே இல்லாதவர்கள் போல் கைதிகள் உறங்கிக் கொண்டிருந்தனர். ஆய்வுக்கு வந்த சிறைச்சாலை காவலர்களின் சத்தமான கூப்பாடு அன்றிரவின் அமைதியைக் குலைத்தது. நான் பலநாட்களாகவே சரியாகத் தூங்கவில்லை. முடிவில்லாமல் விழித்திருந்தபடியால் என் கண்கள் தூக்கத்தால் கனத்துப் போயிருந்தன, ஆனால் அவர்கள் ஒருகணம் மட்டுமே நிறுத்தி மறுபடியும் தொடங்கிவிடுவார்கள். அது ஒரு விசித்திரமான ஓய்வின்மை – யாரோ என் கண்களை கட்டாயப்படுத்தி திறந்து வைத்திருப்பதைப் போல் இருக்கும். நான் புரண்டு திரும்பினேன், என் முகம் ஒரு போர்வையால் மூடப்பட்டிருந்தது. திடீரென, காவலர்களின் காலடியோசை துரிதப்பட்டு, கைதிகளை எண்ணும் குரல்கள் சத்தமாகவும் வேகமாகவும் கேட்டன. “இங்கே எல்லாம் சரியாயிருக்கிறது, ஐயா.”

“ராம்சந்த்ரா சிங் இந்த பாசறையில்தான் இருக்கிறாரா?” இரும்புக் கிராதிகளுக்கு அப்பால் இருந்தும் ஒரு குரல் எதிரொலித்தது. நான் எச்சரிக்கையாகி எழுந்தேன். அந்தக் காவலாளி கையில் ஒரு டார்ச்லைட்டை பிடித்தபடி என் படுக்கையை நோக்கி வந்தான். “நேட்டா-ஜி (தலைவர் ஐயா,) ஜெயிலர் உங்களை அழைக்கிறார்.”

என்னைச் சுற்றிலும் ஒரு துணியை போர்த்திக்கொண்டு அந்த இரும்பு கிராதியை அடைந்தேன். சிறையதிகாரி ஆர்.

என்.சிங் அங்கே நின்றிருந்தார். நான் வரவேற்ற பின்னரும் அவர் அமைதியாகவே இருந்தார், அது விசித்திரமானது. என் கண்கள் கவலை பீடித்திருந்த அவர் முகத்தில் நிலைத்தன. அந்த ஜெயிலர் ஒரு தட்டையான தொணியில் சொன்னார்: "ஷிவ்நாத் திரிவேதி இறந்துவிட்டார்."

நான் அதிர்ந்துபோனேன். என்னால் எதுவும் செய்யமுடியவில்லை. என் உடலில் இருந்து ரத்தம் வடிவதைப் போலிருந்தது. ஆறுதலாக ஒன்றிரண்டு வார்த்தைகள் சொல்லிவிட்டு அந்த ஜெயிலர் போய்விட்டார். உணர்ச்சியற்ற நிலையில், சுவரில் சாய்ந்தபடி அப்படியே உட்கார்ந்துவிட்டேன். பாசறைக் காவலரும் சில கைதிகளும் என்னைச் சூழ்ந்துகொண்டனர். அவர்களுடைய அனுதாப வார்த்தைகள் எதுவுமே எனக்கு அர்த்தமாகவில்லை. என் மகத்தான நண்பருடைய பிம்பங்கள் ஒன்று மாற்றி ஒன்று என் மனதில் பிரதிபலித்துக்கொண்டே இருந்தன. நக்ஸல் கிளர்ச்சி உருவாகியிருந்தபோது 1965-இல் நாங்கள் எங்களது பயணத்தை ஒன்றாகவே தொடங்கினோம். ஒரு மாணவ பிரதிநிதியாக மதோகன்ஞ் வெகுமக்களுக்காக நான் பேசினேன். நான் அறிமுகம் செய்துவைக்கப்பட்ட அவர் ஒரு சாதாரண தோற்றம் கொண்ட காம்ரேடாகவே மேடையில் அமர்ந்திருந்தார். உண்மையில் அவர் மிகவும் முக்கியமானவர் என்பது எனக்கு அச்சமயத்தில் தெரியாது.

பைநிறைய புரட்சிகர இலக்கியத்தையும், வெடிப்பொருள்களையும் சுமந்துகொண்டு, உன்னாவ் மற்றும் ஹர்தோய் நாட்டுப்புறப் பகுதிகளின் மூலை முடுக்குகளுக்கெல்லாம் பேய்களைப்போல் இரவு பகல் பார்க்காமல் பயணம் செய்தோம். ஹர்தோயின் சில பகுதிகளில், ஷிவ்நாத் திரிவேதியின் பிரபல்யம் உச்சத்தில் இருந்தது. மக்கள் அவரை நேசித்து மரியாதை செலுத்தினர். அவருடைய வாழ்க்கையே ஒடுக்கப்பட்ட மக்களுக்கு அர்ப்பணிக்கப்பட்டதுதான். வறுமை, சச்சரவுகள் மற்றும் ஆபத்துக்கள் ஆகியவை அவர் வாழ்க்கையில் அபரிமிதமாய் நிரம்பியிருந்தன, ஆனால் அவர் எப்போதுமே எங்களுக்கான உத்வேகமாகவே விளங்கியிருக்கிறார். இரும்பை தங்கமாக மாற்றும் மாயக்கல்லே அவர்தான். அவர் நிறுத்துவதைப் பற்றி அறிந்ததில்லை. பின்னோக்கிப் பார்த்ததும் இல்லை.

மூன்று மாதங்களுக்கு முன்னர்தான், இதுபோன்ற வாழ்க்கையை வாழ தனக்கு இனியும் விருப்பமில்லை என்று கூறியிருந்தார். தீவிர உடல்நலப் பிரச்சினைகள் இருந்தபோதிலும் அவர்

முறைப்படி சிகிச்சை எடுத்துக் கொள்ளவில்லை. நீரிழிவுடன் சேர்த்து அவருடைய வயிறு மற்றும் குடல்பகுதி ஆகியவையும் மோசமாகியிருந்தன. ஆனால், அவரால் நடக்கமுடியாமல் போகும்வரையில் மருத்துவமனையில் சேர்க்கப்படவில்லை. அவர் இறப்பதற்கு சற்று முன்பாக, அவருடைய நிலைமை மிகவும் மோசமானபோதுதான் சிறையில் இருந்து கண்டோன்மெண்ட் மருத்துவமனைக்கு மாற்றப்பட்டார், பிறகு ஜனவரி 21 அன்று மறுபடியும் சிறைச்சாலை மருத்துவமனைக்கு அனுப்பி வைக்கப்பட்டார். ஒரு ஸ்ட்ரெச்சரில் பிரக்ஞையற்று கிடந்த நிலையிலும் அவருடைய கால்களில் கெட்டியான இரும்புச் சங்கிலிகள் பூட்டப்பட்டிருந்தன.

திரிவேதி-ஜியின் மோசமடைந்து வரும் உடல்நிலை குறித்து நக்ஸல் பாதுகாப்பு மற்றும் விடுதலை சமூகத்தின் மாநிலத் தலைவர், எங்களுக்கு நெருக்கமான சுயேச்சை சட்டமன்ற உறுப்பினருக்கும், மற்ற சிலருக்கும் தகவல் தெரிவித்திருந்தார். மரணத்துடன் போராடிய அந்த காம்ரேடுக்காக பேச யாரும் அக்கறை காட்டவில்லை. ஷிவ்நாத்தை கான்பூர் மருத்துவக்கல்லூரி மருத்துவமனைக்கு அனுப்பவோ, அல்லது அவருடைய சிகிச்சையில் அலட்சியம் காட்டவில்லை என்பதை உறுதிப்படுத்தவோ, சிறைக் கண்காணிப்பாளர் அல்லது சம்பந்தப்பட்ட மருத்துவ அதிகாரிகளிடம் கோரிக்கை வைக்க வேண்டியது அவசியம் என யாருமே நினைக்கவில்லை. பின்னாளில், அந்தச் சட்டப்பேரவை உறுப்பினர் ஷிவ்நாத்தின் மரணத்தை தனக்குச் சாதகமாக பயன்படுத்திக்கொள்ள, வெட்கமே இல்லாமல் சட்டப்பேரவையில் முதலைக் கண்ணீர் வடித்தார்.

ஜனவரி 24 அன்று, சிறை கண்காணிப்பாளர் கே.எஸ்.பாண்டே தன்னுடைய காலைநேர சோதனைக்கு வந்தபோது, எங்களுடைய இறந்துபோன நண்பரை கடைசியாக ஒருமுறை, காவல்துறை பாதுகாப்புடன் கண்டோன்மெண்ட் மருத்துவமனைக்குச் சென்று பார்த்துவர காம்ரேடுகளுக்கு அனுமதி அளிக்க வேண்டும் என கோரிக்கை வைத்தேன். முதலில் இது மறுக்கப்பட்டது, ஆனால் சூழ்நிலையின் தீவிரத்தை மனதில் வைத்துக்கொண்டு அந்தக் கண்காணிப்பாளர் பிற அதிகாரிகளுடன் ஆலோசனை செய்த பின்னர் அதற்கு ஒப்புக்கொண்டார். அவருடைய உடல் சிறைச்சாலைக்கு கொண்டுவரப்படும் எனவும், அதற்கு நாங்கள் தயாராக இருக்க வேண்டும் எனவும் சொல்லப்பட்டது. ஏறக்குறைய ஒன்றரை மணிநேரத்தில், காம்ரேடுகள் அனைவரும் தங்களுக்குரிய

வட்டத்தில் இருந்து வெளியே வந்து சிறைச்சாலை மைதானத்தின் நடுவில் கூடிவிட்டனர் – தொலைந்துபோன, சோர்ந்துபோன, வழிப்பறி செய்யப்பட்ட பயணிகளைப் போன்ற அமைதிதான் அவர்களிடையே நிலவியது. சிறைச்சாலை நடவடிக்கைகள் வழக்கம்போல் நடைபெற்றன, ஆனால், ஏதோ ஒன்று உண்மையிலேயே முடிவுக்கு வந்துவிட்டது என்ற நிலையை அலுவலர்கள் மற்றும் அதிகாரிகளின் மனப்போக்கு காட்டிக் கொடுத்தது.

பல சமயங்களில், கைதிகள் சிறைச்சாலை வளாகங்களுக்குள்ளேயே மரணத்தை தழுவியிருக்கிறார்கள். வயதாகிப் போனதால் மரணிப்பது முதல் போதுமான மருந்து மற்றும் ஊட்டச்சத்தில்லாமல் மரணிப்பது வரை மட்டுமல்லாது வேறு பல காரணங்களும் இருந்தன. இப்படிப்பட்ட உடல்கள் சிரய்யா தாலில் – சிறையில் இருந்து தள்ளியிருப்பது – வைத்து, விறகுக் குவியலின் மீது மண்ணெண்ணை ஊற்றி தீவைக்கப்படும். சிதையூட்டலுக்கு செல்லும் வழியில், உடல்களை எரிக்க வழங்கப்பட்ட மரம் மற்றும் மண்ணெண்ணையின் மூன்றில் ஒரு பகுதியை திருடிக்கொள்ளும் வார்டர்கள் அதை தங்களுடைய வீடுகளுக்கு அனுப்பி வைத்துவிடுவார்கள், அதேநேரம், பாதி எரிந்த உடல்கள் பிணந்திண்ணிகளால் கிழிக்கப்பட்டு, உண்ணப்படும். இதனால் யாரும் தொந்தரவுக்கு உள்ளானதுபோல் தெரியவில்லை.

ஆனால், அன்றைய தினத்தில் ஒரு வலுவான சக்தி அசைவற்ற நிலையிலுள்ள எல்லாவற்றையும் உலுக்கிப் போட்டது. எல்லாவற்றையும் உள்ளடக்கிய இந்த சக்தி பல்வேறு காலங்களிலும் இடங்களிலும் தோன்றியிருக்கிறது. அது நாற்பத்தியோரு வருடங்களுக்கு முன்னர் இதே சிறையில் மணிந்த்ரா நாத் பானர்ஜியாக தோன்றியது, இன்று ஷிவ்நாத்தாக தோன்றியிருக்கிறது. இதற்கு புவியரசியல் எல்லைகள் எதுவும் கிடையாது. அது பாட்ரிஸ் லுமூம்பாவாக இருக்கலாம் அல்லது பாபி சாண்ட்ஸாக இருக்கலாம். அது பொலிவியக் காடுகளில் சேதப்பட்ட விரல்களுடனும், துண்டாக்கப்பட்ட உடலுமாக கிடந்த சே குவேராவாக இருக்கலாம். சிலநேரங்களில் இது பதினான்காம் நூற்றாண்டு ஐரோப்பாவின் ஜான் பாலாகவும், பதினாறாம் நூற்றாண்டு தாமஸ் மூராகவும் இருக்கலாம். அது அடிமைப்பட்ட இந்தியாவின் சந்திர சேகர் ஆஸாத் அல்லது பகத் சிங்காக இருக்கலாம், சிலசமயங்களில் அது சுதந்திர இந்தியாவின் கிஸ்தா கவுட் மற்றும் பூமய்யாவாக இருக்கலாம்.

சிறைச்சாலையின் மைய வாயிலின் வழியாக சவ வண்டி நுழைந்தது. உடலை இறக்கி வைப்பதில் வார்டர்களும் தொழிலாளர்களும் பரபரப்பானார்கள். நாங்கள் அச்சத்துடனே முன்னால் நகர்ந்து பணியாளர்களுக்கு உதவ நினைத்தோம், ஆனால் எங்கள் கைகளில் இருந்த பலமனைத்தும் வடிந்துபோயிருந்தது. அந்த உடலின் விறைப்பான கையை ஊழியர்களுள் ஒருவர் வலுக்கட்டாயமாக நேராக்க முயற்சித்தபோது, ஷிவ்நாத்திற்கு வலிக்குமோ என்ற எண்ணத்தில் அப்படிச் செய்யாதிருக்கும்படி அவரை நோக்கி கத்தினேன். பணியாளர்கள் அந்தக் கையை அப்படியே போட்டுவிட்டு, எனக்கு பைத்தியம் பிடித்துவிட்டதோ என்பதைப் போல் என்னை விநோதமாகப் பார்த்தனர். உண்மையாகவே, அது பித்துக்குளித்தனம்தான். ஷிவ்நாத் அங்கு உயிருடன் இல்லையே.

நாங்கள்தான் குற்றவாளிகள் என்பதுபோல், அவருடைய உடலுக்கு துணையாய் வந்த அவரது மருமகனின் கண்களை எங்களால் எதிர்கொள்ளவே முடியவில்லை. ஒருமுறை மட்டும் அவரை சட்டென்று பார்த்தேன். அப்போதிருந்த நிலைமைக்கு எதிராக ஒரு பயங்கரமான பழியுணர்ச்சி அவருடைய கண்களில் கனன்று கொண்டிருந்தது. அவரிடத்தில் நான் ஷிவ்நாத்தை கண்டேன். புல்வெளித் தரையில் இருந்த நீருற்றுக்கு அருகில் உடல் வைக்கப்பட்டது. சிறைச்சாலை பணியாளர்களும் அதிகாரிகளும் தங்களுடைய மௌன அஞ்சலியை செலுத்தினர். அங்கு வந்த சிறைக் கண்காணிப்பாளர் மரியாதை நிமித்தமாக தன் தொப்பியை கழற்றி வைத்துக் கொண்டார். தேரா தொழிலகத்தைச் சேர்ந்த எல்லாக் கைதிகளும் வேலையை நிறுத்திவிட்டு வந்திருந்தனர். திரிவேதியை கடைசியாக ஒருமுறை பார்த்துவிட நூற்றுக்கணக்கில் இருந்த அவர்கள் ஒருவர் பின் ஒருவராக வந்துகொண்டிருந்தனர். சீக்கிரத்திலேயே அவருடைய உடல் கைதிகள் அளித்த பூக்களால் மூடப்பட்டுவிட்டது.

விடுபடுவதற்கான நேரம் வந்தது. அமர் சிங், விபூதி பிரசாத், ராம் ராஜ், பத்ரி பிரசாத் மற்றும் நான் ஆகியோர் எங்களுடைய இறுதி அஞ்சலியை செலுத்தினோம். என் சட்டையில் இருந்த பூங்கொத்தை அந்த உடல்மீது வைத்தேன், இரண்டு சொட்டு கண்ணீரும் அதனுடனே சேர்ந்து விழுந்தது. உள்ளங்கைகளை மரியாதை நிமித்தமாக மடக்கிக்கொண்டு, அங்கிருந்து நகர்ந்தேன். என் பொருள்முதல்வாதமெல்லாம் காணாமல் போய்விட்டது, எங்கே போனதென்றும் தெரியவில்லை. நான் யாருக்கு

மரியாதை செலுத்தினேன்? அது வெறும் சவம், சீக்கிரத்திலேயே அழியப்போகின்ற இறந்த உடல். ஷிவ்நாத் ரொம்ப நேரத்திற்கு முன்பே போய்விட்டார். அவருடைய நீண்டகால பௌதீக இருப்பு முடிவுக்கு வந்துவிட்டது.

ராஜ் பகதூர் மற்றும் சிறைச்சாலையின் பிரதிநிதியாக மூத்த வார்டர் சூர்ய பிரகாஷ் பதக் ஆகியோர் அந்த உடலுக்கு துணையாக சென்றனர். பதக் எங்களுக்கு நெருக்கமானவர்; ஷிவ்நாத்தின் மீது அவருக்கு கொள்ளைப் பிரியம் இருந்தது. மறுநாள் அவர் என்னிடம், அந்த உடலானது கங்கையின் உறையச்செய்யும் தண்ணீரில் விடப்பட்டது என்று கூறினார். அவர் அந்தக் காட்சியை விவரிக்கையில், உணர்ச்சிவசப்பட்ட அவர் குரல் தடுமாறியது. என்னால் அந்தக் காட்சியை பார்க்க முடிந்தது - ஷிவ்நாத்தின் உடல், சுரண்டல் மற்றும் ஒடுக்குமுறையான கொடூர ஆளுகைக்கு எதிரான கலகத்தின் குறியீடாக, சிவப்புக் கொடியில் சுருட்டப்பட்டு, கங்கையின் வேகமாக ஓடும் அலைகளோடு மேலும் கீழுமாக நகர்ந்துகொண்டிருக்கும். அந்த நதியுடன் சேர்ந்து நீண்ட பயணம் செல்லும் ஷிவ்நாத் இப்போதும் இந்த நாட்டிற்கு புரட்சிகர செய்தியை கொடுத்துக் கொண்டுதான் இருக்கிறார்.

16

இந்தக் கவசம் எப்போதுதான் உடையும்?

நக்ஸல் இயக்க காலத்தின்போது, காம்ரேடுகள் நீண்டகாலமாக சிறை வைக்கப்பட்டிருப்பது அல்லது ஆயுள் தண்டனை விதிக்கப்பட்டிருப்பது குறித்து இரண்டு வெவ்வேறான அனுகுமுறைகள் ஏற்றுக்கொள்ளப்பட்டிருந்தன. ஒன்று, இறந்துபோன அல்லது நீண்டகாலமாக சிறைவாசத்தில் இருப்பவர்கள் கட்சியின் பொறுப்புக்குரியவர்கள் அல்ல என்பதை வெளியில் உள்ள உறுப்பினர்கள் ஏற்றுக்கொள்ளலாம். மாறாக, அவர்களுடைய சிறைவாசமானது புரட்சிகர நடவடிக்கையின் ஒரு பகுதியாக கருதப்பட்டு, சமீபத்திய அரசியல் நடவடிக்கைகள் பற்றிய செய்திகள் அவர்களுக்கு தெரிவிக்கப்படும், முக்கிய விஷயங்களின் விவாதங்களிலும் அவர்கள் சேர்த்துக்கொள்ளப் படுவார்கள். முதலாவதாக சொல்லப்பட்ட அபிப்பிராயம்தான் அப்போது நடைமுறையில் இருந்ததென்பது தெளிவு. சிபிஐ(எம்எல்)-இன் மாநிலப் பிரிவு, சிறைகளில் இருக்கும் காம்ரேடுகளுடன் தகவல்தொடர்பு ஏற்படுத்திக்கொள்ள எத்தகைய முயற்சியும் செய்யவில்லை. உத்தரப் பிரதேசத்தில் கட்சி இன்னமும் இருக்கிறதா என்றுகூட எங்களுக்கு தெரியவில்லை. பின்னாளில், காம்ரேட் மகேந்திரா சிங் – ஒருகாலத்தில் காம்ரேட் ஷிவ்குமார் மிஷ்ராவிற்கு நெருக்கமானவரும் நம்பிக்கைக்கு உரியவரும் ஆவார் - போன்ற மாநிலத் தலைவர்கள் கட்சியில் இருந்து பிரிந்து, மத்தியக் குழு எனப்பட்ட தன்னுடைய தனி அமைப்பை நிறுவிக்கொண்டதன் மூலம், சிந்தாந்த வீழ்ச்சியின் ஆழத்தை மேலும் ஆழப்படுத்தினார்கள் என்று எங்களுக்குத் தெரிய வந்தது.

புரட்சிகர சக்திகள் தேசிய அளவில் இயங்கிக் கொண்டிருக்கின்றனவா இல்லையா என்பதுகூட எங்களுக்குத் தெரியவில்லை. கட்சியின் தேசியத் தலைவர்களிடையே முளைத்திருந்த சித்தாந்த வேறுபாடுகள் பற்றியும் எங்களுக்குத் தெரியாது. அதேநேரத்தில், வர்க்க எதிரிகளை அழிப்பது என்ற நடவடிக்கை துறக்கப்பட்டதாகவும், கட்சித் தொண்டர்களின் விரிவான அடித்தளத்தை கட்டமைப்பதற்கு வலியுறுத்தப்பட்டுள்ளதாகவும் தெரிவிக்கின்ற, கட்சியின் குறிப்பிட்ட முக்கியத் தலைவர்களால் வெளியிடப்பட்ட அறிக்கையின் ஒரு பிரதி எங்களுக்கு கிடைத்தது. இந்த அறிக்கையின் முக்கிய கருத்தை, ஃபதேகர் சிறைச்சாலையில் இருந்த எல்லா காம்ரேடுகளுமே முழுமையாக ஏற்றுக்கொண்டனர், ஆனால், அந்தப் பிரதியை எங்களுடைய காம்ரேடுகளிடம் இருந்து அல்லாமல் அரசாங்கத்திடம் இருந்து பெற்றோம் என்பதால் எங்களுக்கு வருத்தமும் ஆச்சரியமும்தான் ஏற்பட்டது. இந்த அறிக்கையை நாங்கள் ஏற்றுக்கொள்வதாக எழுத்துப்பூர்வமான ஒப்புதல் அளித்தால், அரசாங்கம் எங்களுடைய விடுதலை பற்றி பரிசீலிக்கும் என்று எங்களிடம் சொல்லப்பட்டது.

எங்களுடைய விடுதலைக்கான நிபந்தனையாக, இந்தக் கொள்கை அறிக்கையை அரசாங்கம் பயன்படுத்திக் கொள்வதற்கான வாய்ப்பை, கட்சி ஏன் அளித்தது என்பதைத்தான் எங்களால் புரிந்துகொள்ள முடியவில்லை. அப்போதும்கூட, இதை மத்தியக் குழுவின் முடிவு என அனுமானித்து, கட்சியின் கட்டுப்பாட்டை மனதில் வைத்துதான் இந்த அறிக்கைக்கு ஆதரவாக எங்களுடைய எழுத்துப்பூர்வமான அறிவிப்பை வெளியிட்டோம். இந்தக் கட்சி அறிக்கையானது, மத்தியக் கமிட்டியின் அனுமதியோ அல்லது அவர்களுக்குத் தெரியாமலோதான் காம்ரேட் எஸ்.என்.சிங்கால் அராசாங்கத்திற்கு தரப்பட்டது என்பதையே நாங்கள் பின்னர்தான் தெரிந்துகொண்டோம். இந்தத் தவறான புரிதலுக்கிடையே மிகவும் வலிதரக்கூடிய பகுதி என்னவென்றால், அரசாங்கத்தின் விருப்பங்களைத் தொடர்ந்து நாங்கள் எழுத்துப்பூர்வமாக அறிவிப்பு செய்திருந்தாலும்கூட, நிர்வாகமானது எங்கள் விடுதலை குறித்த விஷயத்தில் செவிடாகிப் போய்விட்டது.

நக்ஸலைட் கைதிகளை விடுதலை செய்யவேண்டும் என்ற கோரிக்கை நீண்டகாலத்திற்கு முன்பே தொடங்கிவிட்டது. வட இந்தியாவில், முதல்முறையாக வீரமும் துணிவும் நிரம்பிய அகில பாரதிய கிரந்திகாரி யுவ மோட்சா (அனைத்திந்திய புரட்சிகர

இளைஞர் படை) காம்ரேடுகள், ராம் ஆஸ்ரே வர்மாவின் தலைமையில், அமைப்பின் வெளியீடான *யுவானக்* வழியாக தங்களுடைய குரலை எழுப்பினர். இந்த ஆரம்பகட்ட முயற்சிகளின் காரணமாக, நாடு முழுவதிலும் இருந்த ஏறக்குறைய முன்னூறு அறிவுஜீவிகள் பங்கேற்ற தேசிய மாநாடு 20-21 ஏப்ரல், 1973-இல் டெல்லியில் நடத்தப்பட்டது. இவர்களில், ஆர்.கே.கார்க், ரத்தன் தாஸ், டாக்டர் கயான்சந்திரா, பதாயன் சட்டோபாத்யாய, அர்ஜுன் அரோரா, புபேஷ் குப்தா, பி.சி.ஜோஷி, ஜெயஸ்ரீ ராணா, ஜார்ஜ் பெர்னாண்டஸ் மற்றும் வி.கே.கிருஷ்ண மேனன் ஆகியோர் முக்கியமானவர்கள் ஆவர்.

அந்த மாநாட்டில், சிபிஐ-யிடம், அவர்களுடைய கட்சியின் கேரள அரசாங்கத்திற்கு, அந்த மாநிலத்தில் உள்ள நக்ஸலைட் கைதிகளை விடுதலை செய்வதற்கான நடவடிக்கையைத் தொடங்க அழுத்தம் தருமாறு கேட்டுக்கொள்ளப்பட்டபோது அவர்கள் உணர்ச்சியற்ற மௌனத்தையே வெளிப்படுத்தினர்.

இந்த மாநாட்டிற்குப் பின்னர், பெரும்பாலான மாநிலங்களில் பாதுகாப்பு-விடுதலை கமிட்டிகள் நிறுவப்பட்டன. உத்தரப் பிரதேசத்தில் 1973, ஜூன் 9 அன்று நிறுவப்பட்ட இப்படிப்பட்ட கமிட்டியில் டாக்டர் ஷபார் ஹுஸைன், சி.பி.சிங் மற்றும் அவ்தார் சிங் 'பஹார்' ஆகியோர் முக்கிய பங்காற்றினர். எங்களுடைய விடுதலைக்காக பல்வேறு மாவட்டங்கள் மற்றும் நகரங்களில் ஊர்வலங்களும் ஆர்ப்பாட்டங்களும் நடைபெற்றன.

ஜனவரி 1977-இல், எமர்ஜன்ஸி விலக்கப்பட்ட பின்னர், நக்ஸலைட் கைதிகளை விடுவிக்க வேண்டும் என்ற கோரிக்கை மீண்டும் ஒருமுறை நாடு முழுவதும் வேகம் பெற்றது. உத்தரப் பிரதேச குடிமக்கள் சுதந்திரம் மற்றும் மனித உரிமைகள் கமிட்டியின் ஆதரவுடன், 1977 அக்டோபர் 1 அன்று லக்னோ பல்கலைக்கழக மணவர் சங்க கட்டடத்தில் ஒரு கருத்தரங்கிற்கு ஏற்பாடு செய்யப்பட்டது. அதில் இந்தக் கோரிக்கையை வலியுறுத்தி பல்வேறு சித்தாந்த குழுக்களின் பிரதிநிதிகள் பங்கேற்றனர். இந்த விவகாரத்தில் புதிய அரசாங்கத்தின் கவனத்தை ஈர்ப்பதற்கு மாநிலத்தின் பல்வேறு நகரங்களிலும் முயற்சிகள் மேற்கொள்ளப்பட்டன. ஆனால், தன்னுடைய தேர்தல் அறிக்கையில் உள்ள பிற தேர்தல் வாக்குறுதிகளைப் போன்றே ஜனதா கட்சி அரசாங்கமானது, நக்ஸல்களை விடுதலை செய்யும்

வாக்குறுதியிலிருந்து பின்வாங்கியது. அரசாங்க மாற்றத்தினால் உருவாகியிருந்த லேசான நம்பிக்கையும் வலுவிழந்து போனது.

முன்னியின் துரோகம் மற்றும் ஷிவ்நாத்தின் தியாகம் ஆகியவை ஏற்கனவே என்னுள் ஆழமான பிளவை ஏற்படுத்தியிருந்தன. அரைப் பைத்திய நிலையில் மாபெரும் ஏமாற்றமே பிறந்தது, என்னுடைய முழுமையான பொருள்முதல்வாத கண்ணோட்டமும் கொஞ்ச நேரத்திற்கு என்னைக் கைவிட்டுச் சென்றதையும், நான் ஆன்மீகம் மற்றும் பக்தியின் பக்கம்கூட சாய்ந்தேன் என்பதையும் ஒப்புக்கொள்வதில் எனக்கு எந்த தயக்கமும் இல்லை. நிலைதடுமாறிய நிலையில் நான் கதறியழ நினைத்தேன், என்னுடைய மயிர்க்கற்றைகளைப் பிடுங்கி, சட்டையைக் கிழித்துக்கொள்ளலாம் போல் இருந்தது. என் உயிரை மாய்த்துக்கொள்வது பற்றி பலமுறை யோசித்திருக்கிறேன், ஆனால் வழியோ வாய்ப்புகளோ இல்லாத நிலையில் அந்த யோசனையும் மெல்ல நீர்த்துப்போனது.

இந்த காலகட்டத்தில்தான் இந்தியாவில் ஆயுள் தண்டனை அனுபவித்துக் கொண்டிருந்த எல்லா கைதிகள் மீதும் ஒரு பெரிய அடி விழுந்தது. புதிதாக அறிவிக்கப்பட்ட சட்டத்தில், குற்றவியல் நடைமுறை சட்டத்தோடு (சிஆர்பிசி) புதிய பிரிவான 433-ஏ சேர்க்கப்பட்டுள்ளது என்பதும், இதனால், முழுமையாக பதினான்கு வருடம் சிறைதண்டனை அனுபவிப்பதற்கு முன்பாக ஆயுள்தண்டனை கைதிகளை விடுதலை செய்வது பற்றி பரிசீலிக்க முடியாது என்பதும் எங்களுக்கு தெரிய வந்தது. இதற்கு முன்பாக, ஐந்து வருட சிறைதண்டனை முடிவுற்ற பின்னர், நன்னடத்தைப் பிணையில் விடுவிக்கப்படுவதற்கான ஷரத்து நடைமுறையில் இருந்தது, ஆனாலும்கூட அந்த ஷரத்து முழுமையாக அமல்படுத்தப்படவில்லை என்பது வேறு விஷயம். இருந்தபோதும், ஒரு கைதி பொதுவாக நன்னடத்தை காரணமாக எட்டு அல்லது பத்து வருடங்களிலே விடுதலை செய்யப்படுவார். இந்த 433-ஏ பிரிவை எதிர்த்து மாநிலம் முழுவதிலும் இருந்த கைதிகள் வேலைநிறுத்தம் செய்தனர். கண்காணிப்பாளர் வழியாக ஆயிரக்கணக்கான கைதிகள் உச்சநீதிமன்றத்திற்கு மனுசெய்தனர். இந்தப் பிரச்சினையின் சிக்கல்களை புரிந்துகொள்வதற்கு பல கைதிகளும் விடாமல் என்னை சூழ்ந்துகொள்ள தொடங்கினர்.

ஃபதேகர் மத்திய சிறையில் 433-ஏ விவகாரத்தை எதிர்த்து பெருந்திரளான உண்ணாநிலைப் போராட்டம் தொடங்கப்பட்டது.

அது இரண்டாவது வட்டத்தில் தொடங்கியது. கைதிகள் தங்களுடைய சிறைகளில் இருந்து வெளியே வரவும், சிறைச்சாலையில் தங்களுடைய பணியிடங்களுக்கு செல்லவும் மறுத்ததுடன் உண்பதற்கும் மறுப்பு தெரிவித்தனர். பல கைதிகள் தனிமைச் சிறையில் அடைக்கப்பட்டனர். அடுத்தநாள் இதேபோன்ற கொந்தளிப்பு முதல் வட்டத்திலும் எதிர்பார்க்கப்பட்டது. காலை நேர பிரார்த்தனைகளுக்கு முன்பாகவே சிறையில் இருந்த சில தலைவர்களுக்கு விலங்கிடப்பட்டு, தனிமைச் சிறையில் அடைக்கப்பட்டனர். இந்த செய்தி கிடைக்கப்பெற்றதும், பிரார்த்தனையில் குழுமியிருந்த கைதிகள் கலக்கமுற்று, தொழிலகத்தில் தங்கள் வேலைக்குத் திரும்பினர். எதிர்பார்த்த கொந்தளிப்பு இவ்வாறு தவிர்க்கப்பட்டது. இந்த ஆரவாரமான செயல்பாட்டிற்குப் பின்னர் அதிகாரிகள் சூழ்நிலையை கட்டுப்பாட்டில் கொண்டுவந்தனர். பின்னாளில் இந்தக் கறுப்பு சட்டம் குறித்து கேள்வியெழுப்பும் எழுத்தாணைகளை ஆயிரக்கணக்கான கைதிகள் உச்சநீதிமன்றத்திடம் சமர்ப்பித்தனர்.

சில நாட்கள் சென்றிருக்கையில், என் காம்ரேடுகளும் நானும், உயர் பிரிவில் எங்களை அனுமதிக்க கோரி உண்ணாநிலை போராட்டத்திற்கான அறிவிக்கையை அரசாங்கத்திடம் சமர்ப்பித்தோம். ஆனால், மாநில அமைச்சர் மோகன் சிங்கின் பதில் எங்களின் அந்த எழுச்சியை கைவிடச் செய்தது. அவருடைய அபிப்பிராயப்படி, உண்ணாநிலை போராட்டத்திற்கான அழைப்பை நிறுத்தி வைத்தால் எங்களுடைய கோரிக்கைகள் குறித்து அரசாங்கத்துடன் பேசுவதற்கு சாதகமான சூழ்நிலைகளை உருவாக்கலாம் என்றானது. பாதுகாப்பு-விடுதலைக் கமிட்டியின் பிரதிநிதிகளான மோகன் சிங் மற்றும் சோட்டேலால் யாதவ் ஆகியோரை சந்தித்தபடியே இருந்தனர், இருவருமே அப்போது உ.பி.யை ஆட்சி செய்த கூட்டணி அரசாங்கத்தில் அமைச்சர்களாக இருந்தனர். அவர்களுடைய முயற்சிகளின் விளைவாக நக்ஸலைட்டுகளுக்கு உயர் பிரிவை வழங்குவதற்கான உத்தரவு நிறைவேற்றப்பட்டது, ஆனால் அதிகாரவர்க்க மோசடிகளின் காரணமாக இந்த உத்தரவு அமல்படுத்தப்படவே இல்லை. என்னுடைய மற்றும் என் நண்பர்களுடைய எழுத்தாணைகளை நான் உயர்நீதிமன்றத்தில் பதிவு செய்ய வைத்தேன். எங்களுடைய விசாரணைகளுக்காக நாங்கள் லக்னோ சிறைச்சாலைக்கு மாற்றப்பட்டோம். என்னை அங்கே 1980, செப்டம்பர் மாதம் அனுப்பினார்கள்.

17

இரண்டு உலகங்களுக்கு நடுவில்

லக்னோ சிறைச்சாலையில் நான் தனிமைச் சிறையில் வைக்கப்பட்டேன். பகல்பொழுதில் என் அறை திறந்தே வைக்கப்பட்டது, தேவைப்படும்போதெல்லாம் அந்த வளாகங்களில் நான் சுதந்திரமாக சென்றுவந்தேன். எங்களுடைய பிற காம்ரேடுகளான அமர் சிங், விபூதி பிரசாத், பத்ரி பிரசாத் மற்றும் ராம் ராஜ் ஆகியோர் பி பிரிவு பாசறைகளில் தங்க வைக்கப்பட்டனர். நான் இங்கே வருவதற்கு முன்பே அவர்களுக்கான நீதிமன்ற அழைப்பு வந்துசேர்ந்திருந்தது. உயர்நீதிமன்றம் ஏற்கனவே அவர்களுடைய ரிட்டுகளை விசாரித்து, அவர்களை உயர் பிரிவுக்கு மாற்றுவதற்கான இடைக்கால உத்தரவுகளை அளித்திருந்தது. இந்த காம்ரேடுகளுடன்தான் என்னுடைய பெரும்பாலான நேரத்தை செலவிட்டேன்.

லக்னோ சிறைச்சாலையின் தனிமைச் சிறைகள் அச்சுறுத்தலாகவும் இருளடைந்துமே காணப்பட்டன. சிறையின் தகரம் பதித்த கதவில் ஒரேயொரு சிறிய ஓட்டை மட்டுமே இருந்தது, அதன் வழியாகத்தான் உள்ளேயும் வெளியேயும் பார்த்துக்கொள்ள முடியும். தனிமைச் சிறையில் இருந்த சிறைவாசிகளால் நான் கவரப்பட்டேன். ஒன்றிரண்டு பேர் மனரீதியாக பிறழ்வுற்றிருந்தனர். அவர்களில் இரண்டுபேர் தகாத முறையில் நடந்துகொண்டவர்கள். அதில் இருந்த ஒரு நடுத்தர வயதுக்காரரர் ஒருமுறை சிறையில் இருந்து தலைமறைவானவர். அகலமான தாடை, உயரமான தோற்றம், குரூர கண்கள், கடுமையான குரல், ஒரு மௌலவி போன்ற தாடி மற்றும் பாதி நரைத்த

மீசையுடன் காணப்பட்டார். ஒரு பயங்கரமான ஆளுமையும்கூட. வழக்கமாக பகல்பொழுதில் அவர் சுதந்திரமாக விடப்பட்டார். சக கைதிகளையும் அதிகாரிகளையும் திட்டிக்கொண்டே இருக்கும் அவர் பெரும்பாலும் சின்ன விஷயங்களுக்கெல்லாம் கத்திக் கூப்பாடு போடுவார். தனிமைச் சிறையில் இருந்த எல்லா சிறைவாசிகளுமே அவரைக் கண்டு பயப்படுவார்கள். மதியப்பொழுதுகளில், பதினைந்து வயதான சிறார்-சிறை கைதியான ராம்சேவக்கை தன் அறைக்கு அழைக்கும் அவர், தன் இடத்தை சுத்தம் செய்துவிடச் சொல்வார், அச்சமயத்தில் அவனை வசவுகளால் குளிப்பாட்டி, அடிக்கவும் உதைக்கவும் செய்வார். ராம்சேவக் அந்த அறையிலிருந்து கத்தியபடியே வெளியில் ஓடுவான், ஆனால் அந்த அயோக்கியன் திட்டிக்கொண்டே வந்து அவனை உள்ளே இழுத்துச் செல்வார். ராம்சேவக் தினமும் இப்படி அடிவாங்கிக்கொண்டே இருந்தான். வார்டர் அந்த அருவருப்பானவன் பக்கம் இருந்துகொண்டு, புகார் செய்யும் அந்தப் பையனையே பயமுறுத்தியதைக் கண்டு நான் அதிர்ச்சியானேன்.

ஒருநாள் மதியம், ராம்சேவக்கின் அலறல்களையும் கூப்பாடுகளையும் கேட்டு, பாதி மூடியிருந்த அந்த அறைக்கு உள்ளே நான் நுழைய முயற்சித்தபோது அந்த ஆள் என்னை திட்டத் தொடங்கிவிட்டார். நானும் திருப்பித் திட்டியபோது வாயை மூடிக்கொண்ட அவர் ராம்சேவக்கை வெளியே தள்ளிவிட்டார். பிறகு, நான் அங்கே இருந்தவரையில், என்னை பயமுறுத்துவதுபோல் கோபத்துடன் முறைத்துப் பார்ப்பார், ஆனால் அன்றுமுதல் ராம்சேவக் அடிவாங்குவது நின்றுபோனது.

அதே தனிமைச் சிறையில், கிரீஷ் என்ற சிறார்-சிறை கைதியும் இருந்தான். பார்க்க நல்ல தோற்றமுள்ள அவன் நல்ல குடும்பத்தைச் சேர்ந்தவன். மனப்பிறழ்வுற்ற அவன் தன்னுடைய ஆடைகளை அவிழ்த்துவிட்டு, கத்திக்கொண்டே துள்ளிக் குதித்தபடி தனக்கு முன்பாக வரும் யாரையும் வம்புக்கிழுத்துக் கொண்டிருந்தான். ஏதோ காரணத்தால் அவன் என்னிடம் எப்போதுமே நல்லபடியாக நடந்துகொண்டான். கொஞ்சநாளில் அவன் இயல்பு நிலைக்குத் திரும்பி விடுதலையும் செய்யப்பட்டான்.

ஒருநாள் என்னுடைய சிறைக்கு எதிரில் இருந்த ஒரு சிறைவாசி மோசமாக தாக்கப்பட்டான். அவன் தேம்பியழுவது எனக்கு கேட்டது. நீண்டநேரம் அவனை அடித்து நொறுக்கிய பின்னர் அந்த இருண்ட சிறையில் இருந்து வார்டர்கள் வெளிவந்தபோது

என்னைப் பார்த்தவுடன் சற்று தயக்கம் காட்டினர். அதில் ஒருவன் பேசினான்: "ஓ, இவர்தான் நிஜமான போக்கிரி. அவருடைய மீசையை பிடுங்கிவிடுகிறேன்." ஃபதேகர் மத்திய சிறையின் கண்காணிப்பாளருடைய குரூரத்தில் இருந்து தள்ளியிருந்த போதிலும், தனிமைச் சிறையின் கதைகளும், அதனுடைய குரூரத்தின் முடிவில்லாத நிர்வாண நடனமும் எப்போதும் போல் ஒரேமாதிரியாகத்தான் இருந்தன.

தனிமை சிறைச்சாலை வேலிகளுக்குள் இருந்த ஒரு வேப்ப மரத்தைச் சுற்றி ஒரு நடைமேடை கட்டப்பட்டிருந்தது. அதில், சேறு வைத்து பழைய செங்கற்களால் கட்டப்பட்ட சின்னஞ்சிறு ஆலயம் ஒன்று இருந்தது, அதில் சில செதுக்கப்படாத வட்டக்கற்கள் இருந்தன. அந்த ஆலயம் சத்யபால் பாபாவால் கட்டப்பட்டது என மிகுந்த மரியாதையுடன் கைதிகள் என்னிடம் கூறினர். சத்யபால் பாபா வேறு யாருமல்ல, என்னுடன் சேர்த்து குற்றம்சாட்டப்பட்ட அதே சத்யபால்தான். அவர் இந்தச் சிறையில் இருந்து லக்னோ ஆதர்ஷ் சிறைச்சாலைக்கு மாற்றப்பட்டார். எட்டு வருடங்களுக்கு முன்பு எங்களுக்கு தீர்ப்பளிக்கப்பட்ட நாளில் என்னுடைய அப்பா என் நெற்றியில் திலகமிட்டதற்கு ஆட்சேபம் தெரிவித்த அதே ஆள்தான் இப்போது பாபா ஆகியிருக்கிறார், ஒரு சாமியார் ஆகிவிட்டார் என்ற முரண்நகையை நினைத்து எனக்கு சிரிப்பு வந்துவிட்டது. இது மட்டுமல்ல, ஏமாற்றுக்காரரான அந்த சத்யபால் பாபா பல தில்லுமுல்லு வேலைகளையும் செய்திருக்கிறார். ஒருபக்கம், நக்ஸலிசம் என்ற பெயரில் சில அமைப்புகளிடமிருந்து ஒத்துழைப்பை பெற்றிருக்கிறார்; மற்றொரு பக்கம், சிபிஐ தலைவர்களுடன் பேசி, அவர்களுடைய கட்சியில் சேருவதற்கு தனக்குள்ள விருப்பத்தையும் தெரிவித்திருக்கிறார்.

இதில் ஆச்சரியப்பட எதுவுமில்லை. எந்த ஒரு அமைப்பின் தொடக்கத்திலும், விரோத சக்திகள் நுழையத்தான் செய்வார்கள் என்பதால் சில ஒழுங்கீனங்கள் இருக்கத்தான் செய்யும். நக்ஸல் இயக்கத்தின் ஆரம்ப நாட்களில், சில உறுப்பினர்கள் தங்களுடைய தனிப்பட்ட நலன்களுக்கு அச்சுறுத்தல் இல்லை என்கிறவரை மட்டுமே புரட்சியாளர்களாக இருந்திருக்கிறார்கள். பிரார்த்தனைகள் மற்றும் சடங்குகள் வழியாக ஆயிரக்கணக்கான சிறைக்கைதிகளிடையே ஒரு சிறப்புத் தகுதியை பெற்றுவிடுவதும், ஒரு சாதுவாக மாறிவிடுவதும் சுலபம், ஆனால், உங்களுடைய புரட்சிகர உணர்வுநிலையை தக்கவைத்துக்கொள்வது கடினம். நக்ஸலைட் இயக்கத்தில் வீரத்துடன் சேர்த்து பழிபாவத்திற்கு

அஞ்சாத சக்திகளும் ஊக்கம் பெற்றன. ஆனால், கட்சியில் அழுகல்கள் அடையாளம் காணப்பட்டு தாக்கப்படுகையில் இந்த ஒழுங்கீனங்கள் காணாமல் போயின. மற்றபடி, சத்யபால் பாபா போன்ற சில விதிவிலக்குகள் தவிர்த்து, உத்தரப் பிரதேசத்தில் சிறை வைக்கப்பட்டிருந்த எங்களுடைய பெரும்பாலான காம்ரேடுகள் புரட்சியின் உரைகல்லில் உரசிப் பார்க்கப்பட்டவர்கள்தான்.

இச்சமயத்தில் நான் லக்னோ உயர்நீதிமன்றத்தில் சிலமுறை ஆஜராக வேண்டியிருந்தது. இதுவரைக்கும் எனக்கு உயர்பிரிவு வழங்கப்படவில்லை. இதுகுறித்து இடைக்கால உத்தரவு எதிர்பார்க்கப்பட்டிருந்தது. ஆனால், என்னுடைய அடுத்த நீதிமன்ற வருகைக்கு முன்னர், 433-ஏ பிரிவுக்கு எதிரான என்னுடைய ரிட்டை உச்சநீதிமன்றம் ஏற்றுக்கொண்டு பெயில் வழங்கியிருப்பதாக மூத்த கண்காணிப்பாளர் – ஒருநாள் ஆய்வுக்கு வரும்போது – என்னிடம் தெரிவித்தார். நான் மறுநாளே விடுதலை செய்யப்பட இருந்தேன். என்னாலேயே என் காதுகளை நம்ப முடியவில்லை. நான் பேச்சற்றுப் போனேன். நான் கற்பனை செய்யாத ஒன்று நிஜமாகியிருக்கிறது. உண்மையில், 433-ஏ-க்கு எதிராக ஆயிரக்கணக்கான கைதிகள் ரிட்டுகளை சமர்ப்பித்திருந்த நிலையில், அதன்மீது பெயில் உத்தரவிட உச்சநீதிமன்றம் இந்த விஷயத்தில் இறுதி முடிவெடுக்கும் வரையில் காத்திருக்க வேண்டியிருந்தது.

நான் உண்மையிலேயே விடுதலை பெற்றேன் என்றாலும், புதிதாக ஏதாவது தடை ஏற்பட்டுவிடுமோ என்ற மனக்கொந்தளிப்புடன்தான் இருந்தேன். சிறைச்சாலை சீருடையைத் தவிர எனக்கு மாற்றுத்துணி எதுவும் இல்லை. ஒரு விசாரணைக் கைதி எனக்காக ஒரு சட்டையும், ஒரு ஜோடி கால்சராயும் ஏற்பாடு செய்தார். சிறைச்சாலை வாயில்களைக் கடந்து வந்தபின்னர், ஒருமுறை அதைத் திரும்பிப் பார்த்துவிட்டு சார் பாகை நோக்கி நடந்தேன். இது ஏதோ தவறுதலாக இருக்கும் என்ற எண்ணத்திலேயே, சிறை அதிகாரிகள் என்னைத் துரத்தி வருவதுபோல் கற்பனை செய்துகொண்டு நான் பலமுறை திரும்பித் திரும்பி பார்த்துக்கொண்ட அனுபவம் நம்பமுடியாத ஒன்று. ஆனால் அப்படி எதுவும் நடந்துவிடவில்லை. திறந்த வானத்தின் கீழ் சுதந்திரக் காற்றை சுவாசிப்பது எப்படிப்பட்ட மகிழ்ச்சியான அனுபவம் என்பதை சொல்லிப் புரியவைப்பது கடினம். நான் கான்பூருக்கு ரயிலைப் பிடித்தபோது மாலைநேரம் வந்துவிட்டது. என்னுடைய அம்மாவை பார்க்க வேண்டும் என்பதுதான் முதல் எண்ணம். ரயில் வேகமாக சென்றுகொண்டிருந்தது. ஜன்னலுக்கு

அருகே உட்கார்ந்தபடி, தொலைதூர கனவுலகில் நான் சுதந்திரமாக திரிந்துகொண்டிருதேன்.

ஏறக்குறைய ஒருவருடத்திற்கு பெயிலில் இருப்பதற்கான வாய்ப்பு எனக்கு கிடைத்தது. இந்த காலகட்டத்தில் என்னுடைய மறந்துபோன பல நண்பர்களையும் சந்தித்தேன். நான் ராம்துலாரியைக்கூட தேடி அவள் டெல்லியில் இருப்பதை கண்டுபிடித்தேன். அப்போது அவள் கம்லேஷ் என்ற பெயரில் ராம்நகரில் வசித்துவருவதாக உறுதிப்படுத்தப்படாத தகவல் எனக்கு கிடைத்தது. டெல்லி ஒரு பெருநகரம் என்பதற்கு அடுத்தபடியாக, ஒருவருடைய பெயர் மற்றும் வசிக்கும் இடத்தை வைத்து மட்டுமே அங்கே அவரை கண்டுபிடிப்பது சாத்தியமில்லை. ஒரு உள்ளூர் நண்பரின் உதவியுடன், லக்ஷ்மி நகரில் உள்ள பல அரசு ரேஷன் கடைகளின் பதிவுகளிலும் நான் தேடிப்பார்த்தேன். நிறைய கஷ்டங்களுக்குப் பின்னர், அவளுடைய பெயரையும் முகவரியையும் கண்டுபிடித்தேன். அவளுடைய வஞ்சக கணவன் அவளுடன் டெல்லியில் வசிக்கவில்லை என்பதால் அவள் தன்னுடைய பெயரிலேயே ரேஷன் அட்டை வாங்கிவைத்திருப்பாள் என்று எனக்குத் தெரியும். கான்பூரில் வேலைசெய்த அவனுக்கு ஒரு மனைவி இருந்தாள். அவன் ராம்துலாரியை ஒரு மனைவியாக டெல்லியிலேயே வைத்திருந்தான், மாதத்திற்கு ஒருமுறையோ என்னவோ அவளைப் பார்த்துவிட்டு செல்வான்.

அவளுடைய வீட்டை அடைந்ததும் அவள் பெயர்சொல்லி கூப்பிட்டேன். அவள் மேல்தளத்தின் மதிலில் உட்கார்ந்திருந்தாள். என் குரலைக் கேட்டதும் அவள் திடுக்கிட்டாள். புதிதாகப் பிறந்த தன்னுடைய குழந்தையை கையில் வைத்திருந்தாள். அந்நேரத்தில் இந்த சந்திப்பு ஒரு விசித்திரக் கனவைப் போல் தோன்றியது. ஒரு கணம், என்னைப் பார்த்தபோது அவள் கண்கள் ஆச்சரியத்தில் அகலத் திறந்துகொண்டன. பிறகு அவள் ஏறக்குறைய மயக்கமுற்று கீழே விழ இருந்த சமயத்தில் தன்னை நிதானப்படுத்திக் கொண்டாள். குழந்தையை இடுப்பில் வைத்துக்கொண்டு பெரும் பிரயத்தனத்துடன் கீழே உட்கார்ந்தாள். அவளுடைய அம்மாவும் உடனிருந்தார். அவர் என்னை அறைக்குள் அழைத்துச் சென்றார். கொஞ்ச நேரத்தில் மேல்தளத்திலிருந்து கீழே வந்த ராம்துலாரி ஒரு மூலையில் சென்று அமர்ந்துகொண்டாள். நான் அங்கேயே கொஞ்ச நேரம் இருந்தேன். இருவருமே மௌனமாகத்தான் இருந்தோம். அங்கே என்னதான் சொல்ல இருக்கிறது? அவள் குழந்தையை என்னிடம் கொடுத்தாள்.

அந்தப் பெண்குழந்தை இனிமையாக இருந்தது. அவளை என் மடியில் வைத்து பார்த்துக் கொண்டிருந்தேன். அவளுடைய மென்கன்னத்தில் இரண்டு துளி கண்ணீர் விழுந்தது. குழந்தையை அதன் அம்மாவிடம் கொடுத்துவிட்டு, வெளியே வந்து என் கண்களை துடைத்து விட்டுக்கொண்ட பின்னர் அருகில் இருந்த கடையில் ஒரு பொம்மை வாங்கினேன். பிறகு அந்தக் குழந்தையை முத்தமிட்டுவிட்டு புறப்பட்டேன். பின்னர், அந்தக் குழந்தை ஒரு தீவிபத்தில் இறந்துவிட்டதாக கேள்விப்பட்டபோது, தனிமையில் கட்டுப்படுத்த முடியாத அளவுக்கு அழுதேன். இந்த சம்பவத்தைப் பற்றி என்னுடைய குடும்பத்துடனோ, என் நெருங்கிய நண்பர்களுடனோ பேசியதே இல்லை.

அதேநேரத்தில், அரசியல் செயல்பாடுகளில் இருந்து ஓய்வு பெற்றுவிட்டாலும், ஷிவ் குமார் மிஷ்ரா-ஜி, நன்னடத்தை அடிப்படையில் என்னையும், பிற நக்ஸலைட் நண்பர்களையும் பாதுகாக்க ஓய்வின்றி உழைத்துக் கொண்டிருந்தார். அவர் காம்ரேட் புருஷோத்தம் ஷர்மா என்ற உத்வேகமுள்ள இளம் கான்பூர் தலைவருடன் சேர்ந்து இந்த முயற்சியில் ஈடுபட்டிருந்தார். நவம்பர் 1981-இல் என்னுடைய பரோல் காலம் முடிவடைந்ததும் நானாகவே ஹர்தோய் மாவட்ட சிறைச்சாலைக்கு சென்றுவிட்டேன். பிறகு ஃபதேகருக்கு அழைப்பாணை அனுப்பப்பட்டது. ஆறுமாதங்களுக்குள்ளாக 433-ஏ-க்கு எதிரான ரிட்டுகள் அனைத்தின் மீதும் முடிவெடுக்கப்படும் என எங்களுக்கு சொல்லப்பட்டது. அப்போது, ஆயிரக்கணக்கான கைதிகளின் கண்களிலும் கண்ணீர் துளிர்த்திருந்தது.

18

செப்டம்பர் 29, 1983

நான் பெயிலில் வெளியே இருந்தபோது, மாநிலத்தின் சிறைச்சாலை ஊழியர்களால் மாபெரும் வேலைநிறுத்தம் நடத்தப்பட்டது. பிரிட்டிஷ் காலகட்டத்தில் இருந்தே, வேலைநிறுத்தத்தில் ஈடுபடாத ஒரு துறை இது மட்டும்தான். ஒரு சிறைச்சாலை கூட்டமைப்பு 1922-இல் நிறுவப்பட்டது, அது இப்போது வரையிலும் காகிதத்தில் மட்டும்தான் பிரச்சினைகளை சமாளித்து வருகிறது. முதல்முறையாக, 1981 ஜூன் 27 அன்று, பரவலான அளவில் போராட்டத்தை தொடங்குவது என லக்னோவில் முடிவு செய்யப்பட்டது. சீக்கிரத்திலேயே, அரசாங்கத்திடம் இருபது அம்சக் கோரிக்கை கடிதம் அளிக்கப்பட்டது, அதில் காவல்துறையோடு ஒப்பிட்டு சரிசமமான இழப்பீடு, தங்குமிடத்திற்கான ஏற்பாடு, கல்வி மற்றும் சீருடை குறித்த அம்சங்கள் வலியுறுத்தப்பட்டன. 1981, ஜூலை 8-15 முதல் பொது விழிப்புணர்வு வாரம் நடத்தப்பட்டது. ஜூலை 16-31 முதல் போராட்டத்திற்கான அறிகுறியாக கைகளில் கறுப்பு பட்டைகள் கட்டப்பட்டன. அரசாங்கங்கள் எத்தகைய உறுதிமொழியையும் வழங்கவில்லை என்றபோது, மாநிலம் முழுவதிலும் இருந்த ஏறக்குறைய ஐந்தாயிரம் சிறைச்சாலை அதிகாரிகள் மற்றும் பணியாளர்கள் 1981-இல் அக்டோபர் 10ஆம் தேதி வேலைநிறுத்தத்தில் இறங்கினர்.

சுதந்திரம் பெற்றதாக சொல்லப்படும் 1947-ஆம் வருடத்திற்குப் பின்னர், இப்போது அரசாங்க வேலைவாய்ப்புகளை ஆக்கிரமித்துக் கொண்டிருக்கும் பலரில் பெரும்பாலானவர்கள் சிறைவாசம் அனுபவித்தவர்களே

ஆவர். பிரிட்டிஷ் ஆட்சியின்போது சிறைச்சாலை அதிகாரிகள் தங்களுடைய மனரீதியான அடிமைத்தனத்தைப் பொறுத்து, சுதந்திரப் போராட்ட வீரர்களிடம் முரட்டுத்தனமாக நடந்துகொண்டு, அவர்களை அடித்து துன்புறுத்தி வந்திருக்கிறார்கள் என்பதை சொல்லத் தேவையில்லை. புதிய ஆட்சியாளர்கள் இதனை அவர்களுக்கு எதிராகவே நீண்டகாலம் பயன்படுத்தி வந்தார்கள். பொதுமக்களுக்காக பல்வேறு மேம்பாட்டுத் திட்டங்கள் உருவாக்கப்பட்ட போதிலும் அவை பல்வேறு சிறைகளிலும் வேலைசெய்து வந்த பணியாளர்களுக்கு புறக்கணிக்கப்பட்டன என்பதில் ஆச்சரியப்பட வேண்டியதில்லை. குற்றவுணர்ச்சி மற்றும் தாழ்வு மனப்பான்மையால் பாதிக்கப்பட்டிருந்த சிறை அதிகாரிகளுக்கு ஒன்றுகூடி முன்வருதற்கான துணிச்சலும், தங்களுடைய பிரச்சினைகளை முன்வைக்கும் துணிச்சலும் இல்லாமல் போனது. பின்னாளில், சிறைச்சாலை பணியாளர்களின் கோரிக்கைகள் பரிசீலனைக்கு எடுத்துக்கொள்ளப்பட்டபோது, மற்ற துறைகளின் பணியாளர்களுடைய வாழ்க்கைத் தரம் குறித்த கேள்விகளும் எழுந்தன. இதன் விளைவாக, சிறைச்சாலை அதிகாரிகள் மற்றும் பணியாளர்களுக்கு வழங்கப்பட்ட வசதி வாய்ப்புகள் பிற துறைகளோடு ஒப்பிடப்பட்டு பின்னுக்குத் தள்ளப்பட்டன. இது மேற்கொண்டு அவர்களுடைய விரக்தியை அதிகப்படுத்தியது. தங்களுடைய அத்தியாவசியத் தேவைகளை எதிர்கொள்ள கைதிகளுக்கான ரொட்டியைத் திருடுவது, கிராமங்களில் இருந்து வரும் பெண் பார்வையாளர்களிடமிருந்து சில ரூபாய்களைக் கறப்பது போன்ற செயல்களில் ஈடுபட வேண்டிய கட்டாயத்திற்கு சிறைச்சாலை பணியாளர்கள் ஆளானார்கள். இந்த மனநிலையாலும், மனப்பாங்கினாலும் முன்னெப்போதுமே இருந்திராத அளவுக்கு அவர்கள் கைதிகளிடம் குரூரம் காட்டினார்கள். இதனால், பொதுமக்களிடமோ கைதிகளிடமோ அவர்களுக்கு ஒருபோதும் நேர்மறையான மரியாதை கிடைத்ததில்லை.

இவையெல்லாம் இருந்தபோதிலும்கூட, வேலை நிறுத்தத்திற்கு முன்னர் வரை சிறைச்சாலை பணியாளர்களிடம் கைதிகள் முழுமையான அனுதாபம் காட்டினர். சிறைச்சாலை அதிகாரிகளுக்கு ஆதரவாக, குறியீட்டுரீதியான போராட்ட நடவடிக்கையை கைதிகள் வெளிப்படுத்தினால் அரசாங்கம் அவர்களுடைய கோரிக்கைகளை ஏற்க நிர்ப்பந்திக்கப்படும் என்று அனுமானிக்கப்பட்டது. ஆனால், வேலைநிறுத்தம் தொடங்கியபோது, சிறைச்சாலை

பணியாளர்கள் சிறைச் சாவிகள் எல்லாவற்றையும் தூக்கி வீசிவிட்டு, சாவித்துவாரங்களில் களிமண்ணை வைத்துப் பூசிவிட்டனர். கைதிகளின் காலை உணவுக்காக வைக்கப்பட்டிருந்த கஞ்சியில் மண்ணெண்ணெய் ஊற்றியதோடு, கோதுமை மாவிலும் மரத்தூளை கலந்துவிட்டனர். இவையெல்லாமே சிறையில் அமைதியைக் குலைக்கும் நோக்கத்துடன் செய்யப்பட்டன: சிறைச்சாலையை திட்டமிட்ட நேரத்தில் திறக்க முடியவில்லை, மாசுபடுத்தப்பட்ட உணவு கைதிகளின் கோபத்தை கிளறிவிட்டது. இது ஒரு முட்டாள்தனமான செயல், இது அவர்களையே பூமராங்போல் தாக்கியது. விவகாரங்களின் உண்மை நிலை கைதிகளுக்கு தெரியவந்தபோது அவர்கள் அரசாங்கத்திற்கு பதிலாக சிறைச்சாலை அதிகாரிகளுக்கு எதிராகவே கொதித்தெழுந்தனர். இதற்கு பதிலடியாக, சிறைச்சாலைகளை பார்த்துக்கொண்ட துணைக் காவல் பிரிவுக்கும், அங்கு பணியமர்த்தப்பட்ட பிற துறைகளைச் சேர்ந்த அதிகாரிகளுக்கும் அவர்கள் முழு ஒத்துழைப்பு அளித்தனர். இதற்கு பதிலாக, கைதிகள் மனிதநேயத்துடன் நடத்தப்பட்டனர். இந்த காலகட்டத்தில், கைதிகளுக்கு நல்ல தரமான உணவுகள் வழங்கப்பட்டன, தேவையில்லாத ஒழுங்கீனம் மற்றும் தண்டனையில் இருந்து கைதிகள் விட்டுவைக்கப்பட்டனர், எத்தகைய வசதிவாய்ப்பும் மறுக்கப்படவில்லை. சில இடங்களில், வேலைநிறுத்தம் செய்து சிறைகளில் அடைக்கப்பட்டிருந்த சிறைச்சாலை பணியாளர்களில் அமளியில் ஈடுபடுவோர்களை கட்டுப்படுத்த குண்டாந்தடிகளை பயன்படுத்துமாறு கைதிகளிடம்கூட கேட்டுக்கொள்ளப்பட்டது.

இதனால், சிறைச்சாலை பணியாளர்களின் 99 சதவிகித வேலைத்திறன் இருந்தபோதிலும் அவர்களுடைய போராட்டம் எதிர்பார்த்த முடிவுகளைத் தரவில்லை. சில நாட்களிலேயே, அவர்கள் வேலைக்குத் திரும்பினர். ஆனால், இந்த வேலைநிறுத்தத்திற்குப் பிந்தைய விளைவுகள் சிறைச்சாலையில் நீண்டகாலத்திற்கு நீடித்திருந்தது. வேலைக்குத் திரும்பிய சிறைச்சாலை அதிகாரிகள், குறிப்பாக முக்கியஸ்தர்கள் –ஏறக்குறைய நான்காயிரம் எண்ணிக்கையில் இருந்த வார்டர்கள்- கைதிகளின் நிரந்தர எதிரிகளாகிவிட்டார்கள்.

இந்தக் கெடுபிடி யுத்த காலகட்டத்தில்தான் நான் ஹர்தோய் சிறைச்சாலைக்கு வந்து அங்கே ஒருமாதம் இருந்தேன். காம்ரேட் அமர் சிங் மற்றும் காம்ரேட் பத்ரி பிரசாத் ஆகியோரும் வந்திருந்தனர். பின்னாளில் எங்களுடைய ரிட் ஃபதேகர் மத்திய

சிறைச்சாலைக்கு அனுப்பி வைக்கப்பட்டது. ஃபதேகரிலும்கூட, கைதிகள் மற்றும் அதிகாரிகளுக்கு இடையில் பகையுணர்வே நிலவியது. பணியாளர்கள் தங்களுடைய அதிகாரத்தைக் காட்டுவது, ஆய்வு நடத்துகிறோம் என்ற பெயரில் பாசறைகளைத் தாக்குவது மற்றும் கைதிகளை எந்தவித காரணமும் இல்லாமலே அடித்து துன்புறுத்துவது ஆகியவை வழக்கமான விஷயங்களாகிவிட்டன. இதே நேரத்தில், என்னை இரண்டாவது வட்டத்தில் வைத்தார்கள், அங்கே எனக்கு பருத்திநூல் பிரிக்கும் வேலை தரப்பட்டது. நான் எப்போதுமே ஒரு போர்வையில் உட்கார்ந்துகொண்டு என் வேலையை அமைதியாக செய்துவந்தேன். சிறையதிகாரியான ஹர்மன் சிங் விதிமுறைகளில் மிக மோசமான பிடிவாதமும், எரிச்சல்படுத்தும் குணவியல்பும் கொண்டவர். கைதிகளுக்கு பொதுவாகவே அவர்மீது நல்ல அபிப்பிராயம் இருந்ததில்லை. எனக்கும்கூட அவருடன் வாக்குவாதம் ஏற்பட்டிருக்கிறது.

இந்த காலகட்டத்தில், ஆயுள் தண்டனை கைதிகள் பலரிடத்தில் நம்பிக்கையும் அவநம்பிக்கையும் மாறிமாறி ஊசலாடிக் கொண்டிருந்தது. நன்னடத்தை அடிப்படையில் தகுதிபெற்ற கைதிகளை விடுவிப்பது குறித்து முடிவெடுக்கும் உச்சநீதிமன்றத்தின் காலக்கெடு நீண்டநாட்களுக்கு முன்பே முடிந்துவிட்டது. அரசாங்கம் இந்த முடிவெடுக்கும் காலக்கெடுவை பலமுறை நீடித்துவிட்டது, இதே காலகட்டத்தில் பல இடங்களிலும் விடுதலை செய்யப்படுதல் பல வருடங்களுக்கு ஒத்திவைக்கப்பட்டது. இதற்கு பதிலடியாக, பரேலி மத்திய சிறைச்சாலை கைதிகள் வேலைகளை நிறுத்தி வைத்தனர். இது மாநிலத்தின் மற்ற சிறைச்சாலைகளிலும் பாதிப்பை ஏற்படுத்தியது. ஆயுள்தண்டனைக் கைதிகளால் உச்சநீதிமன்றத்தில் சமர்ப்பிக்கப்பட்ட ரிட்டுகளால் அரசாங்கம் ஏற்கனவே எரிச்சலடைந்திருந்தது. இந்தப் புதிய சூழ்நிலையோ எரியும் நெருப்பில் எண்ணெய் ஊற்றியதுபோல் ஆகிவிட்டது.

1982 ஜனவரி மாதத்தில் ஒருநாள், பரேலி மத்திய சிறையில் துப்பாக்கிச்சூடு நடத்தப்பட்டு, ஐந்து கைதிகள் கொல்லப்பட்டனர் என எங்களுக்குத் தெரிய வந்தது. அந்தக் கைதிகள் சிறைச்சாலையின் முக்கிய நுழைவாயிலை உடைத்துக்கொண்டு தப்பிச்செல்ல முயன்றார்கள் என்றும், சிறைச்சாலை கண்காணிப்பாளரை கொல்ல முயற்சித்தார்கள் என்றும் ஒரு கதை சுற்றிவந்தது. இது ஃபதேகர் மத்திய சிறையில் பரபரப்பை ஏற்படுத்தியது. பரேலி சம்பவம் நன்றாக திட்டமிட்டு

நடத்தப்பட்ட ஒரு சதிவேலை என்பது கைதிகளுக்குத் தெரியும். சில நாட்களுக்குப் பின்னர், பரேலி சிறைச்சாலையை சேர்ந்த சில கைதிகள் ஃபதேகர் மத்திய சிறைச்சாலைக்கு மாற்றப்பட்டனர். அவர்களில் பெரும்பாலானோருக்கு எலும்புகள் முறிந்து, மிக மோசமாக காயம்பட்டிருந்தனர். அவர்களை தனிமைச் சிறைகளில் அடைத்தார்கள். குளிர்காலத்தின் குத்தலான குளிரில் அவர்களுக்கு ஒன்றிரண்டு போர்வைகள் மட்டுமே தரப்பட்டன.

சில மாதங்களுக்குப் பின்னர் அவர்கள் தனிமைச் சிறைகளில் இருந்து விடுவிக்கப்பட்டபோது, மாநிலத்தின் மற்ற சிறைகளில் இருந்த சிறைவாசிகளுக்கு பரேலி சிறைச்சாலையில் வேலைசெய்ய மறுத்த கைதிகளின் நிலைமை தெரிந்துவிட்டது. இதனால், மூத்த அதிகாரிகள் அவர்களுக்கு பாடம் கற்றுத்தர முடிவுசெய்தனர். பரேலி சிறையின் அப்போதைய கண்காணிப்பாளராக இருந்த உதித் நாராயண் சிங் தாராளவாதியாக கருதப்பட்டார். அவரை வேறு இடத்திற்கு இடம் மாற்றினார்கள்.

புதிய கண்காணிப்பாளரான பண்டிர் பதவியேற்றபோது, முன்பே திட்டமிட்ட நடவடிக்கையாக அவர் முந்தைய நாளே கைதிகளின் பொருள்களை நீக்கச் செய்தார். அவர்களை ஒரே இடத்தில் கூடச்செய்த அவர், ஹிட்லர் போன்ற பாவனையில் அவர்களிடம் பேசினார். அவருடைய வேண்டுகோளுக்கு ஏற்ப ஒரு கைதி எழுந்து நின்றபோது அவர் சுட்டுக் கொல்லப்பட்டார். தங்களை மறைத்துக்கொள்ளவும், பாசறைகளில் ஒளிந்துகொள்ளவும் ஓடிய கைதிகளிடையே பெரும் கூச்சல்குழப்பம் ஏற்பட்டது. அதைத்தொடர்ந்து சீக்கிரத்திலேயே தடியடி நடத்தப்பட்டது. தனிமைச் சிறைகள் திறக்கப்பட்டு, கைதிகள் அடித்து நொறுக்கப்பட்டார்கள். அதில் ஐந்து கைதிகள் கொல்லப்பட்டனர். அவர்களில், டோரி லால் என்ற பக்கா பாசறையிலிருந்து இழுத்து வரப்பட்டு, இரண்டு வார்டர்கள் அவருடைய கைகளை பிடித்துக்கொள்ள, நெற்றிப்பொட்டில் வைத்து சுடப்பட்டார். பின்னர், கண்காணிப்பாளரின் அலுவலக ஜன்னல் வேண்டுமென்றே நொறுக்கப்பட்டு, பண்டிர் தன் உயிரைக் காப்பாற்றிக்கொள்ள அதன் வழியாக தப்பிச்சென்றார் என ஒரு கதை திரிக்கப்பட்டது.

பல மாதங்களுக்கு, மிக வழக்கமாகவே பரேலி சிறைச்சாலை கைதிகள் கொடூர சித்திரவதைக்கு ஆளாக்கப்பட்டனர். எங்களுடைய மூன்று நண்பர்களான காம்ரேடுகள் கிஷன் லால், பெய்ஜ்நாத் மற்றும் சோட்டேலால் ஆகியோரும் பரேலியில்தான்

சிறை வைக்கப்பட்டிருந்தனர். அவர்கள் தனி லாக்கப்புகளில் வைக்கப்பட்டு தனித்துவிடப்பட்டனர். உச்சநீதிமன்றத்தில் ரிட் தாக்கல் செய்வது குறித்து சிந்தித்தாலே எந்த ஒரு கைதியும் நடுநடுங்கிப் போகுமளவுக்கு பரேலி துப்பாக்கிச்சூடு சம்பவம் பயங்கரத்தை ஏற்படுத்தியிருந்தது. ரிட் தாக்கல் செய்யத் துணியும் எந்த ஒரு கைதியும், லேசான சாக்குபோக்கில் தனிமைச் சிறை எனும் மண்ணுலக நரகத்திற்குள் வீசப்பட்டனர். ஏறக்குறைய ஒருவருடத்திற்கு இதே நிலைதான் நீடித்தது.

ஜனவரி 1983-இல், உச்சநீதிமன்றத்தால் எனக்கு உயர்பிரிவு வழங்கப்பட்டுள்ளதாக, அலகாபாத்தில் உள்ள காம்ரேட் ராகேஷ் திவாரி தெரிவித்த கடிதம் எனக்கு வந்து சேர்ந்தது. அந்த உத்தரவின் ஒரு நகலும் அந்தக் கடிதத்துடன் இணைக்கப்பட்டிருந்தது. அதே மாதத்தில் நான் ஃபைஸாபாத் மாவட்ட சிறைச்சாலைக்கு மாற்றப்பட்டேன். இங்கே, எனக்கு முன்பே தெரிந்தவரான ஃபதேகர் சிறையின் முன்னாள் சிறையதிகாரி ராம் நரேஷ் பாண்டேவை சந்தித்தேன். அவரைப் போன்ற ஒரு சிறையதிகாரியை அரிதாகத்தான் சந்தித்திருக்கிறேன். படுமோசமான சிறைச்சாலை அமைப்பிற்குள் வாழ்ந்துகொண்டு பணிபுரிந்தாலும் மாசற்ற மரியாதையை தக்கவைத்திருக்கும் அவரைக் கண்டு எனக்கு அதிசயமாகத்தான் இருந்தது.

நான் வைக்கப்பட்டிருந்த உயர் பிரிவு பாசறையும் அதைச் சூழ்ந்திருந்த பகுதியும் நாங்கள் வாலிபால் விளையாடும் அளவுக்கு விசாலமாக இருந்தது. பிஜேபி-யின் பலமுறை எம்பி-யான பிரிஜ் பூஷண் சரண் சிங் (அச்சமயத்தில் இளைஞர்) மற்றும் பாபா கோபால் தாஸ் (அயோத்தியின் ஹனுமன் கார்ஹி கோயிலோடு சம்பந்தப்பட்டவர்) ஆகியோரும்கூட எங்களுடன் விளையாடினர். பிரிஜ் பூஷண் சரண் சிங், ஒரு உத்தரப்பிரதேச மாபியா தலைவரிடம் இருந்து துப்பாக்கி தோட்டாக்களை வாங்கியது சம்பந்தமாக சிறையில் அடைக்கப்பட்டிருந்தார். ஃபைஸாபாத்தில், தரங் சினிமாவுக்கு அருகாமையில் அரசு ஒப்பந்தத்தை டெண்டர் எடுப்பது தொடர்பாக இந்தச் சம்பவம் நடந்திருந்தது. அச்சமயத்தில் ஒரு சாதுவாகிய பாபா கோபால் சிங், அயோத்தி சாதுக்களின் சொத்துகள் சம்பந்தப்பட்ட சில விவகாரத்தோடு சம்பந்தப்படுத்தி சிறை வைக்கப்பட்டிருந்தார்- இந்த விஷயம், தொடர்ச்சியான ஆயுதம் தரித்த பேரணிகள், துப்பாக்கிச்சூடு மற்றும் பிற கைகலப்புகளுக்கு காரணமாய் அமைந்திருந்தது. (அயோத்தி சாதுக்களிடையே சொத்துகளுக்காக நடந்த மோதல்கள் மற்றும்

அதனுடைய அராஜகமான சண்டைகள் பற்றி தனியே ஒரு புத்தகமே எழுத வேண்டியிருக்கும்.)

பாபா கோபால் தாஸின் ஆளுமையும், அவருடைய தன்னடக்கமான பேச்சும் என்னை ஈர்த்தன. பிரிஜ் பூஷன் சரண் சிங்கும் நானும் தண்ணீர் தொட்டியின் மேலே அமர்ந்துகொண்டு அடிக்கடி பேசிக்கொண்டிருப்போம். ஒரு பெரும் வெள்ளத்தில் ஏழ்மை வசப்பட்டவர்கள் பலியான துயரம் குறித்து அவர் வாசித்த கவிதை இன்னமும் என் நினைவில் இருக்கிறது. அது அவருள் மறைந்திருக்கும் ஆழ்ந்த மென்னுணர்ச்சியை கணநேரம் காட்டிச் சென்றது.

என்னை நன்னடத்தை அடிப்படையில் விடுவிக்க உச்சநீதிமன்றத்தில் மேல்முறையீடு செய்யப்பட்டிருந்தது. இதே விஷயத்திற்காக, காம்ரேட் ராகேஷ் திவேதி எனக்காகவும், என்னுடைய நண்பர்களுக்காகவும் உயர்நீதிமன்றத்தில் மேல்முறையீடு செய்திருந்தார். உயர்நீதிமன்றம் எல்லா மேல்முறையீடுகளையும் ஏற்றுக்கொண்டு விடுதலை செய்வதற்கான உத்தரவுகளை பிறப்பித்தது. இறுதியில், நான் செப்டம்பர் 29, 1983 அன்று ஃபைசாபாத் சிறையில் இருந்து விடுதலை செய்யப்பட்டேன். மற்ற காம்ரேடுகளும்கூட ஒருவர்பின் ஒருவராக விடுதலை செய்யப்பட்டனர். அதேநேரம், நன்னடத்தையில் விடுதலை செய்வது பற்றி பரிசீலிக்க அரசாங்கம் கட்டாயப்படுத்தப்பட்டது. கடைசியில் என்னுடைய நன்னடத்தை விடுதலை ஏற்றுக்கொள்ளப்பட்டது.

என்னுடைய விடுதலையை அடுத்து நான் கான்பூருக்கு புறப்பட்டேன். என்னுடைய அம்மா அங்குதான் இருந்தார். நோய்வாய்ப்பட்டு படுக்கையில் இருந்த என் அம்மாவை நான் அழைத்தபோது இரவாகியிருந்தது. அவர் திடுக்கிட்டு எழுந்தார். சில கணங்களுக்கு பேச்சற்றுப்போய் என்னை வெறுமையாக உற்றுப்பார்த்தார். என் குரலை மறுபடியும் கேட்டதும், தன் கைகளில் வாரி அணைத்துக் கொண்டார்.

உன் கண்கள்
வலியின் உயர்ந்தெழுந்த கடல்
முடிந்தவரை சீக்கிரத்திலேயே
இந்த உலகை மாற்றிடுவோம்.

- கோரக் பாண்டே

பிறகான கதைகள்:
பங்கார்மாவில் உரையாடல்

எஸ்.ஆனந்த் உடன் ராம்சந்த்ரா சிங் நேர்காணல்
ஜனவரி 20, 2017

டிசம்பர் 2, 2016, ஒரு வெள்ளிக்கிழமை காலைநேரம், அச்சமயத்தில் எனக்கு அறிமுகமில்லாத மது சிங்கிடமிருந்து வந்திருந்த மின்னஞ்சலில், ஒரு நக்ஸலைட்டின் சிறைக்குறிப்பை தான் மொழிபெயர்த்திருப்பதாக கூறியிருந்தார். எமர்ஜன்ஸி வருடங்களின்போது (1975 - 77) *Thehre Hue Terah Saal* என்ற பெயரில், உன்னாவ் மாவட்டத்தில் உள்ள பங்கார்மா கிராமத்தின் 'பிற்படுத்தப்பட்ட வகுப்பு' பின்னணி கொண்ட, தொழிலாளர் வர்க்கத்தை சேர்ந்த ராம்சந்த்ரா சிங் என்பவரால் அது இந்தியில் எழுதப்பட்டிருந்தது. மது சிங் லக்னோ பல்கலைக்கழகத்தில் ஆங்கிலம் மற்றும் நவீன ஐரோப்பிய மொழிகள் துறையில் பாடம் நடத்துபவர். தலைநகர் லக்னோவில் இருந்து அறுபது கிலோமீட்டர்கள் தொலைவில் உள்ளது பங்கார்மா கிராமம். நேர்த்தியாக பட்டியலிட்ட ஐந்து முக்கிய விஷயங்களில் இந்தப் பிரதியின் முக்கியத்துவத்தை அவர் அடிக்கோடிட்டிருந்தார், அவை ஒவ்வொன்றுமே உறுதியாகவும் தெளிவாகவும் ஆர்வத்தை தூண்டக்கூடியவையாக இருந்தன.

மெதுவாக வாசிக்கக்கூடிய நான், அந்த மெல்லிய கையெழுத்துப் பிரதியை வார இறுதிக்குள் படித்து முடித்த பின்னர் முழுமையாக அதன் பிடியில் இருப்பதை உணர்ந்தேன். அதில் இருப்பது ஒரு மனதைக் கவரக்கூடிய கதை மட்டுமல்ல, தன்னுடைய திறமையை உணர்ந்த, ஒரு இயல்பான கதை சொல்லியும்தான். ஒரு விசித்திரமான, சட்டென்று எழுந்த சுமை என்மீது கவிந்தது: அது ஒரு நிஜமான கதை நம்மீது வைக்கப்பட்டிருக்கிறது என்ற சுமைதான். சிறைச்சாலை நாட்குறிப்பில் நாம் கலையை எதிர்பார்க்க வேண்டுமா, நாம் அப்படி எதிர்பார்க்கலாமா? இது வெறுமனே துன்பம் அனுபவித்ததைப் பற்றிய கதையாக இருந்துவிட்டால் என்ன செய்வது? ஆனால், இந்த எதிர்ப்புக் கதையானது, திரும்பத் திரும்ப முடிவேயில்லாமல் உடல் நொறுங்கியபோதும் சிதைந்துவிடாத ஆன்மாவைக் கொண்டு தீர்மானமாக இருந்திருக்கிறதே? இங்கே கலையைத் தேடி

பாராட்டுவதும், அழகியலை காணாமல் வியப்பதும் சரிதானா? புரட்சியை பின்தொடரும் அதேநேரத்தில் காதலில் விழுவதும் ஒன்றேதானா?

ராம்சந்த்ரா சிங், மாஞ்சியா கிராமத்தைச் சேர்ந்த வாலிபப் பெண்ணாகிய முன்னியிடம் காதல் வசப்படுகிறார், அந்தப் பெண் 'பச்சையும் மஞ்சளுமான கடுகு வயலில் இருந்து சிரித்துக்கொண்டே தோன்றுகின்ற ஒவ்வொரு முறையும், சின்னஞ்சிறு மஞ்சள் பூக்கள் அவள் முடியில் மாட்டிக்கொள்ளும்போது பார்ப்பதற்கு ஒரு வனதேவதையைப் போல் தோன்றுவாள்'; ராம்சந்த்ரா சிறையில் அடைபட்டதும் முன்னி அப்போது 'அழகும் வனப்பும் கூடிய' ராம்துலாரியாக மாற்றம் பெறுகிறாள்; கிராமத்தில் இருந்து நகரத்திற்கு இடம்மாறிய சமயத்தில் ராம்துலாரியின் ரசனையை ராம்சந்த்ரா 'மெருகேற்றிய' பின்னர் 'அவளை வாசிக்க உற்சாகப்படுத்தி' காதல் வசப்பட்ட காம்ரேட் ஆக்குகிறார். காதல் மற்றும் புரட்சி மீதான பற்றுதல் சரிசமமாக இருக்கின்ற பெருமையுடன், ராம்சந்த்ரா சொல்வதுபோல், 'குறுகிய காலத்திலேயே அவள் நிறைய விஷயங்களை உள்வாங்கிக்கொண்டும், சீக்கிரத்திலேயே மக்ஸிம் கார்கியின் *தாய்* நாவலையும் படித்துவிட்டாள். அவளுக்கும் பவல் என்ற கதாபாத்திரம் மிகவும் பிடித்துப்போனது.' ராம்சந்த்ரா-ஜி நினைப்பதுபோல் *மெருகேற்ற* வேண்டிய ரசனை என்பது என்னவாக இருந்திருக்கும்? சிறையில் இருந்து வெளிவந்ததும், ராம்சந்த்ரா அவளை டெல்லியில் தேடியபோது அவள் கம்லேஷ் ஆகிவிட்டிருந்தாள். நாம் நேசிக்கின்ற ஒன்றைப் பற்றி நம்மால் என்னவிதமான தீர்மானத்திற்குத்தான் வரமுடிகிறது? கூர்மையான மொழியுணர்வுடன் ராம்சந்த்ரா சிங்கால் எப்படி எழுத முடிந்தது, அவர் ஏன் அப்படி எழுதியிருக்கிறார்? (இதனை மது சிங் மிக இயல்பான ஆங்கிலத்தில் அழகாக கையாண்டிருக்கிறார்) ராம்சந்த்ரா சிங்கின் இந்தக் கலையல்லாத கலைதான் என்னை உள்ளே இழுத்துவிட்டது.

நினைவுக்குறிப்பை படித்த பின்னர், அவரைப் பார்க்க வேண்டிய, மேலும் தெரிந்துகொள்ள வேண்டிய தேவையை, குறைந்தபட்சம் கலகக்கார வாழ்க்கை குறித்தாவது இன்னும் கொஞ்சம் அதிகமாக தெரிந்துகொள்ள வேண்டும் என்பதை உணர்ந்தேன். ராம்சந்த்ரா சிங் சிறைசெல்வதற்கு முன்னர் என்ன நடந்தது? அவர் வெளியே வந்த பின்னர் என்ன நடந்தது? இப்போது அவர் எப்படி இருக்கிறார், என்ன செய்து கொண்டிருக்கிறார்? *1984* மற்றும்

1991-இல் பரவலாக ஹிந்தியில் பதிப்பிக்கப்பட்ட இந்தக் கதையை நாங்கள் தோண்டியெடுத்துள்ளது பற்றி அவர் என்ன நினைக்கிறார்? தன்னுடைய மின்னஞ்சலில் மது சிங், லக்னோவில் ராம்சந்த்ரா சிங்கை நேர்காணல் செய்தவற்றில் இருந்து சில மேற்கோள்களை குறிப்பிட்டிருந்தார்: 'என் சிறைக்குறிப்பு தற்புகழ்ச்சிக்கானது அல்ல; மாறாக, பெரிய அளவில் முன்னேற்றமும் வளர்ச்சியும் ஏற்பட்டுள்ளதாக சொல்லப்பட்டாலும், இளைஞர்கள் தாங்கள் தவறவிட்ட வாய்ப்புகள் மற்றும் வேலைவாய்ப்பின்மைக்கு உண்டான வழியைக் கண்டுபிடிப்பதற்கு அவர்களுக்குள்ள ஏக்கம் மற்றும் ஆசையின் குறியீடாகவே ஓரளவுக்கேனும் கருதப்பட வேண்டும்.' அக்டோபர் 2016-இல் மேடிஸனில் உள்ள சிகாகோ பல்கலைக்கழகத்தில் நடந்த ஒரு மாநாட்டில், ராம்சந்த்ரா சிங்கின் புத்தகம் மற்றும் வாழ்க்கை குறித்த ஆய்வேட்டை மது சிங் சமர்ப்பித்தார். அங்கிருந்த ஒரு ஆய்வாளர், இந்தப் புத்தகத்தை நவாயனாவில் பதிப்பிக்க முயற்சிக்குமாறு அவருக்கு பரிந்துரை செய்திருக்கிறார்.

ராம்சந்த்ரா சிங்கின் குற்றம்தான் என்ன? கம்யூனிஸ கருத்துக்களாலும், நிலவுரிமை ஒடுக்குமுறையை முடிவுக்கு கொண்டுவர வேண்டிய அழைப்பினாலும் உத்வேகம் கொண்ட ராம்சந்த்ரா சிங் ஏறக்குறைய தன்னுடைய 14 வயதில், 8-ஆம் வகுப்பு படித்துக் கொண்டிருந்தபோது 'பார்ட்டி பச்சா' (கட்சிப் பையன்) ஆனார். இது 1960-61 காலகட்டத்தில் நடந்தது. பிறகு அவர் சிபிஐ(எம்)-இன் செயல்பாட்டாளர் ஆனார். அந்த இளம் வயதிலேயே கட்சியின் மாவட்ட கமிட்டியினுடைய உறுப்பினராகவும் ஆனார். 1967-இல் – இந்தியாவின் 1968 – நக்ஸல்பாரி நடந்தேறியது. 1970-இல், தான் அடிமைப்படுத்தி வைத்திருந்த ஏழை மற்றும் விவசாயிகளை அச்சுறுத்திக் கொண்டிருந்த ஒரு பண்ணையார் மீது நடத்தப்பட்ட பனிரெண்டு பேர் தாக்குதலில் அவர் பங்கேற்றார். இது, சீனாவில் மாவோவின் அழைப்பால் உந்தப்பட்ட, சாரு மஜும்தாரின் 'வர்க்க விரோதிகளை கொன்றொழித்தல்' என்ற அழைப்புக்கு செய்யப்பட்ட மறுவினையாகும். பங்கார்மாவில் இருந்து பதினைந்து கிலோமீட்டர்கள் தொலைவில் இருக்கும் பக்காரா கிராமத்தைச் சேர்ந்த அந்தப் பண்ணையார், ராம்சந்த்ரா சிங் பயன்படுத்த விரும்புகின்ற வார்த்தையின்படி, கொன்றொழிக்கப்பட்டார். அந்தப் பிரிவைச் சேர்ந்த பலரும் சுலபமாக பிடிக்கப்பட்டு சிறையில் அடைக்கப்பட்டனர். அவர்களில் ராம்சந்த்ரா சிங்கும் ஒருவர்.

அவருக்கு அப்போது 21 வயதிருக்கும், தன் நினைவுக்குறிப்பில் சொல்வது போல் அவருடைய மீசை அப்போதும் துளிர்க்கவில்லை. தான் இந்த இடத்திற்கு எப்படி வந்துசேர்ந்தோம் என்று சிந்திக்கத் தொடங்குகிறார். சிறையில் இருந்தபடியே தன்னுடைய கதையை சொல்லத் தீர்மானித்த அவர் தன்னுடைய கையெழுத்துப் படிகளை கட்சியின் உதவியுடன் வெளியே கள்ளத்தனமாக கொண்டுசெல்கிறார். புரட்சியைப் பற்றிய கனவு, காத்திருக்கும் காதல், துரோகமிழைத்த காதல் என்பனவற்றைப் பற்றிய வலுவான கதைதான் இது. நீண்ட இடைநிறுத்தங்கள் மற்றும் சட்டென்ற திசைமாற்றங்களுடன் இவை எல்லாவற்றையுமே அவர் சிக்கன உரைநடையில் சொல்கிறார்.

உத்தரப் பிரதேசத்தின் பல்வேறு சிறைச்சாலைகளிலும் பதிமூன்று வருட (1970-83) சிறைத்தண்டனையை கழித்தபோது, ராம்சந்த்ரா-ஜி தன்னுடைய சிறைக்குறிப்பை 1975 வாக்கில் எழுதத் தொடங்கியிருந்தார். இது, 1984-இல் சில கூடுதல் விவரங்களுடன், ஷான்-இ-சஹாரா பத்திரிக்கையில் தொடராக வெளிவந்தது. இந்த வாராந்திரியானது 'முன்னேற்றப்' பத்திரிக்கை என்றே குறிப்பிடப்பட்டு வந்திருக்கிறது – இலக்கிய சாய்வுடன் பெருமளவு இடதுசாரி என்பதைக் குறிக்கின்ற இந்த எளிய சொற்பதத்துடன் வெளிவருகின்ற பத்திரிக்கைகளை இன்று காண்பது கடிதம். 1970 மற்றும் 1980-களில், தாராளமயமாக்கலுக்கு முந்தைய இந்தியாவில், இந்த வாராந்திர செய்திப்பத்திரிக்கை லக்னோவில் பதிப்பிக்கப்பட்டு நல்ல வரவேற்பைப் பெற்றது என்பதுடன் இந்த பத்திரிக்கை சஹாரா குழுமத்தால் (இன்று, பெயர்பெற்ற சுப்ரதோ ராயால் நடத்தப்படுகின்ற, வேண்டியவர்களுக்கு சலுகையளித்து ஊழலில் திளைத்துக் கொண்டிருப்பது) தொடங்கப்பட்டதாகும்.

மது சிங் தன்னுடைய மின்னஞ்சலில் பின்வருமாறு விளக்கியிருக்கிறார்: 'இப்போது செயல்பாட்டில் இல்லாத, பிரஷாந்த் குமார் என்பவரை ஆசிரியராக கொண்டு வெளிவந்த ஒரு உள்ளூர் ஹிந்திப் பத்திரிக்கையான *சம்கலின் தஸ்தாவேஜ்*, ஒரு பிரத்யேக வெளியீட்டில் (தொகுப்பு.2, வருடம் 1, மே 1991) இதனை மறுபதிப்பு செய்திருக்கிறது.' *Tehre Hue Terah Saal (முடங்கிப்போன பதிமூன்று வருடங்கள்)* என்ற தலைப்பில், இந்த வெளியீடு முற்றிலுமாக ராம்சந்த்ரா சிங்கின் நினைவுக் குறிப்பிற்கென்றே அர்ப்பணிக்கப்பட்டு, பிரத்யேகமான படங்களுடன் வெளிவந்தது. லக்னோவில் பிரஷாந்த் குமார் இப்போது நடத்திவரும் ஒரு புத்தக கடையில், 2014 வாக்கில் மது

சிங் இதன் பிரதி ஒன்றை கண்டெடுத்தார். சம்கலின் தஸ்தாவேஜ் [சமகால ஆவணம்] சில வருடங்களே தாக்குப்பிடித்தது. குமார் வழியாக ராம்சந்த்ரா சிங்குடன் தொடர்புகொண்ட மது இந்தப் புத்தகத்தை ஆங்கிலத்தில் மொழிபெயர்க்க அனுமதி கோரியிருக்கிறார். இப்போதுள்ள அரசியல் சூழ்நிலையிலும், நக்ஸலிஸம் அல்லது மாவோயிஸத்துடன் யாரையும் சுலபமாக தொடர்புபடுத்தி துன்புறத்த முடியும் என்பதாலும் சில பதிப்பாளர்கள் இதைப் படித்துப் பார்க்காமலேயே நிராகரித்துவிட்டனர். அப்படிச் சுற்றி கடைசியாக என்னிடம் வந்து சேர்ந்தது.

நான் ராம்சந்த்ரா சிங்கை சந்திக்க விருப்பம் தெரிவித்தபோது, மது சிங் அந்த சந்திப்பிற்கு சீக்கிரமாகவே ஏற்பாடு செய்தார். அதற்கு முன்பாக, என் அலுவலகத்தில் டிசம்பர் 13 அன்று நானும் மதுவும் சந்தித்து, ராம்சந்த்ரா சிங்கை இதில் சம்பந்தப்படுத்தவதற்கு சாத்தியமுள்ள வழிமுறைகள் குறித்து நாங்கள் தயாரித்துள்ள கையெழுத்துப் படியை மகிழ்ச்சியோடு பகிர்ந்துகொண்டோம். மது சில நவாயனா புத்தகங்களை வாங்கிக்கொண்டார். நான் சீக்கிரத்திலேயே ராம்சந்த்ரா சிங்குடன் தொலைபேசியில் பேசினேன்.

ஜனவரி 19, 2017-இல், லக்னோவிற்கு ஒரே இரவில் சென்றுவிடும் ரயிலைப் பிடித்தேன். மதுவின் அபார்ட்மெண்டில் காலை உணவுக்குப் பின்னர், என் விருந்துபசரிப்பாளரின் காரை வாடகை ஓட்டுநர் ஓட்டிவர, மாயாவதியின் பிரமாண்டமான சுவர் சூழ்ந்த, அவர் உட்பட பல்வேறு சாதிக்கு எதிரானவர்கள் சிலைகளை கொண்டிருந்த நினைவுமண்டபங்களை கடந்து சென்றோம். வாக்கெடுப்பு நடந்துகொண்டிருந்த அந்த மாநிலத்தில் புதிதாக போடப்பட்டிருந்த நெடுஞ்சாலையை அடைந்தோம்; இது அறுபது கிலோமீட்டர்களை ஒருமணி நேரத்திலேயே கடந்துசெல்ல எங்களுக்கு உதவியது. போகும் வழியில் நாங்கள் எங்களுடைய வாழ்வையும் வேலையையும் பற்றி பகிர்ந்துகொண்டோம்.

ராம்சந்த்ரா சிங் வீட்டிற்கு மது செல்வதும்கூட இதுதான் முதல்முறை. மதியப்பொழுதில் அந்த கிராமத்தை அடைந்தோம். அது ஒரு கதகதப்பான வெயிலடித்த குளிர் நாள். மொஹல்லா கூரே டோலாவை கண்டுபிடிக்க எங்களுக்கு சிறிதுநேரம் ஆனது. பங்கார்மாவின் பெரிய கிராமமான இதன் மக்கள்தொகை 45,000. இதில், பிராமணர்கள் முதல் மிகவும் ஒடுக்கப்பட்ட தலித்துகள்

வரை எல்லா சாதியினரும் இருந்தனர், 2011 மக்கள்தொகை கணக்கெடுப்பின்படி இங்குள்ளவர்களில் 45 சதவிகிதத்தினர் முஸ்லீம்கள். பெரும்பாலான வீடுகள் சிமெண்ட்டே இல்லாமல் வெறுமனே அடுக்கப்பட்ட கற்களைக் கொண்டிருந்தன. இந்த சிற்றூரில் உள்ள சில வீடுகளில் மட்டுமே சிமெண்ட் அல்லது டைல்ஸ் போடப்பட்டிருந்தது. ஒரு வெளியாளாக பெரும்பாலான இந்துக்களுடைய வீடுகளின் சுவர்களில் 'சீதா ராம்' வரையப்பட்டிருப்பதைப் பார்த்தேன். அந்த கைவேலைப்பாடுகள் தீவிர-வலதுசாரி ராஷ்ட்ரிய ஸ்வயம்சேவக் சங் மற்றும் பாரதீய ஜனதா கட்சியின் பல்வேறு துணைப்பிரிவுகளின் வேலை என பின்னர் ராம்சந்த்ரா சிங் என்னிடம் கூறினார். ஒரு ஹகீம், விந்தணுக்களை அதிகப்படுத்தும் சிகிச்சையை வழங்குகின்ற இடத்தில் இருந்த செங்கல் சுவற்றில் அந்திமச் சூரியன் விழுந்துகொண்டிருப்பதையும் பார்த்தேன். ஆணகள், ஒரு மூலையில் இருக்கும் யூகலிப்டஸ் மரப்புதர்களில் தங்களுடைய உபாதைகளை கழிக்கச் சென்றனர். தன்னுடைய மகளை திருமணம் செய்துகொள்ள வரதட்சினை கொடுப்பவர் உண்மையில் அவளை யாரோ ஒருவன் பாலியல் பலாத்காரம் செய்வதற்கு கொடுக்கும் தொகைதான் என ஒரு குடிகாரர் தெருவில் நின்று கத்திக்கொண்டிருந்தார். அதில் அர்த்தமிருந்தது. இஸ்லாமிய ஆலயங்கள் பலவும் ஒரே நேரத்தில் தொழுகைக்கு அழைப்புவிடுக்க, அதேநேரத்தில் அதற்கு போட்டியாக கோயில்கள் பஜனைக்கு அழைப்பு விடுத்தன. 'முன்னேற்றம்' என்று குறிக்கப்பட்டிருந்த நெடுஞ்சாலை அந்த சிற்றூரின் ஒருமுனையில் வளைந்து சென்றது. அங்கே விட்டுவிட்டு நடக்கும் போக்குவரத்தை கேட்கவும் பார்க்கவும் முடியும். மொத்த கிராமத்திலுமே திறந்தவெளி கழிவுநீர் வாய்க்கால்கள், குறுகிய தெருக்கள் நெடுகிலும் ஓடிக்கொண்டிருந்தன. இளைஞர்கள் உயர் வேகத்தில் தங்களுடைய பைக்குகளில் கடந்து சென்றனர், அவர்களுடைய கட்டைவிரல் ஹாரன்களை அழுத்தியபடியே இருந்தன. கொழுத்த பன்றிகள், அலங்கோலமான வாத்துக்கூட்டங்கள், மேலாடை உடுத்திய ஆடுகள், பழக்கப்பட்ட பசுக்கள் மற்றும் உறுமும் நாய்கள் தெருக்களில் அலைந்து கொண்டிருந்தன. குப்பைகளும் கழிவுநீரும் கலந்தே கிடந்தன. சாதிய அமைப்பு முறையின் தொழிலாளர் பிரிவுதான் –அம்பேத்கர் இதைக் குறிப்பிட்டிருக்கிறார்- இங்கே மிகவும் பிரிவுபட்டு செயல்பட்டுக் கொண்டிருந்தது. துப்புரவாளர் சாதிகள் அதனுடைய மூலையில் இருந்தனர், அவர்களுடைய குடியிருப்புகள் இழிவான வகையில் பாங்கியானா

என்று குறிப்பிடப்பட்டன. மற்றவர்கள் தங்களுடைய வீட்டிற்கு வெளியே செய்துவைக்கும் அசிங்கங்களை சுத்தப்படுத்துவதுதான் இவர்களுடைய வேலை. அநேகமாக, கங்கை சமவெளியின் வட இந்திய கிராமத்தில் இது ஒரு மிகவும் முக்கியமான வேலை.

ராம்சந்த்ரா சிங்கின் வீடு அளவோடிருந்தது. ஒரு சோபா பெரும்பாலான இடத்தை ஆக்கிரத்திருக்க, நடுவீட்டில் இருந்த ஒரு சிறிய தாழ்வாரத்தில் சலவை செய்யும் பகுதி அமைந்திருந்தது. நடுவில் ஒரு மேசை போடப்பட்டிருந்தது, அதில் தேநீர், வெதுவெதுப்பான குடிநீர் மற்றும் உணவுகள், சற்று நேரத்தில் அறிமுகமாக இருந்த அவருடைய மனைவி மற்றும் மருமகளால் பரிமாறப்பட இருந்தன. சுற்றிலும் காகிதக்கட்டுகள் நிரம்பியிருந்தன. அந்த 12-க்கு 12 அடி இடத்தில், சுவற்றின் ஒருமுனையில் இருந்து மறுமுனை வரையிலும் அமைந்திருந்த சிமெண்ட் அலமாரியில் விதவிதமான புத்தகங்கள் இருந்தன: முன்னேற்ற இலக்கியம், வரலாற்றுப் புத்தகங்கள், சிற்றேடுகள், கட்சி மாநாட்டு அறிக்கைகள், பழைய பத்திரிக்கைகள். நான் அவருக்கு நவாயனா புத்தகங்களின் தொகுதி ஒன்றைக் கொடுத்தேன், அதில் ஏஞ்சலா டேவிஸின் *Are Prisons Obsolete?* என்பதும் ஒன்று. ஒருகாலத்தில் சிறைவைக்கப்பட்டிருந்த பெண்ணிய தத்துவவாதியும், முன்னாள் பிளாக் பேந்தருமான அவருடைய புத்தகத்தின் மீது ராம்சந்த்ரா-ஜி உடனடியாக ஆர்வம் காட்டினார். ரீகன் ஆட்சிகாலத்தில், கம்யூனிஸ்ட் கட்சி சார்பாக டேவிஸ் இரண்டுமுறை துணை அதிபர் பதவிக்கு போட்டியிட்டிருக்கிறார். இந்த சந்திப்பிற்கு இரண்டு வாரங்கள் கழித்து, இதனையும், அம்பேத்கருடைய சாதி ஒழிப்பு என்ற புத்தகத்தையும் படித்துவிட்டு அவர் என்னை அழைத்துப் பேசினார்.

நாங்கள் அங்கிருந்த சோபாவில் அமர்ந்தோம். தேநீரும் பிஸ்கெட்டுகளும் வந்தபின்னர் நாங்கள் மிகுந்த சௌகரியப்பட்டு எங்களைத் தளர்த்திக் கொண்டோம். மதியம் 12.15 மணிக்கு பதிவுசெய்யத் தொடங்கலாம் என்றேன். அது இரவு 10.30 மணிவரை நீண்டது, அதற்கிடையில் எடுத்துக்கொண்ட இடைவேளைகள் பெரும்பாலும் ராம்சந்த்ரா சிங்கால்தான் தீர்மானிக்கப்பட்டன. மது சிங் மதியம் 3 மணிக்கு புறப்பட்டுவிட்டார். பேசப்பட்ட எல்லா விஷயங்களும் நான்கு மணிநேரத்திற்கு பதிவு செய்யப்பட்டதை பின்னர்தான் தெரிந்துகொண்டேன். இதில், ராம்சந்த்ரா ஜி-யின் பேச்சுகூட எந்தளவுக்கு இலக்கிய சுவையுடன் இருந்திருக்கிறது என்பதை நீங்களே காணலாம். உரையாடல்கள் ஹிந்தியில்தான்

நடந்தன. ராம்சந்த்ரா-ஜி ஆங்கில வார்த்தைகளைப் பயன்படுத்திய இடங்களை நான் சாய்வு வார்த்தைகளிட்டு குறித்திருக்கிறேன்.

ஆனந்த்: நாம் பேசிக்கொண்டிருக்கும்போது இந்த ரெக்கார்டரை ஆன்செய்து வைத்திருப்பதில் உங்களுக்கு ஆட்சேபனை இல்லை அல்லவா.

ராம்சந்த்ரா: இப்போதே தொடங்கியாக வேண்டுமா? நாம் கொஞ்சம் தேநீர் அருந்திவிட்டு அதன்பின்னர் விஷயத்திற்கு வரலாமே?

ஆனந்த்: அப்படியில்லை, நாம் பேசிக்கொண்டே இருக்கலாம், சாதாரணமாகவும் விஷயத்தோடும் பேசலாம், அதன்பிறகு இந்த உரையாடல்களை எந்தளவு பயன்படுத்திக்கொள்ளலாம் எனப் பார்ப்போம். இப்போது உங்கள் வாழ்வின் குறிப்பிட்ட விஷயங்கள் குறித்துதான் எனக்கு நன்றாகத் தெரியுமே...

ராம்சந்த்ரா: நீங்கள் அந்த புத்தகத்தை படித்துவிட்டீர்கள், இல்லையா?

மது சிங்: ஆமாம், இரண்டுமுறை படித்துவிட்டார். இங்கு வருவதற்கு சற்று முன்புதான் இரண்டாவது முறை படித்தார்.

ஆனந்த்: ஆமாம், அந்தப் புத்தகம் என்னை முழுமையாக ஈர்த்துவிட்டது. நான் ஏற்கனவே உங்களுடன் தொலைபேசியில் பேசியதுபோல் உங்களிடம் கேட்க நிறைய கேள்விகள் இருக்கின்றன. அதனால்தான் இங்கே வந்திருக்கிறோம். சிறைக்குறிப்பை எப்படி எழுதத் தோன்றியது, அது எப்படி பதிப்பிக்கப்பட்டது எனச் சொல்லுங்கள்.

ராம்சந்த்ரா: ஷான்-இ-சஹாரா பத்திரிக்கையில் அப்போது ஆசிரியராக இருந்த ஆனந்த் ஸ்வரூப் வர்மா அதன் கையெழுத்துப் பிரதியை படித்துப் பார்த்துவிட்டு, அடுத்தடுத்த வார இறுதிகளில் இருபத்தி இரண்டு தவணைகளாக அதைப் பதிப்பித்தார். அந்தக் கையெழுத்துப் பிரதியின் நான்கில் மூன்று பகுதிகளை சிறையிலேயே எழுதிக் கடத்தினேன். அதை நான் செய்த விதம் ஒரு பெரிய கதை. ஆனந்த் ஸ்வரூப்-ஜி வேண்டுகோளின்படி மேலும் சில அத்தியாயங்களையும் சேர்த்தேன். சிறைச்சாலையைப் பற்றி நான் சொன்னவற்றில் மிகைப்படுத்தல்கள் எதுவுமில்லை. உண்மையில், அங்கே நடந்தவை அதனினும் மோசமானவை.

ஆனந்த்: உங்களுடைய புத்தகம் 1991-இல் பதிப்பிக்கப்பட்ட பிறகும், 1980-களின் மத்தியில் ஷான்-இ-சஹாராவில் உங்களுடைய சிறைக்குறிப்பு தொடராக வெளிவருவதற்கு முன்பும் அதற்கு என்ன மாதிரியான வரவேற்பு கிடைத்தது? ஏதேனும் விமர்சனங்கள் அல்லது விவாதங்கள் நடந்ததாக உங்களுக்கு நினைவிருக்கிறதா?

ராம்சந்த்ரா: *ஷான்-இ-சஹாரா* ஒரு பிரபலமான வாரப்பத்திரிக்கை, நல்ல விற்பனையில் இருந்து வந்ததுடன் முன்னேற்றப் பாதையில் இயங்கி வந்தது. மக்களிடமிருந்து எனக்கு நிறைய மறுவினைகள் வந்தன. அந்த வாராந்திர தொடர், மாநிலத்தின் தொலைதூர மற்றும் மலைவாழ் பகுதியில் இருந்த [நக்ஸல்] இயக்கம் சம்பந்தப்பட்டவர்களைக்கூட எட்டியது. செய்தித்தாளில் பல கடிதங்களும் பதிவிடப்பட்டன. இலக்கியப் பத்திரிக்கையான *ஹன்ஸ்* இந்தப் புத்தகத்தைப் பற்றிய கருத்து அல்லது விமர்சனத்தை பதிப்பித்ததாகவும் கேள்விப்பட்டேன், ஆனால் அதை நான் படிக்கவில்லை. கவிஞரும் விமர்சகருமான ஹன்ஸ்ராஜ் ரபார் ஏதோ ஓரிடத்தில் இதுபற்றிய கருத்தை பதிவுசெய்திருந்தது என் நினைவில் இருக்கிறது. சில இலக்கிய மனநிலையுள்ளவர்களும், இயக்கத்தோடு சம்பந்தப்பட்டவர்களும் இதுபற்றி நேர்மறையாக பேசினார்கள். அவை வெளிவந்த பிரதிகள் எதுவும் இப்போது என் கையில் இல்லை. அவை எல்லாவற்றையும் நான் பதிவு செய்து வைக்கவில்லை. என் சிறைக்குறிப்பு வெளியான *ஷான்-இ-சஹாரா* வெளியீடுகள்கூட எதுவும் என்னிடம் இல்லை, அதேபோல் பிரஷாந்த் குமார் நடத்திய *சம்கலீன் தஸ்தாவேஜ்* பிரதியும் என்னிடமில்லை.

ஆனந்த்: அந்த கையெழுத்துப் பிரதியை உங்களால் எப்படி சிறைச்சாலைக்கு வெளியில் கொண்டுவர முடிந்தது?

ராம்சந்த்ரா: அது ஃபதேகர் மத்தியச் சிறையில் நடந்தது. பருத்தியைக் கொண்டு கயிறுகள் திரிக்கும் ஒரு பிரிவு அங்கே இருந்தது, என்னை அங்கேதான் வேலைக்கு நியமித்தார்கள். இந்த தயாரிப்பு பிரிவில் பல்வேறு துணைப்பிரிவுகள் இருந்தன. அந்தப் பிரிவிற்கு பொறுப்பாளரான பக்கா என் மீது அனுதாபம் கொண்டவர். அவர் சித்தாந்தத்தில் ஈடுபாடு கொண்டவரெல்லாம் கிடையாது. அந்த கையெழுத்துப் பிரதியில் ஏதேனும் கனமான விஷயம் இருக்கலாம் என நினைத்த அவர் அதற்கு பாதுகாப்பான ஓரிடத்தை கண்டுபிடிக்க வேண்டும் என்றார். சிறையதிகாரிகூட கண்டுபிடிக்க முடியாத வகையிலான ஓரிடத்தை கோப்புகள்

வைக்கும் இடத்திற்கு நடுவில் கண்டுபிடித்தார். இதற்கு நடுவே, வழக்கமாக நடக்கும் இடமாறுதல் காரணமாக புதிய சிறையதிகாரி பொறுப்புக்கு வந்தார். அந்த தொழில்பிரிவில் இருக்கும் தீர்ந்துபோன சரக்குகள் குறித்து புதிய சிறையதிகாரி கணக்கெடுத்தார். அந்தக் கையெழுத்துப்பிரதி கண்டுபிடிக்கப்படுமோ என நாங்கள் பயந்துபோனோம். அவர் கோப்புகள் இருந்த மேசைக்கு வந்தபோது மதிய உணவு நேரம் வந்துவிட்டது. அப்போதுதான் எனது நண்பர் அந்தக் கையெழுத்துப் பிரதியை அங்கிருந்து காணாமல் போகச்செய்து, சிறையதிகாரியின் கையில் சிக்கிவிடாமல் பார்த்துக்கொண்டார்.

பாதுகாப்பில்லை என தெளிவாக தெரிந்த இடத்தில் இருந்து அவற்றை சிறைக்கு வெளியே கொண்டுசெல்வதுதான் அடுத்த பிரச்சினை. அதைப்பற்றி நான் ஷிவ்குமார் மிஷ்ரா-ஜியிம் [கட்சித் தலைவர்] தெரியப்படுத்தினேன், முக்கியமான காகிதங்களை வெளியே கொண்டுபோக வேண்டியிருக்கிறது என அவரிடம் சொல்லிவைத்தேன். இது 1979-80-இல் நடந்தது. பார்வையாளர்கள் வருகையின்போது வறுத்த பயறு, இனிப்புகள் மற்றும் காரவகைகள் போன்ற உணவுப்பொருள்களை சேகரித்துக்கொள்ள கைதிகளுக்கு ஒரு காலியான பை அல்லது தோள்பையை எடுத்துச்செல்ல அனுமதி இருந்தது. கைதிகளின் அந்த காலியான பைகளும்கூட [பரிசுப்பொருள்களை வாங்க பயன்படுத்தப்படுபவை] சோதனை செய்யப்படும் – அப்படியே பார்வையாளர்களின் பைகளையும்கூட சோதனையிடுவார்கள்.

பின்னாளில் ஒரு வங்கி ஊழியரான, கான்பூரைச் சேர்ந்த புருஷோத்தம் ஷர்மா என்பவரை என்னைப் பார்க்க அனுப்பி வைத்திருந்தார்கள். உங்களுக்கு கோபால் ஷர்மா என்பவரைப் பற்றித் தெரிந்திருக்கலாம், கிரிக்கெட் வீரரான அவர் உத்தரப் பிரதேசத்திற்காக விளையாடி வந்தார். தேசிய அளவில் பிரபலமான முதல் உத்தரப் பிரதேச கிரிக்கெட் வீரர் அவர்தான். அந்த கோபாலின் மூத்த சகோதரர்தான் புருஷோத்தம். அவர் தன்னுடைய பையில் சில புத்தகங்களை கொண்டு வந்திருந்தார், அச்சமயத்தில்தான் நாங்கள் சாமர்த்தியமாக அந்த கையெழுத்துப் பிரதிகளை பதுக்கி கொண்டுசென்றோம். இப்படித்தான் அந்த கையெழுத்துப் பிரதி பாதுகாக்கப்பட்டது… இப்போது இந்த உரையாடலை பதிவு செய்வதில் என்ன அர்த்தமிருக்கிறது? இதனை புத்தகமாக்குவதற்கு முன்பு கூடுதலாக எதையாவது எழுதவோ அல்லது சேர்க்கவோ வேண்டியிருக்கிறதா?

ஆனந்த்: நாம் அப்படியே உள்ளே சென்று உங்களுடன் உரையாடுவதன் மூலம் கிடைப்பது என்னவென்று பார்க்கலாம் என நினைக்கிறேன்... நான் இதை வைத்து ஒரு பின்னுரை எழுதலாம் அல்லது இதை அப்படியே ஒரு நேர்காணல் வடிவத்திலும் பதிப்பிக்கலாம்... நாம் அப்படியே பேசிக்கொண்டிருந்துவிட்டு அதைப் பின்னர் பார்த்துக் கொள்ளலாம். குறிப்பிட்ட திட்டத்துடனெல்லாம் நாங்கள் வரவில்லை.

ராம்சந்த்ரா: ஓ, அப்படியென்றால் நாம் பேசிக்கொண்டே போகலாம்... சிறைவாழ்க்கைக்கு பிந்தைய என் வாழ்க்கை கதை... அதுவும் சேர்க்கப்பட வேண்டும் என்றா நினைக்கிறீர்கள்?

ஆனந்த்: சிறையில் உங்களுடைய வாழ்க்கையைப் பற்றி படித்த பின்னர், ஒரு வாசகராகவும் பதிப்பாளராகவும் உங்களிடம் கேட்க வேண்டிய சில கேள்விகள் என்னிடம் இருக்கின்றன: உங்களுக்கு முடங்கிப்போன பதிமூன்று வருடங்களை நீங்கள் பின்னோக்கிச் சென்று உறுதியான முறையில் விவரித்திருக்கிறீர்கள். ஹிந்தி தலைப்பில் சுட்டிக்காட்டப்பட்டுள்ள இந்த காலத்தேக்கம், மற்றும் அதனுடைய ஓட்டம், நிச்சயம் அது வேறொரு விஷயம்தான்... முற்றிலும் ஏதுமறியாத ஒரு ஆர்வம்கொண்ட வாசகனாக என்னை நினைத்துக்கொள்ளுங்கள். நான் பெருமளவுக்கு தெலுங்கானாவிலேயே வளர்ந்தவன் என்பதால், நக்ஸலிசம் என்ற சித்தாந்தமானது, உத்தரப்பிரதேசத்தில் உள்ள உன்னாவ் போன்ற மாவட்டத்தில் நன்கு நிலைத்துவிட்டதைப் பற்றி எனக்கு எதுவும் தெரியாது. அதனால், ராம்சந்த்ரா சிங் எவ்வாறு நக்ஸலிசத்தால் ஈர்க்கப்பட்டார் என்பதை தெரிந்துகொள்ள விரும்புகிறேன். அதற்கு முன்பு அவருடைய வாழ்க்கை எப்படியிருந்தது – அதாவது அந்த கிராமத்தில்? சிறைதண்டனை முடிந்த பின்னர் நடந்தவை என்ன? போன்றவற்றை அறிய விரும்புகிறேன். எனக்கு பங்கார்மா பற்றிச் சொல்லுங்கள்.

ராம்சந்த்ரா: பங்கார்மாவில், பிராமணர் முதலாக டாம்கள், சவக்குழி தொழிலாளர்கள் வரையிலுமாக சாதிய வர்ணத்தில் உள்ள எல்லா சாதியினரையும் பார்க்கலாம். சமார்கள், லேதுகள், அன்சாரிகள் போன்று பிற ஏழைகள் மற்றும் பிற்படுத்தப்பட்ட வகுப்பினர்களையும் எங்கள் கிராமத்தில் காணலாம். நான் அரக் எனப்படும் சமூகத்தில் பிறந்தவன். இது பிற்படுத்தப்பட்டோர் சமூகம் என பட்டியலிடப்பட்டுள்ளது. அது மிகவும் ஏழ்மையான சமூகம். குழந்தைப்பருவத்தில் நான் கசப்பான ஏழ்மையை அனுபவித்திருக்கிறேன். அதாவது, ஒரு குழந்தைக்கு என்னவிதமான அனுபவம் எல்லாம் ஏற்பட்டிருக்கலாம் – மிகவும் கீழ்நிலையிலான வறுமையை நாங்கள் சமாளிக்க

வேண்டியிருந்தது என்பதைச் சொல்கிறேன். அப்படிப்பட்ட உணர்நிலை எதுவுமே இல்லாமல்தான் இருந்தது, ஆனால் ஏதோ ஒரு விழிப்புணர்வு என்னுள்ளிருந்து விழித்துக்கொண்டது. நாம் இப்போது உட்கார்ந்திருக்கின்ற இந்த அறையும் இந்த இடமும், கட்டப்பட்டிருக்கின்ற வீடும் முன்பு வெட்டவெளியாக இருந்தவை. நாங்கள் ஒரு கொட்டிலில்தான் வசித்தோம். எங்களுக்கிருந்த சில கால்நடைகளுக்காக மரங்களிலிருந்து இலைதழைகள் பறித்து வருவோம். கோடைகாலமானாலும் குளிர்காலமானாலும் பாதி நிர்வாணமாக, ஆடைகளே இல்லாமல்தான் சுற்றிக் கொண்டிருப்போம். கல்வி மற்றும் பள்ளிக்கூடத்துக்கு போவதுவரையில் குழந்தைப் பருவத்தின்போது எங்கள் குடும்பம் மற்றும் அயலார்களிடத்தில் அப்படி எதையும் பார்ப்பதே கடினம். என்னுடைய அரக் சாதியினர் வாழும் இந்தத் தெருவிலும், முகம்மதியர்கள் வாழ்கின்ற பக்கத்து தெருவிலும் என இந்த மொத்தப் பகுதியிலுமே, பேண்ட் அணிந்த முதலாவது நபர் நானாகத்தான் இருப்பேன். [சிரிக்கிறார்]. அந்த பேண்ட்டும்கூட, தொலைதூர கான்பூரில் இருந்து வாங்கிவரப்பட்ட, உபயோகப்படாத துணியில் இருந்து தைக்கப்பட்டதுதான். இந்த சிற்றூரில் இருந்து 12-ஆம் வகுப்புவரை சென்ற முதலாவது ஆளும் நான்தான். இப்படிப்பட்ட கடினமான சூழ்நிலைகள் இருந்தபோதிலும் நான் கல்வி கற்க வேண்டும் என்ற தூண்டுதல் எனக்குள் இருந்து கொண்டிருந்ததால்தான், இவ்வளவுகாலம் நிலைத்திருக்கிறேன் எனச் சொல்ல வருகிறேன். கல்வியை முக்கியமானதாக கருதி அதை ஊக்கப்படுத்துகின்ற சூழ்நிலை வீட்டில் இல்லை. என்னை நானே ஊக்கப்படுத்திக்கொள்ள வேண்டியிருந்தது. தொடக்கப்பள்ளி அருகாமையில்தான் இருந்தது, ஆனால் ஐந்தாம் வகுப்பு தேறிய பின்னர் என்னுடைய உற்சாகம் மேலும் வளர்ந்துவிட்டது – இந்த மொத்த பகுதியிலும் நான்தான் முதலாவதாக வந்திருந்தேன். அது நல்லுணர்வைத் தந்தது. எனக்கு திறமை இருப்பதை உணர்ந்துகொண்டேன். இதே பகுதியில் நான் எட்டாம் வகுப்புவரை தொடர்ந்தேன். அப்போதுதான் நான் ஷிவ்குமார் மிஷ்ரா-வையும் மற்ற காம்ரேடுகளையும் சந்தித்தேன்.

ஆனந்த்: ஷிவ் குமார் மிஷ்ரா பற்றி சொல்லுங்களேன், அவர் யார், எங்கிருந்து வந்தார்...

ராம்சந்த்ரா: அவருக்கென்று சொந்த வரலாறே உண்டு. தன்னுடைய மாணவப் பருவத்திலேயே மிஷ்ரா [பிறப்பு.1916] சோசலிச கட்சியின் [ஹிந்துஸ்தான் சோசலிஸ்ட் ரிபப்ளிகன் அசோசியேஷன்]

உறுப்பினராகிவிட்டார், அந்தக் கட்சியை சுதந்திரத்திற்கு முந்தைய புரட்சிகர தலைவரான சந்திர சேகர் ஆஸாத் [1928-இல்] நிறுவினார். மிஷ்ரா சில ஆயுதப் போராட்டங்களில் பங்கெடுத்திருக்கிறார். இந்தியா அரசியல் சுதந்திரம் பெற்றபின்னர் கான்பூரைச் சேர்ந்தவர்களுடன் இயங்கிவந்தார், அவருடைய அரசியல் பணிதான் அவரை உன்னாவுக்கு கொண்டுவந்தது. இந்தப் பகுதியில் அவர் பிரபலமான தலைவராக விளங்கினார். காங்கிரஸ் கட்சிக்குள் இருந்த விவசாயிகள் தலைவராகவும், சுபாஷ் சந்திர போஸிற்கு உத்வேகமாகவும் விளங்கிய பிஷாம்பர் தயாள் திரிபாதியின் [1899 - 1959] ஆதரவு மிஷ்ராவுக்கு கிடைத்தது. அவரும்கூட இங்கே பங்கார்மாவில் பிறந்தவர்தான். உண்மையில் திரிபாதி அரசியலமைப்பு வரைவு சபையின் ஒரு அங்கம் என்பதுடன் லோக் சபாவிற்கும் தேர்ந்தெடுக்கப்பட்டிருந்தார். திரிபாதியின் வழிகாட்டுதலில், மிஷ்ரா இங்கேதான் 1937-இல் கம்யூனிஸ்ட் கட்சியை அமைத்தார். அந்தக் கட்சி பிரபலமடைந்து, இந்த மாநிலம் முழுவதுமே உணரப்பட்டது. அப்போதே அந்தக் கட்சியின் மூன்றுபேர் சட்டமன்ற உறுப்பினரானார்கள். அந்த காலகட்டத்தைச் சேர்ந்த தலைவர்களின் வாழ்வும் வரலாறும் இப்போது நாம் காண்பவற்றிலிருந்து பெருமளவுக்கு வேறுபட்டது. காங்கிரஸின் எதிரணியினர்கூட ஷிவ் குமார் மிஷ்ராவை ஒருவகையான மாயாஜாலக்காரர் என்று கருதும் அளவுக்கு இருந்தார். மிஷ்ரா தன் பெரும்பாலான வாழ்க்கையை கான்பூரில்தான் கழித்தார், இந்திய கம்யூனிஸ்ட் கட்சியின் [மார்க்சிஸ்ட்] உத்தரப் பிரதேச மாநிலத்திற்கு தலைமை தாங்கினார். அத்துடன், நக்ஸலைட் இயக்க காலகட்டத்தில் அதனுடைய மத்திய கமிட்டி உறுப்பினராகவும் இருந்தார். மற்றொரு பிரபலமான கம்யூனிஸ்ட் மற்றும் தொழிலாளர் தலைவரும் இருந்தார், அவர்தான் காம்ரேட் ராம் ஆஸ்ரே.

ஆனந்த்: ஆமாம், அவரும் இந்த புத்தகத்தில் குறிப்பிடப்பட்டிருக்கிறார்.

ராம்சந்த்ரா: புத்தகத்தில் இருப்பவர் வேறு, அவர் இளைஞர் பிரிவு தலைவர் ராம் ஆஸ்ரே வர்மா. கான்பூரை சேர்ந்த காம்ரேட் ராம் ஆஸ்ரே, ஒரு நேரத்தில் கட்சியின் அரசியல் பிரிவில் இருந்தவர், இவர்தான் ஷிவ் குமார் மிஸ்ராவை *பாரஸ் பட்டார்* - ரசவாதி என்று குறிப்பிட்டு எழுதியவர். அதாவது, அவர் தொட்டதெல்லாம் பொன்னாகும். விஷயம் என்னவென்றால், அவர் மிகுந்த வசீகரமானவர், சுலபமாக இளைஞர்களை கவரக்கூடியவர் என்பதுதான். அப்போதுதான் நான் கட்சியுடன் தொடர்புக்கு

வந்தேன் - அச்சமயத்தில் அது பிளவுபடாத கம்யூனிஸ்ட் கட்சியாகத்தான் இருந்தது. நான் தினசரி பயிற்சிப்பட்டறைகள் மற்றும் கூட்டங்களில் கலந்துகொண்டேன். மக்கள் என்னை 'பார்ட்டி பச்சா' - கட்சிப் பையன் என்று அழைத்து வந்தார்கள். எனக்கு அப்போது பதினான்கு வயதுதான் ஆகியிருக்கும்.

என்னுடைய படிப்பைத் தொடருவதற்கு எட்டாம் வகுப்பிற்குப் பின்னர் நான் கான்பூருக்கு சென்றேன். அங்கிருந்த கூலி பஜாரில் என் அத்தை வசித்துவந்தார். நான் அவருடன் தங்கினேன். பள்ளிக்கு செல்ல எட்டு அல்லது ஒன்பது கிலோமீட்டர் தள்ளியிருக்கும் பந்தவ் நகருக்கு செல்ல வேண்டும். நான் தொடர்ந்து தாமதமாகவே பள்ளிக்குச் சென்றுகொண்டிருந்தேன். சிலசமயங்களில் ஒருமணி நேரம்கூட தாமதமாகிவிடும். தினமும் போய்வருவதே சிரமமாயிருந்தது. பெரும்பாலும் கால்நடைதான், ஆனால் சிலநாட்கள் பேருந்துக் கட்டணத்திற்கு காசிருந்தால் அதில் செல்வேன். அங்கே நான் ஒன்பதாம் வகுப்பில் சேர்ந்தேன். பள்ளி முதல்வர் மிகவும் கண்டிப்பானவர். அவர் வழக்கம்போல் பள்ளி மைதானங்களைப் பார்வையிட்டுக் கொண்டிருந்தார். எல்லாப் பிள்ளைகளும் வகுப்பறைகளில் இருந்தார்கள். அவர் கையில் ஒரு பெரிய பிரம்பை வைத்துக்கொண்டிருந்தார். நான் சத்தமில்லாமல் ஒளிந்து செல்ல முயற்சித்தேன். அவர் என்னைப் பார்த்துவிட்டார். அப்படியே என்னை கூப்பிட்டும் விட்டார். அது ஒரு வெயிலடித்த குளிர்கால காலைப்பொழுது என நினைக்கிறேன். என்னை பலமாக அறைந்துவிட்டார். நான் அதிர்ச்சியுற்றேன். நான் எப்படி பள்ளிக்கு வந்துசெல்கிறேன் என்பது பற்றி அவருக்கு எதுவும் தெரிந்திருக்காது - நான் எங்கிருந்து வருகிறேன், என் உடைகளை எப்படி வாங்கினேன், கட்டணம் எப்படி செலுத்தினேன், கல்வி கற்பதில் என் பாதையில் இருக்கும் தடைக்கற்கள் என்ன என்று எல்லாமே என் கண்முன்னால் வந்துபோயின. அவன் ஏன் தாமதாகமாக வந்தான்? எவ்வளவு பசியுடனும் தாகத்துடனும் இந்தப் பையன் தினமும் வருகிறான்? இவை எதைப்பற்றியுமே அவர் அக்கறை காட்டவில்லை. என்னை அறைவதுதான் அவர் வேலை. என்னை அடித்துவிட்டு அவர் போய்விட்டார். நான் அங்கேயே நின்றிருந்தேன். மோசமாக அடிபடும் அளவுக்கு அவர் என்னை பலமாக அடித்துவிட்டதோ அல்லது நான் மனரீதியாக அதிர்ச்சியுற்றதோ விஷயமல்ல. அந்த மைதானத்தில் நான் ஏன் நின்றுகொண்டிருந்தேன் என்று எனக்கே தெரியவில்லை. சற்று நேரம் கழித்து, பள்ளி முதல்வர் திரும்பிப் பார்த்தார். ஒருகணம்

அவர் தயங்கினார். பிறகு தன்னுடைய கடுமையான குரலில் என்னை மறுபடியும் கூப்பிட்டார்: இங்கே வா. இன்னும் இங்கேதான் இருக்கிறாயா? நான் படபடவென கணசிமிட்டினேன். உன் பெயர் என்ன? நான் சொன்னேன். எங்கிருந்து வருகிறாய்? சொன்னேன். கூலி பஜாரில் இருந்து நடந்தே வருகிறேன் என்றேன். அப்படியென்றால் என்னவென்று அவர் உணர்ந்துகொண்டார். சரி இப்போது போ, இனிமேல் சீக்கிரமாக வர முயற்சி செய்.

ஆனந்த்: *இது எப்போது நடந்தது?*

ராம்சந்த்ரா: [நீண்டநேரம் யோசித்த பின்னர்] இது 1962-இல்தான் நடந்திருக்க வேண்டும். அப்போது இந்திய-சீனப் போர் நடந்துகொண்டிருந்தது நினைவில் இருக்கிறது. அச்சமயத்தில் கம்யூனிஸ்ட் கட்சி பிரியவில்லை, ஆனால் கம்யூனிஸ்ட் சீனாவை ஒரு ஆக்கிரமிப்பாளராக கருதலாமா வேண்டாமா என்ற விவாதம் நடந்து கொண்டிருந்தது. இந்நிலையில், ஷிவ் குமார் மிஷ்ரா [பின்னாளில் ஆனபடி] சிபிஐ-எம் [இந்திய கம்யூனிஸ்ட் கட்சி - மார்க்சிஸ்ட்] வழி நின்றார். நான் ரொம்பவே அவருடைய தாக்கத்தில்தான் இருந்தேன். அவர் கைதுசெய்யப்பட்டார். அவரை உன்னாவ் சிறையில் அடைத்தார்கள். நாடு முழுவதிலும், சிபிஐ-எம் ஆட்கள் சிறையில் அடைக்கப்பட்டார்கள். நான் அவருக்கு ஒரு கடிதம் எழுதினேன். அதை என் பள்ளி முகவரியிலிருந்து அனுப்பினேன். ஒருமாதமோ என்னவோ இருக்கும், ஒரு சிஐடி அதிகாரி எங்கள் பள்ளிக்கு வந்தார். தான் காவல்துறை உளவுப்பிரிவில் இருந்து வந்திருப்பதாகவும், அந்தக் கடிதத்தை எழுதிய மாணவரை பார்க்க வேண்டும் எனவும் பள்ளி முதல்வரிடம் சொல்லியிருக்கிறார். பள்ளிக்கூட பியூன் வந்து என்னை வகுப்பறையில் இருந்து கூட்டிச் சென்றார். நான் வந்தபோது, என்னுடைய பெயர்கூட அந்த முதல்வருக்கு தெரிந்திருக்கவில்லை...

ஆனந்த்: *சரிதான், ஆயிரக்கணக்கான பிள்ளைகள் இருக்கும் பள்ளியில் அவருக்கு எப்படித் தெரிந்திருக்கும்... ஆனால் அந்த முதல்வரின் பெயர் உங்களுக்கு நினைவிருக்கிறதா?*

ராம்சந்த்ரா: ஆம், இருக்கிறது. எப்படியோ, தான் அறைந்த பையன்தான் இவன் என்று அவருக்குத் தெரிந்துவிட்டது. அந்தக் காட்சி அவரிடத்திலேயே தங்கியிருக்கும் போல. அவர் என்னுடைய வகுப்பு மற்றும் பிரிவு என்னவென்று கேட்டார்,

நான் சொன்னேன். அந்த சிஐடி ஆளும் அங்கே உட்கார்ந்திருந்தார். முதல்வர் என்னை அமரும்படி சொன்னார். நான் அப்படியே நின்றேன். ஒரு முதல்வர் உங்களை அவருக்கு முன்னால் உட்காரச் சொல்கிறார் என்றால் எந்த ஒரு மாணவனும் தயங்கவே செய்வான். அதனால் நான் நின்றுகொண்டே இருந்தேன். அவர் என்னை மறுபடியும் உட்காரச் சொன்னபோது, ஒரு நடுக்கத்துடனே சென்று உட்கார்ந்தேன். எனக்கு அடுத்து உட்கார்ந்திருந்த அந்நியரை தெரியுமா என்று கேட்டார். எனக்குத் தெரியாது என ஒப்புக்கொண்டபோது, அந்த சூழ்நிலையை விளக்கிக் கூறிய முதல்வர், அந்தப் போலீஸ்காரர் என்னிடம் பேச விரும்புவதாக கூறினார். ஷிவ் குமார் மிஸ்ராவை எனக்குத் தெரியுமா என கேட்கப்பட்டது. ஆம், தெரியும் என்று கூறினேன். எப்படி? அவர் என் மாவட்டத்தைச் சேர்ந்த பிரபலமான, மிகவும் போற்றப்படுகின்ற தலைவர் என்று கூறினேன். அவர் இப்போது எங்கிருக்கிறார்? இப்போது அவரை சிறையில் அடைத்திருக்கிறார்கள் என்றேன். நான்தான் அந்தக் கடிதத்தை எழுதினேன் என்று நிரூபிப்பது மட்டும்தான் அந்த போலீஸ்காரரின் பொறுப்பு. நான் அதை ஒப்புக்கொண்டபடியால் அவருடைய வேலை சுலபமாகிவிட்டது. பின்னர் அவர் புறப்பட்டு சென்றுவிட்டார்.

ஆனந்த்: *அந்தக் கடிதத்தில் என்ன எழுதியிருந்தீர்கள்?*

ராம்சந்த்ரா: பெரிதாக ஒன்றுமில்லை. அச்சமயத்திலெல்லாம் நான் சித்தாந்தத்தைப் பற்றி புரிந்துகொள்ளவில்லை அல்லது சீனாவைப் பற்றிய விவாதங்களையோ, எந்தப் பக்கம் இருப்பது என்பது பற்றியோ எனக்கு அவ்வளவாகத் தெரியாது. மிஷ்ரா போன்ற அன்புக்குரிய தலைவர்கள் சிறையில் அடைக்கப்பட்டபோது நான் வெறும் உணர்ச்சிகளுக்கு மட்டுமே ஆட்பட்டிருந்தேன். அவர் அந்தளவுக்கு நல்ல மனிதர், அவருக்கு நேரிட்டிருந்த நிலைமை என்னை மோசமாக உணரவைத்தது. அந்தக் கடிதத்தில் இருந்த விஷயங்கள் எந்தக் கண்ணோட்டத்தில் இருந்து பார்த்தாலும் தவறானவை அல்ல. காவல்துறையினருக்கு, அப்படி ஒரு கடிதம் எழுதப்பட்டிருக்கிறது என்பதே போதுமானது. அது ஒரு வழக்கமான விசாரணைக்குரிய விஷயம்தான்.

இதே காலகட்டத்தில், 1963 என நினைக்கிறேன், நான் இண்டர்காலேஜ் படித்துக்கொண்டிருக்கும்போது, பதினோராம் வகுப்பாக இருக்கலாம், மகத்தான அறிஞர் ராகுல் சாங்கிருத்யாயன்

இறந்துபோனார். அச்சமயத்தில், ஒரே மனநிலைகொண்ட நண்பர்கள் குழுவை பள்ளியில் உருவாக்கியிருந்தேன், நாங்கள் அரசியல், சமூகம் மற்றும் இலக்கிய விஷயங்கள் பற்றி விவாதித்தோம். அந்த வட்டத்தில், எனக்கு சில மிக நல்ல தனிப்பட்ட நண்பர்களும் கிடைத்தார்கள்: முக்தி குமார் மிஷ்ரா அவர்களில் ஒருவர், அரித்மன் திரிபாதி மற்றொருவர். ஷிவ் சாகர் திரிபாதியும் உண்டு. இவர்கள் அரசியல் உணர்வுள்ள இளைஞர்கள். ஒரு அஞ்சலிக் கூட்டம் நடத்துவதென்று எங்கள் குழு தீர்மானித்தது. நாங்கள் பள்ளி முதல்வரிடம் சென்று சொன்னோம், ராகுல் சாங்கிருத்யாயன் மறைந்துவிட்டபடியால் ஒரு அஞ்சலிக் கூட்டத்திற்கு அழைப்பு விடுக்க வேண்டும், மரியாதை நிமித்தமாக விடுமுறை அறிவித்து, பள்ளிக்கூடத்தை ஒருநாள் மூடிவைக்க வேண்டும் என்றோம். நாங்கள் எதிர்பார்த்தது போலல்லாமல் பள்ளி முதல்வர் எங்கள் கோரிக்கைக்கு உடனடியாக செவிசாய்த்தார். நாங்கள் பள்ளிக்கு வெளியிலும் உலகைப் பற்றி படித்துக் கொண்டிருக்கிறோம் என்பதை அதுவே அவருக்கு உணர்த்தியிருக்க வேண்டும். ஒருவகையான பாவனையும் அதில் சம்பந்தப்பட்டிருந்தது எனலாம். நாங்கள் எழுதி வைத்திருந்த கடிதத்தில், மகத்தான இலக்கிய கர்த்தாவும், அறிஞர் மற்றும் சிந்தனையாளரான சாங்கிருத்யாயன் மறைவு மற்றும் அவரைப் பற்றி நாம் பேசவேண்டிய தேவை ஆகியவற்றை குறிப்பிட்டிருந்தோம்.

முதல்வர் அலுவலகத்திற்கு நேர் மேலேதான் பள்ளி மேலாளர் வசித்துவந்த அறை இருந்தது. நாங்கள் அவரை கலந்தாலோசித்து எங்களுடைய கடிதத்தை காட்டினோம், அதனை முதல்வருக்கு அனுப்பி வைக்கும்படியும் அவரிடம் கேட்டுக்கொண்டோம். ஒருமணி நேரம் இருக்கலாம், ஒவ்வொரு அறைக்கும் வந்த பியூன், அன்று பள்ளிக்கூடம் ரத்து செய்யப்படுவதாகவும், எல்லோரும் மைதானத்தில் கூட வேண்டும் எனவும் தெரிவித்துச் சென்றார். அந்த அறிக்கை எங்கள் வகுப்பறைக்கு வந்தபோது நாங்கள் மகிழ்ச்சியில் துள்ளிக் குதித்தோம். எங்களுடைய விண்ணப்பத்தின் அடிப்படையில்தான் அந்த நடவடிக்கை மேற்கொள்ளப்பட்டது என்பதையும் உணர்ந்துகொண்டோம்.

அப்போது எல்லோரும் மைதானத்தில் கூடிவிட்டனர். நாற்காலிகள் ஏற்பாடு செய்யப்பட்டன. பள்ளி முதல்வர், மேலாளர் மற்றும் பள்ளியின் முக்கிய காரியஸ்தர்கள் அங்கே அமர்ந்திருந்தனர். என் வட்டத்தில் எனக்கோ அல்லது வேறு யாருக்குமோ ராகுல்

சாங்கிருத்யாயன் ஒரு மரியாதைக்குரிய எழுத்தாளர், அவருக்கு சில புரட்சிகர கருத்தாக்கங்கள் இருக்கிறது என்பது தவிர அவரைப் பற்றி பெரிதாக எதுவும் தெரியாது. அவருடைய ஒன்றோ இரண்டோ கட்டுரைகளைத்தான் படித்திருந்தோம். நாங்கள் நிபுணத்துவம் பெற்றவர்களும் அல்ல. பள்ளி முதல்வர்தான் முதலில் பேசினார். ராகுல் சாங்கிருத்யாயன் போன்ற ஒருவரைப் பற்றி நாங்கள் தெரிந்து வைத்திருப்பதும், அவரை நாங்கள் நினைவுகூர விரும்புவதும் அவரை பெரிதாக ஈர்த்திருந்தது. அவர் சாங்கிருத்யாயனைப் பற்றிப் பேசினார். அடுத்து, அவர் என்னை மேடைக்கு வரும்படி அழைப்பு விடுத்தார். நான் என்ன சொன்னேன் என்று எனக்கு நினைவில்லை, ஆனால் அவர் கம்யூனிசத்திற்கு எந்தளவு துணைநின்றார், சோஷலிச கருத்தாக்க நிலைப்பாடுகள் கொண்டிருந்தார் என்பது பற்றி பயமோ தயக்கமோ இல்லாமல் பேசினேன். தேசியவாத தூண்டுதல் கொண்டிருந்த பள்ளி முதல்வர் கொஞ்சமாகத்தான் பேசினார். அடுத்து வந்ததுதான் நினைவை விட்டு நீங்காத ஒன்று. நாம் கொண்டிருக்கும் சோஷலிசமோ அல்லது அப்படிப்பட்ட தாராளவாத ஜனநாயகமோ சமூகத்திற்கு நன்மை பயக்குமா என்பதை காலம்தான் சொல்ல வேண்டியிருக்கும் என்றார் அவர். ஆனால், என்னுடைய நண்பர் முக்தி குமார் மிஷ்ரா பேசவேண்டிய முறை வந்தபோது, அவர் கூறினார்: காலம் வந்து என்ன சொல்ல வேண்டியிருக்கிறது? அந்தக் காலத்தை தீர்மானிக்க வேண்டியவர்களே நாம்தான். இப்போது சண்டைதான் வரப்போகிறதோ என்று நினைத்தேன்... ஆனால் முதல்வர் ஐயாவே அப்போது வெடித்துச் சிரித்துவிட்டார்.

பள்ளிக்கூடம் இப்படித்தான் இருந்தது. பள்ளி முதல்வருடனான என்னுடைய உணர்வார்ந்த உறவும், நெருக்கமும் இப்படித்தான் அதிகரித்துச் சென்றது.

ஆனந்த்: ***முதல்வரின் பெயரை சொல்ல இயலுமா?***

ராம்சந்த்ரா: ஆம், சொல்லலாம். அவருடைய பெயரைச் சொல்கிறேன், அவர் வாழ்ந்த வீட்டையும் பற்றிச் சொல்கிறேன்... [சிரிக்கிறார்]

ஆனந்த்: ***பள்ளிக்கூடத்தின் பெயர், அது அரசு பள்ளியா அல்லது தனியார்...***

ராம்சந்த்ரா: அது அரசு உதவிபெற்ற பள்ளி. ஆம், ஜிஎஸ் இண்டர் காலேஜ் என்பது கான்பூரில் மிகவும் பிரபலமானது. கணேஷ் ஷங்கர் வித்யார்த்தி இண்டர் காலேஜ்...

மது சிங்: *கணேஷ் ஷங்கர் வித்யார்த்தி ஒரு தேசியவாதி, ஒருவகையில் புரட்சியாளரும்கூட, பிரபலமான காந்தியவாதி மற்றும் பிரதாப் என்ற ஹிந்தி செய்தித்தாளின் நிறுவனர்-ஆசிரியர் ஆவார்.*

ராம்சந்த்ரா: உங்களுக்குத் தெரியுமா, தலைமறைவாக இருந்த காலகட்டத்தில் பகத் சிங் இந்த *பிரதாப்* பத்திரிக்கை அலுவலகத்தில்தான் அடைக்கலமாகியிருந்தார்... அங்கேயே வாழ்ந்துகொண்டு படிக்கவும் எழுதவும் செய்தார். பகத் சிங், சந்திர சேகர் ஆஸாத் மற்றும் பிற புரட்சியாளர்களுக்கு வித்யார்த்தி உதவிகள் செய்தார், அவர்கள் அந்தப் பத்திரிக்கையில் தங்கள் சொந்தப் பெயரிலோ அல்லது புனைப்பெயர்களிலோ எழுதி வந்தார்கள். நாம் முக்கிய விஷயத்திலிருந்து விலகி வந்துவிட்டோம். இப்போது கல்லூரிக்கும் முதல்வருக்கும் வருவோம்... அந்த நாட்களில், முதல் பிரிவு என்பது அரிதானது. என் உயர்நிலைப் பள்ளியில்கூட நான் முதல் பிரிவில் வந்ததில்லை. ஆனால் பள்ளிக்குள்ளாகவே நான் மெட்ரிக்குலேஷன் அடைந்தபோது நான் அதிகபட்ச மதிப்பெண்கள் வாங்கியிருந்தேன். என்னுடைய ஆசிரியர்களுக்கு இது மிகப்பெரிய பெருமை. முதல்வருக்கும் இப்படித்தான் தோன்றியிருக்க வேண்டும்: இந்தப் பையன் இவ்வளவு தூரம் வந்திருக்கிறான், அவனை நான் அறைந்திருக்கிறேன்... என்னைவிட முதல்வர்தான் பள்ளிக்கு மிக நெருக்கமாக வசித்து வந்தார். அவர் வசித்த அடுக்ககத்தில் ஒரு கோயிலும் இருந்தது. தரைத்தளத்தில் கோயில், முதல் தளத்தில் வசிப்பிடங்கள். அது ரொம்பவே பெரிய இடம். அதனால் அவர் தன்னுடன் வந்திருக்குமாறு அழைத்தார்.

ஆனந்த்: *அன்றைய தினம் நீங்கள் அப்படியே நின்றுகொண்டு, அந்த அறைவிழுந்ததைப் பற்றி நினைத்துப் பார்க்கவோ அல்லது, அவர் திரும்பிப் பார்க்காமலோ போயிருந்தால் இது நடக்காமல் போயிருக்கலாம் அல்லவா.*

மது சிங்: *அது ஒரு திருப்புமுனையாக தெரிகிறதே.*

ராம்சந்த்ரா சிங்: [சத்தமாகச் சிரிக்கிறார்] அதன் பிறகு அவர், நீ இப்போது இருக்கும் இடத்தில் வாழ்வதும் படிப்பதும் சிரமமாகிவிடலாம், அதனால் எங்களுடன் வந்து தங்கிக்கொள் என்றார். இதுபோன்ற லட்சியவாத ஆசிரியர்கள் அரிதானவர்கள். உண்மையில், அவருடைய ஒன்றுவிட்ட உறவினர்கள் வழியில் அவருக்கு நிறைய சொத்து இருந்தது. அவரிடம் வாடகைக்கு குடியிருப்போரும் இருந்தனர். இவையெல்லாம் ஒருபக்கம்

இருந்தாலும், அவரிடத்தில் மனிதநேய மதிப்பீடுகளும் இருந்தன. கடைசி தளத்தில் நான் இருப்பதற்கு ஒரு காலி அறை இருந்தது. அவர்கள் எனக்கு கோதுமை மாவு, பருப்பு மற்றும் மளிகை சாமான்கள் கொடுத்தார்கள். எப்போதுமே முதல்வரின் மனைவி என்னை அழைத்து தான் சமைத்திருப்பதை எனக்குத் தருவார். நாங்கள் ஒருவருக்கொருவர் நல்ல *familiar* ஆனோம்.

ஆனந்த்: *லத்தீனில் familiar என்ற இந்த வார்த்தை குடும்பம் என்பதைச் சேர்ந்தது, அதாவது குடும்பத்திற்கு நெருக்கமானவர் என்பதைக் குறிப்பிடுவது.*

ராம்சந்த்ரா: அது உண்மையாகவும் இருக்கலாம். அவர்களுடைய மகன் பெயர் சுமன். பின்னாளில் அவர் மருத்துவர் ஆனார்.

ஆனந்த்: *ஆனால் நீங்கள் முதல்வரின் பெயரை எடுத்துக்கொண்டதே இல்லை.*

ராம்சந்த்ரா: முதல்வரின் பெயர் ஹிராலால் ஷுக்லா. இப்போது சென்று மதிய உணவு சாப்பிடலாம்.

ஆனந்த்: *சொல்லப்போனால், உங்கள் வாழ்க்கையில்...*

ராம்சந்த்ரா: ... நிறைய பிராமணர்கள் இருந்திருக்கிறார்கள் [சத்தமாக சிரிக்கிறார்]

[நாங்கள் மதிய உணவுக்காக இடைவெளி விட்டோம், அதன்பிறகு 3 மணியளவில் மது சிங் லக்னோவிற்கு புறப்பட்டார். ராம்சந்த்ரா சிங்கும் நானும் உரையாடலைத் தொடர்ந்தோம்]

ஆனந்த்: *உங்கள் வாழ்க்கையில் சம்பந்தப்பட்ட பிராமணர்களைப் பற்றி பேசினோம்: அவர்கள் உங்களைச் சுற்றிலும் இருந்திருக்கிறார்கள், நீங்களும் அவர்களைச் சுற்றி இருந்திருக்கிறீர்கள். திவாரி, திரிபாதி, ஷுக்லா, மிஷ்ரா, திவேதி, பாண்டே. இப்போது, அந்த முதல்வர் மனிதநேய மதிப்பீடுகளில் நம்பிக்கை கொண்டவர் என்றீர்கள், ஆனால் கீழானதாக கருதப்படும் ஒரு சாதியைச் சேர்ந்தவர் நீங்கள் என்பது அவருடைய குடும்பத்தாருக்கு ஒரு பொருட்டாக இருந்ததில்லையா?*

ராம்சந்த்ரா: மக்கள் சாதியைப் பற்றி நினைக்கிறார்கள்தான். ஆனால் முதல்வருடைய குடும்பத்தினர் பண்பானவர்கள். ஏழ்மையான, பிற்படுத்தப்பட்ட மற்றும் வசதிவாய்ப்பற்ற மாணவர்களுக்கு அவர்களுடைய கல்விக்காக நிறைய உதவி செய்து வந்திருக்கிறார்கள். ஒரு வருடமோ என்னவோ அவர்களுடன் தங்கியிருந்தேன் என்று நினைக்கிறேன். என்னுடைய பனிரெண்டாம்

வகுப்பை நான் உடனடியாக முடித்துவிடவில்லை. ஒன்று அல்லது இரண்டு வருடங்கள் இடைவெளி விழுந்துவிட்டது. முதல்வரின் குணவியல்பு பற்றி தெரிந்துகொள்ள நான் ஒரு கதை சொல்கிறேன். நான் அவர்களுடன் வசித்துவந்த காலகட்டத்தில், மாநிலம் முழுவதிலும் ஆசிரியர் வேலைநிறுத்தம் நடைபெற்றது. அவர்களுக்குச் சில கோரிக்கைகள் இருந்தன. ஆசிரியர்களின் அந்த கோரிக்கைகள் குறித்து விவாதிக்க, கான்பூர் பள்ளி முதல்வர்கள் எல்லோரும் கூட்டம் போட்டிருந்தனர். நன்றாக சம்பாதிக்கின்ற ஒரு முதல்வர் வேறொரு வகுப்பைச் சேர்ந்தவர், அவருடைய வகுப்பை பிரதிபலிக்கும் கண்ணோட்டங்களே அவருக்கு இருந்தன. ஆசிரியர்கள் செய்வது தவறு என்றும், அவர்களுக்கு ஆதரவு தரக்கூடாது என்பதுமே பெரும்பாலான முதல்வர்களின் ஒருமித்த கருத்தாக இருந்தது. ஆனால், எங்களுடைய முதல்வர் ஹிராலால் சிங்கிற்கு வேறொரு கண்ணோட்டம் இருந்தது. அவர் அந்த தீர்மானத்தை எதிர்த்து ஆசிரியர்களுக்கு ஆதரவு தெரிவித்தார். நாமெல்லாம் முதலில் ஆசிரியர்கள், பிறகுதான் முதல்வர்கள் என அவர் வாதிட்டார். ஆசிரியர்களின் கோரிக்கைகள் நியாயமானவை என்றும் அவர் உணர்ந்திருந்தார். மாநில கல்வித்துறை மற்றும் கமிட்டிகளில் இருந்த சில முதல்வர்கள் இதனால் பயன்பெற்றனர். தந்திரமான மற்றும் சுயநலக் காரணங்களுக்காக அவர்கள் மாநில அரசை பகைத்துக்கொள்ள விரும்பாமல் வேலைநிறுத்தத்திற்கு எதிராக இருந்தனர். தாங்கள் வேலைநிறுத்தத்தை ஆதரித்தால் இருக்கும் இடத்தில் இருக்க முடியாமல் போகலாம் அல்லது வேறு ஏதேனும் துறை அல்லது கமிட்டிகளுக்கு செல்லவேண்டி இருக்கலாம் என பயந்தனர். ஆனால் எங்களுடைய முதல்வர் இதற்கெல்லாம் அச்சப்படவில்லை. அடுத்த சில நாட்களில் அவர் ஆசிரியர்கள் வேலைநிறுத்தத்திற்கு முன்னிலையில் இருந்து, சிறைக்கும் சென்றார். அது வெறும் நான்கு அல்லது ஐந்து நாட்கள்தான், ஆனால் அவர் இதை ஒரு கொள்கை அடிப்படையில் செய்திருந்தார். அவர் எப்படிப்பட்ட மனிதர் என்று இப்போது உங்களுக்குத் தெரிந்திருக்கும்.

ஆனந்த்: சிறையில் இருந்து வெளிவந்த பின்னர் நீங்கள் அவரை எப்போதாவது சந்தித்தீர்களா?

ராம்சந்த்ரா: இல்லை, என்னால் முடியவில்லை. அப்போது அவர் இறந்துவிட்டார். நான் கைதுசெய்யப்பட்ட பின்னர் அவர் எனக்கு ஒரு கடிதம் எழுதினார். தனக்கு உடல்நிலை சரியில்லை என்றும், நன்றாயிருந்திருந்தால் என்னை சிறையில் வந்து

பார்த்திருப்பேன் என்றும் கூறியிருந்தார். அவரால் என்னைப் பார்க்க வரமுடியவில்லை. நான் வெளியே வந்த பின்னர், அவரைப் பற்றி விசாரித்தபோது அவர் இறந்துபோயிருந்தார். எனக்கு அவர்மீது பெரிய மரியாதை இருந்தது, ஆனால் கடைசியில் அவரை மறுபடியும் பார்க்க முடியாமலேயே போய்விட்டது. என்னிடம் இருப்பதெல்லாம் நினைவுகள் மட்டும்தான்... நான் அவருடைய மகனும் மருத்துவருமான ரவீந்திரநாத் சுமனை சந்தித்தேன். இந்த சிறைக்குறிப்பு பதிப்பிக்கப்பட்ட சமயத்தில் அவர் ஷான்-இ-சஹாரா பத்திரிக்கைக்கு சந்தா செலுத்தி வந்தார், என்னுடைய கதையையும் படித்திருந்தார். ஷான்-இ-சஹாரா பத்திரிக்கைக்கு செய்தியாளராக பணியாற்றிய கம்லேஷ் திரிபாதி என்ற ஒருவர் இருந்தார். சுமன் அவரை பழக்கப்படுத்திக் கொண்டார். இந்த ராம்சந்த்ரா சிங் என்பவர் பங்கார்மாவைச் சேர்ந்த அதே ஆள் இல்லையே என்று கம்லேஷிடம் சுமன் கேட்டிருப்பார் போல் தெரிகிறது. அப்போதுதான் நான் சுமனை பார்க்கச் சென்றேன்.

ஆனந்த்: நீங்கள் சித்திரவதை செய்யப்பட்டு, உங்கள் முகத்தில் ரத்தம் வழிவதில் இருந்து இந்தப் புத்தகம் தொடங்குகிறது. உங்களை சிறைக்கு அனுப்பிய விஷயத்தைப் பற்றியும், நக்ஸல் இயக்கத்துடன் உங்களுக்கிருந்த தொடர்பு பற்றியும் சொல்லுங்கள்.

ராம்சந்த்ரா: 1967-இல் நக்ஸல்பாரியில் கிளர்ச்சி ஏற்பட்டது. நான் கான்பூரில், மாணவர் இயக்கத்தில் சேர்ந்தேன். சிபிஐ-எம் உன்னாவ் மாவட்ட பிரிவில் நான் செயல்பட்டுக் கொண்டிருந்தேன். அச்சமயத்தில் ஒரு முறையான நக்ஸல் கட்சி எதுவும் தோன்றியிருக்கவில்லை, விவாதங்கள் மற்றும் வேறுபாடுகள் நிலவியபோதும் நாங்கள் சிபிஐ-எம் உடனே சிக்கிக் கொண்டிருந்தோம். மிக இளம் வயதிலேயே நான் கட்சியின் மாவட்ட கமிட்டி உறுப்பினரானேன். பல கூட்டங்களிலும் கலந்துகொண்டேன். அச்சமயத்தில்தான், கிராமத்திற்கே திரும்ப வேண்டும் என்ற கோஷத்தை சாரு மஜும்தார் எழுப்பினார். படித்த மாணவர்கள் நகரங்களிலிருந்து கிராமங்களுக்குச் சென்று, புரட்சியை நோக்கி மக்களை தயார்படுத்தி அணிதிரட்ட வேண்டும் என்பதே அந்த அழைப்பு. நாடு முழுவதிலும் இருந்த ஆண் பெண் இளைஞர்கள் இந்த அழைப்புக்கு செவிசாய்த்தனர். ஆனால் நான் எந்த கிராமத்திற்குச் செல்வது? நானே ஒரு கிராமத்தான்தான். அப்போதுதான், நான் நேபாள எல்லைக்கு அருகாமையில் இருக்கும் வடமாவட்டமான பாரெச்சிக்கு செல்ல தீர்மானிக்கப்பட்டது. என்னுடைய படிப்பை தொடருதல் என்ற போர்வையில்

நண்பாரா என்ற சிற்றூருக்குச் சென்றேன். அங்குதான், நக்ஸலைட் இயக்கத்தில் செயல்பட்டுக்கொண்டே, பிரயாக்பூரில் இருந்து என்னுடைய இண்டர்மீடியேட் தேர்வுகளை எழுதினேன்.

அதேநேரம், உன்னாவில் நிலவிய சூழ்நிலை புரட்சிக்கு இட்டுச்செல்லக்கூடிய வகையில் அமைந்திருந்தது. அதனால், நான் இங்கேயே திரும்பிவந்து கட்சி வேலைகளை தொடர்ந்தேன். இந்த காலகட்டத்தில்தான், கான்பூரில் எனக்கு பிஏ சேர்க்கையும் கிடைத்தது. அந்த நாட்களில் உன்னாவில் ஒலித்த கோஷம் அழித்தொழித்தல் என்பதாகும். *வர்க்க எதிரிகளை அழித்தொழிப்பதற்கான* நடவடிக்கைக்கு சாரு மஜூம்தார் அழைப்பு விடுத்திருந்தார். இதன் அடிப்படையில் ஏற்பாடுகள் செய்யப்பட்டு வந்தன, நானும் அவர்களுக்கு பங்களிப்பு செய்தேன். அப்போதுதான் நானும்கூட அதில் பங்கெடுத்துக் கொண்டேன். உன்னாவ் காவல்துறை எங்களைத் தேடிவந்தது, அதனால் நாங்கள் அருகாமையில் இருந்த ஹர்தோய் மாவட்டத்திற்கு இடம்பெயர்ந்தோம். அங்கிருந்த ஒரு கிராமத்தின் பெயர் பக்காரா, இப்போது நாம் இருக்கும் பங்கார்மாவில் இருந்து பதினைந்து கிலோமீட்டர்கள் தொலைவில் இருக்கிறது. அது உன்னாவ்-ஹர்தோய் எல்லையில் அமைந்திருந்தது. அங்கே ஒரு பயங்கரமான பண்ணையார் இருந்தார். நாங்கள் அவரை கொன்றொழித்தோம். தொழிலாளர்களை அச்சுறுத்தி வருகின்ற ஜமீந்தார்களை நாங்கள் குறிவைத்து வந்தோம். நான் அந்த பக்காரா வழக்கில்தான் கைது செய்யப்பட்டேன். அதுதான் என்னை சிறைச்சாலைக்கு கொண்டு சென்றது.

ஆனந்த்: *உங்களால் தப்பிக்க முடியாமல் எப்படி கைதாக நேர்ந்தது?*

ராம்சந்த்ரா: அந்த அழித்தொழிப்பிற்குப் பின்னர் எங்களில் சிலர் தப்பிவிட்டனர், சிலர் சம்பவ இடத்திலேயே பிடிபட்டனர். அது ஏன் எப்படியென்று விளக்குகிறேன். எங்களில் பத்து பனிரெண்டு பேர் உன்னாவ் கிராமத்திற்குச் சென்றோம். நாங்கள் இரண்டு குழுக்களாக பிரிந்தோம். ஒரு குழு அந்த பண்ணையாரின் வீட்டிற்குள் சென்றது, மற்றொன்று வெளியில் இருந்தபடி கண்காணித்தது. உள்ளே சென்ற குழு அந்த ஆளை கொலைசெய்தது. நாங்கள் துப்பாக்கி சத்தத்தை கேட்டோம். எங்களுக்கு கிடைத்த சாதனங்களெல்லாம் சிறிய பிஸ்டல்களும், பாட்டில் வெடிகுண்டுகளும்தான். கிராமத்தில் கூச்சல் குழப்பம் ஏற்பட்டு, கிராமத்தவர்கள் எங்களை விரட்டிவந்தனர். அங்குதான்

ஒரு கேள்வி எழுந்தது – அது நாங்கள் சிறையில் அடைப்பட்ட பின்னர்தான் எங்களிடம் எதிரொலித்தது - அது இதுதான். அதாவது, நாங்கள் சமூக அடித்தளத்தை உருவாக்கி செயல்படாத ஓர் இடத்தில், சாதாரண மக்களிடத்தில் அவர்களுடைய உள்ளூர் பிரச்சினைகள் மற்றும் விவகாரங்கள் குறித்து அவர்கள் புரிந்துகொண்டு எதிர்வினையாற்ற வைப்பதற்கு நாங்கள் போதுமான அளவுக்கு வேலைசெய்திராத இடத்தில், இதுதான் நடக்கும். ஒரு ஒடுக்குமுறையாளரான பண்ணையாரை அழித்தொழிப்பதன் மூலம் நாங்கள் உதவி செய்வதாக நினைத்த அதே கிராமத்தவர்கள்தான் எங்களை விரட்டி வந்து பிடித்தார்கள். பிறகு எங்களை மல்லாவன் காவல்நிலையத்தில் ஒப்படைத்தனர். நாங்கள் ஒரு அடித்தளத்தை உருவாக்க வேலைசெய்துவிட்டு, மக்களிடம் விழிப்புணர்வு ஏற்படுத்தியிருந்தால் விஷயமே மாறிப்போயிருக்கும். நிகழ்வுகள் இப்படி திசைமாறிப்போகும் என்பது நாங்கள் எதிர்பார்க்காத விஷயமும் அல்ல. நடவடிக்கையில் இறங்குவதற்கு முன்னரே எங்களில் சிலர் இந்த விவகாரத்தை கிளப்பியிருந்தோம். ஆனால் அப்போது எங்களை கேலிசெய்தார்கள். நாங்கள் பயந்துபோயிருக்கிறோம் என்றார்கள். நான் ஒன்றும் பயப்படவில்லை என்றும், பெரும்பான்மையினர் முடிவுக்கேற்ப நான் நடந்துகொள்கிறேன் என்றும் கூறினேன். ஆனாலும் என் கண்ணோட்டத்தை சொல்லவே செய்தேன். தனிநபர்களைக் கொல்வதன் மூலமாக நாம் புரட்சியை நிறைவேற்றிவிடப் போவதில்லை என்று கருதினேன். வெகுமக்களை அணிதிரட்டுவது செய்து முடிக்கப்படவில்லை. நான் சிறையிலடைக்கப்பட்டேன் என்றாலும், அத்தகைய சம்பவங்கள் நக்ஸல் எழுச்சியின் ஒரு பகுதியாக நடந்துகொண்டுதான் இருந்தன.

ஆனந்த்: அப்போது உங்களுக்கு என்ன வயது? நீங்கள் சிறைக்கு வரும்போது உங்கள் மீசை அப்போதும்கூட துளிர்த்திருக்கவில்லை என்று புத்தகத்தில் கூறியுள்ளீர்களே.

ராம்சந்த்ரா: எனக்கு அப்போது இருபது, இருபத்தொன்றுதான் இருக்கும். சிறையில் நான் கேள்விக்கு பதில் சொல்லும் முன்பே மற்றொரு கேள்வியை கேட்பார்கள். அது உங்களை நிலைதடுமாறச் செய்வதற்காகத்தான். ஆனால், ஆரம்பத்திலேயே அவர்களிடம், நீங்கள் என்னிடமிருந்து தெரிந்துகொள்ள விரும்புகின்ற [அமைப்பை பற்றியவை] எல்லாமும் எனக்குத் தெரியும் – உண்மையில் எனக்கு எல்லாமே தெரியாது – ஆனால் நான் எதையும் உங்களிடம் சொல்லப் போவதில்லை என சொல்லிவிட்டேன். நான்

எதையும் சொல்லப்போவதில்லை என்பதால், நீங்கள் நேரடியாக என்னை சித்திரவதை செய்ய தொடங்கிவிடலாம். உங்கள் நேரத்தை வீணாக்காமல் ஆரம்பித்துவிடுங்கள். இது ஒரு உளவியல் விளையாட்டுத்தானே.

ஆனந்த்: பதிமூன்று வருடங்களுக்கு மேலாக, நீங்கள் ஐந்து சிறைச்சாலைகளுக்கு மாறியிருக்கிறீர்கள். நீங்கள் நீண்டகாலம் செலவிட்ட இடம் எது?

ராம்சந்த்ரா: ஃபதேகர் மத்திய சிறைச்சாலை. பிறகு நான் லக்னோ சிறைக்கு மாற்றப்பட்டு, கடைசியாக ஃபைஸாபாத் வந்துசேர்ந்தேன். இங்குதான் என்னுடைய கடைசி சில மாதங்களின்போது மேம்பட்ட பிரிவுக்கு மாற்றப்பட்டேன். மேம்பட்ட பிரிவு என்றால் என்னவென்று உங்களுக்குப் புரிகிறதா?

ஆனந்த்: இல்லை. உங்களுடைய தண்டனைக் காலம் முடிவுறும் சமயத்தில் இது நடந்ததாக, இந்தப் புத்தகம் முடிவுறும் தறுவாயில் இதைக் குறிப்பிட்டிருக்கிறீர்கள், ஆனால் அது சம்பந்தமாக நீங்கள் எதையும் விளக்கவில்லையே.

ராம்சந்த்ரா: இதற்கு உயர் வகுப்பு கைதி என்று அர்த்தம். உங்களுக்கு இங்கே பிரத்யேக வசதிகள் கிடைக்கும் – வசிப்பது மற்றும் சாப்பிடுவது என்ற வகையில். இதனுடைய வரலாறு என்னவென்று சொல்கிறேன். பிரிட்டிஷ் ஆட்சிகாலத்தின்போது, அரசியல் கைதிகள் எப்போதும் வேலைநிறுத்தம் செய்வது, சாப்பிடாமல் இருப்பது ஆகியவற்றில் ஈடுபட்டு வந்தனர். தாங்கள் அரசியல் கைதிகள் என்று அங்கீகரிக்கப்பட வேண்டும் எனவும், தரக்குறைவான சாதாரண குற்றவாளிகளாக பார்க்கப்படுபவர்களுடன் சேர்த்து தங்களையும் வகைப்படுத்தக் கூடாது எனச் சொல்லி வந்தனர். ஒரு பெங்கால் இளைஞனும், காங்கிரஸில் சுதந்திரப் போராட்ட வீரராகவும் இருந்த ஜதின் தாஸ் 1920-களில் லாகூர் சிறைச்சாலையில் அடைக்கப்பட்டிருந்தார். அவர் அறுபத்தி நான்கு நாட்கள் உண்ணாநிலை போராட்டத்தில் ஈடுபட்டு, சிறையிலேயே மரணமடைந்தார். அதன் பிறகுதான் பிரிட்டிஷார் அரசியல் கைதிகளை தனி பிரிவினராக அங்கீகரித்தனர். சுதந்திரத்திற்குப் பிந்தைய காலகட்டத்தில் இந்தப் பிரிவு ரத்து செய்யப்பட்டது. ஆனால், அரசியல் கைதிகள் என்ற வகைமையை மறு-அறிமுகம் செய்துவைப்பதற்கு பதிலாக, மேம்பட்ட பிரிவு என்று அழைத்துக்கொள்ள அரசு அனுமதி அளித்தது.

வெறும் அரசியல்வாதிகளோ அல்லது நக்ஸலைட்டுகள் போன்ற அரசியல் கொள்கைகளை கொண்டிருந்தவர்களுக்கு மட்டும் அல்லாமல், செல்வாக்குள்ள யார் வேண்டுமானாலும் இந்தப் பிரிவில் சேர்க்கப்படலாம் என்பதே இதற்கு அர்த்தமாகிவிட்டது. அடியாட்களும், தொழில்முறை குற்றவாளிகளும்கூட இந்தப் பிரிவில் இடம்பெற்றார்கள். ஆனால் இது ஒரு அரிதான சலுகை. முன்னதாகவே ஒரு கைதியின் கல்விப்புலம் மற்றும் சமூக அந்தஸ்தை ஆராய்ந்தும் பார்ப்பார்கள்.

களத்தில் எங்களுடன் பணியாற்றிய அரசியல் நண்பரும், இப்போது டெல்லி உச்சநீதிமன்றத்தில் பணியாற்றுபவருமான ராகேஷ் திவேதி, நான் சிறையில் இருந்தபோது அலகாபாத் உயர் நீதிமன்றத்தில் இருந்தார். எனக்கு மேம்பட்ட பிரிவு தகுதியைப் பெற அவர்தான் ரிட் ஒன்றை தாக்கல் செய்திருந்தார்.

ஆனந்த்: ஆமாம், அவரும் இந்தப் புத்தகத்தில் குறிப்பிடப்பட்டிருக்கிறார். நாம் அதே நபரைப் பற்றித்தான் பேசிக்கொண்டிருக்கிறோம் என்றால், அவருடைய மகள் திவ்யா திவேதியை எனக்கு தெரிந்திருக்கும் என்று நினைக்கிறேன். அவரை சமீபத்தில்தான் சந்தித்தேன், அதுவும்கூட உங்களுடைய புத்தகத்தை கையெழுத்துப் பிரதியாக படித்த பின்னர்தான். திவ்யா ஐஐடி-டெல்லியில் வகுப்பெடுக்கிறார். நீங்கள் இந்தப் புத்தகத்தில் குறிப்பிட்டுள்ள அதே நபர்தான் அவருடைய தந்தையாக இருக்குமோ என்றும் சந்தேகமாயிருக்கிறது. ஆனால் ராகேஷ் இப்போது வேறொரு கூட்டிணைவில் இருப்பதால் உறுதியாகத் தெரியவில்லை...

ராம்சந்த்ரா: அவர் இப்போது டெல்லி உச்சநீதிமன்றத்தில் ஒரு முன்னணி வழக்குரைஞர். வக்கீல்கள் குடும்பத்தைச் சேர்ந்தவர். இப்போது அவர், மாட்டுத்தீவன வழக்கில் லாலு பிரசாத் யாதவ், வருமானத்திற்கு அதிகமாக சொத்து சேர்த்த வழக்கில் முலாயம் யாதவ் மற்றும் ஜெயலலிதா போன்ற உயர்மட்ட அரசியல்வாதிகளுக்காக வாதிட்டு வருகிறார். அவர் நொய்டாவில்தான் வசித்து வந்தார், ஆனால் இப்போது ஜோர் பாகில் எங்கோ வசிக்கிறார் என்று கேள்விப்பட்டேன். ராகேஷ், சிபிஐ-எம்எல் கட்சிக்காக பணியாற்றினார். நாங்கள் ஒன்றாக சேர்ந்து நிறைய பணிபுரிந்திருக்கிறோம். உங்களுக்கு தெரியுமா, அவருடைய மகன் இப்போது ஏகலைவா திவேரி என்றழைக்கப்படும் ஒரு கிரிக்கெட் வீரர். அவருடைய மகளும்கூட இளையவர்தான், அவருக்கு என்னை அவ்வளவாக நினைவிருக்காமல் போகலாம். ஒருமுறை அவர் நீளமான ஹனுமன்

வால் வைத்துக்கொண்டு, பங்களாவைச் சுற்றிச்சுற்றி வந்தது எனக்கு நினைவிருக்கிறது. அவர் குழந்தையாக இருந்தார், அவருக்கு என்னை ஞாபகமிருக்காது. இது நடந்தபோது ராகேஷ் அலகாபாத் உயர்நீதிமன்றத்தில் இருந்தார்.

[அதேநேரம், இந்த தொடர்பினால் பரவசமுற்ற நான், எனக்கு புதிதாக அறிமுகமான திவ்யாவிற்கு எஸ்எம்எஸ் அனுப்பி, அவர் பேசுவதற்கு நேரமிருக்கிறதா என்று கேட்டேன்]

ஆனந்த்: நீங்கள் இப்போதும் ராகேஷுடன் தொடர்பில் இருக்கிறீர்களா? அவர் உங்களுடைய புத்தகத்தைப் படித்திருப்பாரா?

ராம்சந்த்ரா: நாங்கள் தொடர்பற்று போய்விட்டோம். என்னுடைய புத்தகத்தை அவர் படித்திருப்பாரா என்று எனக்கு எதுவும் தெரியாது. என் மகன் ரிஷியின் திருமணத்திற்காக சிலருக்கு அழைப்பு விடுக்க நான் சமீபத்தில் எப்போதோ டெல்லிக்கு சென்றிருந்தபோது, நொய்டாவில் ராகேஷை சந்திக்க முயற்சித்தேன், ஆனால் அவர் ஜோர் பாகிக்கு சென்றுவிட்டதாக சொன்னார்கள். நான் சிறையில் இருந்தபோது, அவர் சந்திரா புல்லா ரெட்டி குழுவில், சிபிஐ-எம்எல் தலைமை நிலையில் இருந்தார். அலகாபாத்தில் பதிப்பிக்கப்பட்ட கட்சியின் *ஹிராவல் தஸ்தா* [முன்னணி] என்ற செய்தித்தாளில்கூட அவர் சம்பந்தப்பட்டிருந்தார். அவர்தான் அதனுடைய ஆசிரியர்.

[என்னுடைய ஃபோன் ஒலித்தது. திவ்யாதான் டெல்லியிலிருந்து அழைத்திருந்தார். ராம்சந்த்ரா-ஜி அனுமதியுடன் நான் அந்த அழைப்பை ஏற்றேன். நான் யாருடன் எங்கே இருக்கிறேன் என்று விளக்கியதும் அவர் ஆச்சரியமானார். அலகாபாத் பங்களாவில் அவர் துள்ளி விளையாடிய அந்த ஹனுமன் வாலைப்பற்றி நான் அவரிடம் சொன்னேன். ராம்சந்த்ரா-ஜி பற்றி தன் அப்பா சொல்லியிருப்பதாகவும், நான் அவருடன் என்ன செய்து கொண்டிருக்கிறேன், இதெல்லாம் எதற்காக என்பது பற்றி தெரிந்துகொள்ளவும் மிகுந்த ஆவலுடன் இருந்தார். நான் முன்கதையை சுருக்கமாக கூறினேன். போனை வைத்த பின்னர், அந்த அழைப்பு எதற்காக என்பது பற்றி ராம்சந்த்ரா-ஜியிடம் சொன்னேன். பரவசமான அவரும் சொன்னார்...]

... ஓ, திவ்யாவா. அப்படியென்றால் நாம் இப்போது முறைப்படி தொடர்பில் இருந்து கொண்டிருக்கிறோம். என்னவொரு

யதேச்சை நிகழ்வு. உங்களுக்குத் தெரியுமா, என்னுடைய இப்போதைய மனைவி விமலா தேவியுடன் நடந்த, சம்பிரதாயமற்ற திருமணத்துடன் ராகேஷுக்கும் சம்பந்தம் இருக்கிறது. நான் விடுதலையானபோது ரொம்பவே வயதாகிப்போயிருந்தது, எங்களுக்கு நடந்த ஒரு சிறிய நிகழ்ச்சியையும் ராகேஷ்தான் நடத்திவைத்தார். [தன்னுடைய மனைவியை அழைத்த அவர், ஆனந்திற்கு ராகேஷின் மகளைத் தெரியும் என்று சொன்னார். ராகேஷ் தங்கள் குடும்பத்தின் நலம் விரும்பி என்றார் விமலா தேவி. பிறகு அவர் வீட்டிற்குள்ளே சென்றுவிட்டார்]

ஆனந்த்: டெல்லியில் நீங்கள் ராம்துலாரியை கண்டுபிடித்த முறையால், அவர் வேறு ஒருவரின் மனைவியாக வாழ்வது கண்டு, மனவேதனை அடைந்தது பற்றி புத்தகத்தில் குறிப்பிட்டுள்ளீர்கள். மொழிபெயர்ப்பாளர் மதுவும்கூட உங்களிடம் இதுகுறித்து கேட்க வேண்டும் என்றுதான் விரும்பினார்... அதன்பிறகு என்ன ஆனது, உங்களுடைய தற்போதைய மனைவியை எப்படி திருமணம் செய்து கொண்டீர்கள்?

ராம்சந்த்ரா: [ஆங்கிலத்தில் பேசுகிறார்] ஓ, ப்ளீஸ்... [சிரிக்கிறார்]... அந்தப் பெயரை இங்கே இழுக்காதீர்கள்...

ஆனந்த்: ஓ, மன்னிக்க வேண்டும்.

ராம்சந்த்ரா: இல்லை, இல்லை. நான் அந்தப் பகுதியை உங்களுக்கு அப்புறமாகச் சொல்கிறேன். எனக்கென்னவோ...

ஆனந்த்: நான் அந்த புத்தகத்தில் இருந்து தெரிந்துகொண்ட வகையில்கூட, நீங்கள் அவருடன் முறைப்படி திருமண ஒப்பந்தம் ஏற்படுத்திக்கொள்ளவில்லை. அவர் உங்களுடைய வாழ்க்கைத் துணையாக, காதல் வசப்பட்டவராக கருதப்பட்டிருக்கிறார்...

ராம்சந்த்ரா: [ஆங்கிலத்திற்கு மாறுகிறார்] விடுதலையான பின்னர் ஒருமுறையோ, இரண்டுமுறையோ அவள் என்னை சந்தித்திருக்கிறாள்.

ஆனந்த்: நீங்கள் விடுதலையாகும் முன்னர் அவர் உங்களுக்காகக் காத்திருந்தார். திருமணச் சடங்குகள் எதுவும் நடக்கவில்லை என்றாலும்கூட அவர் உங்களை கணவர் என்றே குறிப்பிட்டு வந்திருக்கிறார்.

ராம்சந்த்ரா: சரியாகச் சொன்னீர்கள். திருமணம் என்று எதுவும் நடக்கவில்லைதான்.

ஆனந்த்: அவரும்கூட ஓர் இளம் விதவைப் பெண்ணின் மகள்தானே, பெரும்பாலானவர்கள் பழமைவாதிகளாக இருக்கின்ற ஒரு சமூகத்தில், அந்த காலகட்டத்திலேயே இந்தளவுக்கு செய்திருப்பது அவ்வளவு சுலபம் இல்லை அல்லவா.

ராம்சந்த்ரா: சரியாக சொன்னீர்கள். எங்களுடையது மிகவும் அசாதாரணமான விஷயம். இப்போது அப்படியே நிறுத்திவிட்டு இரவு உணவுக்கு செல்லலாம்.

[இரவு உணவில் கோழிக்கிறி, பருப்பு மற்றும் அரிசி சாதம் ஆகியவற்றோடு ரொட்டியும் பரிமாறப்பட்டபோது ரெக்கார்டர் இயக்க நிலையிலேயே இருந்தது – உள்நோக்கத்துடனா அல்லது இல்லாமலா என்று எனக்கு நினைவில்லை. சில மேற்கோள்கள்.]

ராம்சந்த்ரா: இந்த சிறைக்குறிப்பில் நீங்கள் ஏதாவது சேர்க்கவோ அல்லது விரிவாக்கம் செய்யவோ விரும்பினால் – அதை எப்படி செய்யலாம்? நானாகவே ஏதாவது எழுத வேண்டுமா, அல்லது இந்த உரையாடலில் இருந்து நீங்களாகவே ஏதாவது எடுத்துக் கொள்வீர்களா?

ஆனந்த்: அதை இரண்டுவிதமான வழிகளில் செய்யலாம் என்று நினைக்கிறேன். முதல் விஷயம் என்னவென்றால், இந்தக் கதை இந்த உலகத்திற்கு எப்படி சென்றுசேர வேண்டும் என தீர்மானிப்பது உங்களுடைய உரிமை.

ராம்சந்த்ரா: இல்லை, இது உரிமை சம்பந்தப்பட்ட விஷயம் கிடையாது...

ஆனந்த்: உங்களுக்கு விளக்குகிறேன்... இப்போது நான் உங்களுடன் சிலமணி நேரங்களாக பேசிக்கொண்டிருக்கிறேன். நிறைய விஷயங்களை பதிவும் செய்திருக்கிறேன். இதை அடிப்படையாக வைத்துக்கொண்டு, என்னால் முடிந்தவரை எல்லாவற்றையும் எழுத்தில் கொண்டுவருகிறேன். வார்த்தைகளுக்கு உங்களுக்கான வழி இருக்கிறது – நீங்கள் பேசலாம் அல்லது எழுதலாம். ஒரு விவரணையை உருவாக்குவது பற்றி உங்களுக்கே தெரியும். அதனால், அது நாம் இப்போது உரையாடுவது போன்ற ஓட்டத்திலேயே இருக்கலாம் என நினைக்கிறேன். அல்லது, இதையும், என்னுடைய பயணத்தையும் ஒரு பின்னுரையாக வைத்துக்கொண்டால் அதுவும் உங்களுக்குச் சுலபமாக இருக்கும் என நினைக்கிறேன். இதை மறுபடியும் போட்டுக் கேட்டால் எனக்கு முழுமையாக எல்லாம் பிடிபட்டுவிடும் என நினைக்கிறேன். அதன்பிறகு, எழுத்து வடிவில் கொண்டுவரப்பட்டதை அல்லது

என்னால் எழுத முடிந்தவற்றை நான் உங்களுக்கே அனுப்பி வைக்கிறேன். அப்போது நீங்கள் படித்துக்கொள்ளலாம். தேவைப்படும் இடத்தில் திருத்தமும் செய்துகொள்ளலாம். ஆங்கிலப் பதிப்பு உங்களுக்கு போதுமென்றால், அதை நீங்கள் ஆங்கிலத்திலேயே படித்துக் கொள்ளலாம், அல்லது மது சிங் அதை ஹிந்தியில் மாற்றித்தருவார், அதற்கு கொஞ்சம் நேரம் பிடிக்கும்...

ராம்சந்த்ரா: இல்லை, இல்லை. எனக்கு ஆங்கிலத்தில் படித்தாலே மகிழ்ச்சிதான்.

ஆனந்த்: அப்படியென்றால் அது சுலபம். மது-ஜி இந்தப் பிரதியை காண நேர்ந்தது. அது அவரிடத்தில் தாக்கமேற்படுத்திய விதம், அதனை மொழிபெயர்க்க அவருள் ஏற்பட்ட கட்டாயம், உங்களை சந்தித்தது போன்றவற்றைப் பற்றி ஒரு சிறு கட்டுரை அல்லது மொழிபெயர்ப்பாளர் குறிப்பை எழுதலாம். நாம் இந்த புத்தகத்தை "Tehre hue terah saal" கொண்டு ஆரம்பிக்கலாம். வாசகரால் அங்கிருந்து ஆரம்பித்து பிற விவரணைகளுக்கு செல்ல இயலும்.

ராம்சந்த்ரா: இதுவும் நல்ல திட்டமாகத்தான் தெரிகிறது.

ஆனந்த்: தெலுங்கு முதல் பிரென்ச் வரையிலும், முடிந்தவரை நிறைய மொழிகளில் இதைக் கொண்டுவர வேண்டும் என்பதுதான் என் எண்ணம். இது நடக்கலாம், நடக்காமல் போகலாம். முடிந்தவரை அதிக வாசகர்களை எட்ட வேண்டும் என விரும்புகிறேன். மொழிபெயர்ப்பு செய்யப்பட்ட கையெழுத்துப் பிரதியை படித்த பின்னர், முடிந்தவரை சீக்கிரமாக ரயிலைப் பிடித்து உங்களை பார்த்துவிட வேண்டும் என மது ஜி-யிடம் சொல்லியிருந்தேன்.

[இரவு உணவுக்குப் பின்னர் உரையாடல் தொடர்கிறது]

ஆனந்த்: சிறைச்சாலையில் உங்களை மேம்பட்ட பிரிவுக்கு அனுப்பச் செய்த ராகேஷ்-ஜியைப் பற்றி பேசிக்கொண்டிருந்தோம்.

ராம்சந்த்ரா: ஆமாம், என்னை மேம்பட்ட பிரிவுக்கு மாற்ற ராகேஷ்தான் ரிட் பதிவு செய்தார். அப்படித்தான் என்னை மேம்பட்ட பிரிவு கைதியாக வைப்பதற்கான உத்தரவு பிறப்பிக்கப்பட்டது. ஃபைஸாபாத் சிறைச்சாலையில், மேம்பட்ட பிரிவு கைதிகளுக்கு பிரத்யேக பாசறை அல்லது இடம் ஒதுக்கப்பட்டிருந்தது. மாநிலத்தின் மேம்பட்ட பிரிவு கைதிகள் எல்லோருமே அங்குதான் தங்கியிருந்தனர், அதனால்தான் என்னை ஃபதேகரில் இருந்து ஃபைஸாபாத்திற்கு மாற்றினார்கள். இது என்னுடைய சிறைதண்டனை முடியப்போகும் நேரத்தில் நடந்தது.

ஆனந்த்: *இந்த புத்தகத்தில் உள்ள விவரணை ஏறக்குறைய எட்டு மாதங்கள் மட்டுமே நீடித்த உங்கள் சிறைவாழ்க்கையின் கடைசிப் பகுதியை மேலோட்டமாக சொல்வதோடு முடிகிறது. வேறு எங்கும் உங்களுக்கு கிடைத்திராத பிரத்யேக வசதிகள் இங்கு நீட்டிக்கப்பட்டது பற்றிச் சொல்லுங்கள்.*

ராம்சந்த்ரா: படுக்கை வசதிகள் நன்றாக இருந்தன. எங்களுக்கு கொசு வலை, சுத்தமான சணல்நார்த் துணிகள் கிடைத்தன. மற்ற பாசறைகளில் நடந்ததைப்போல் அவமானகரமான முறையில் கைதிகளை எண்ணிக்கையிடுவதுகூட அங்கு நடக்கவில்லை. நீங்கள் எங்கே இருக்கிறீர்களோ அங்கேயே வைத்து உங்களை கணக்கில் எடுத்துக் கொள்வார்கள். எங்களுக்கு வழங்கப்பட்ட ரேஷன்தான் முக்கியமான அசல் வேறுபாடு. எங்களுக்கு சைவம் அசைவம் இரண்டுமே தரப்பட்டன. அசைவத்தில் 60 கிராம் பருப்பு, 60 கிராம் நெய், கால் கிலோ ஆட்டிறைச்சி, ஒரு பங்கு அரிசி, கோதுமை மாவு, மஞ்சள்தூள், மசாலாக்கள், பால், தேநீர் போன்றவை தரப்பட்டன. எல்லாமே பட்டியலிடப்படும். இவை எல்லாமே கச்சாவால் (புதிதாக வந்த கைதி) வாங்கப்பட்டு தயார் செய்யப்படும். குளிக்க ஒரு சோப், துண்டு, பற்பசை, செய்தித்தாள், ஒரு வாராந்திர பத்திரிக்கை போன்றவையும் எங்களுக்கு தரப்பட்டன.

ஆனந்த்: *புதிதாக வரும் கைதிக்கு (கச்சா) இங்கே என்ன வேலையிருக்கும்?*

ராம்சந்த்ரா: மேம்பட்ட வகுப்பு கைதி எல்லோருக்குமே ஒரு உதவியாளர் நியமிக்கப்படுவார். சிறைச்சாலை மொழியில் இதனை *ஃபைய்யா* என்பார்கள் – அவர் சுத்தம் செய்துவிட்டு, உங்களுக்கு வேண்டியதை செய்து கொடுப்பார். இந்த நபர் சிறைக்கு புதிதாக வந்தவர்களுள் ஒருவராகத்தான் இருப்பார். புதிதாக வருபவர்தான் நியமிக்கப்பட வேண்டும் என்றெல்லாம் எழுதப்படவில்லை, ஆனால் அது அப்படியே ஒரு பழக்கமாகிவிட்டது.

ஆனந்த்: *அப்படியென்றால் மேம்பட்ட பிரிவு கைதிகளுக்கு ஒரு தனி அடிமை நியமிக்கப்பட்டார் அப்படித்தானே? இது ஒருவகையான அடிமைத்தனம் போல் தெரிகிறதே.*

ராம்சந்த்ரா: ஆமாம், அப்படியும் சொல்லலாம். அது அடிமைத்தனம்தான். தினமும் காலை உணவுக்கு முன்னர் ஒரு குறிப்பிட்ட நேரத்தில் அந்த ஃபைய்யா தன்னுடைய பாசறையில் இருந்து இங்கே வந்துவிட வேண்டும். எல்லா ஃபையாக்களும் அன்றைய தினத்திற்கான மளிகை சாமான்களை கொண்டுவரச்

செல்வார்கள், அதில் சமைப்பதற்கு தேவைப்படும் கரி மற்றும் விறகு போன்றவையும் அடக்கம். பாத்திரங்கள்கூட – எண்ணெய் சட்டிகள், தட்டுகள், கோப்பைகள் போன்றவை – தனித்தனியாக வழங்கப்பட்டிருந்தன. இந்த மேம்பட்ட பிரிவு சிறைக்குள் சமைப்பதற்கென்று ஒரு அறை இருக்கும். இந்த பாவப்பட்ட சஃபைய்யா, சலுகை பெற்ற கைதியின் உடைகளைக்கூட துவைத்துப் போட வேண்டியிருக்கும். சூரியன் உதித்தது முதல் மறையும்வரை – சிறை திறக்கப்பட்டு மூடப்படும்வரை அவர் எங்களுடனே இருக்க வேண்டும். பருவகாலத்தைப் பொறுத்து நேர அளவு மாறும்.

ஆனந்த்: உங்களுக்கு சேவை செய்த சஃபைய்யாவின் பெயர் ஞாபகமிருக்கிறதா?

ராம்சந்த்ரா: வார்டர்களிடம் என்னிடத்தில் வேலைக்கு நியமிக்க சொல்லி சஃபையாக்களிடையே பெரும் ஆர்ப்பாட்டமே நடக்கும் தெரியுமா.

ஆனந்த்: இது நீங்கள் அவர்களிடம் மென்மையாக நடந்துகொண்டதாலா?

ராம்சந்த்ரா: அதுவாகத்தான் இருக்கும். பெரும்பாலான மேம்பட்ட பிரிவு கைதிகள் பிற்போக்குவாத மனநிலையுள்ளவர்கள். நான் அங்கு இருந்த நேரத்தில் அயோத்தியை சேர்ந்த சாது வகைப்பட்ட சிலர் இருந்தார்கள். இந்த வேசிமகன்கள் சஃபையாக்களை தங்களுடைய கால்களை பிடித்துவிட்டு மஸாஜ் செய்யச் சொல்வார்கள். இப்போது, அசைவ சாப்பாட்டைப் பொறுத்தவரையில், மாலை நேரத்தில்தான் பண்டகசாலையில் இருந்து ரேஷன்களை வாங்கிவருவார்கள். மூத்த கைதி விரும்பும் வகையில் அதன்பிறகுதான் சஃபைய்யா சமைப்பார். அமைப்பின் இந்தப் பக்கத்திலும் பணம் சம்பாதிக்க கண்டுபிடித்த வழிகளைப் பற்றிச் சொல்கிறேன். சிலநேரங்களில், குறிப்பிட்ட தினங்களன்று அசைவம் வேண்டாம் என கைதி முடிவெடுத்திருப்பார். ஆனால், அவருக்கு அந்த இறைச்சி வழங்கப்பட்டது என சம்பந்தப்பட்ட பதிவேட்டில் குறிக்கப்பட்டுவிடும். இந்த இறைச்சியிலிருந்து சேமிக்கப்படுகின்ற பணத்தில் பெரும்பங்கு கைதிக்கு தரப்படும். சஃபைய்யாவுக்கும் இதில் கூட்டு உண்டு. இவ்வகையில், இப்படிப்பட்ட நாட்களில் ஒரு மேம்பட்ட பிரிவு கைதியானவர் ஒரு மாதத்திற்கு இருநூறில் இருந்து ஐந்நூறு ரூபாய் வரை சம்பாதித்துவிடுவார். உங்களுக்கு கோழி அல்லது ஆட்டிறைச்சி

அலுத்துப் போய்விட்டதென்றால் கையில் உள்ள பணத்தை பயன்படுத்தி நீங்கள் மீன் வாங்கிக்கொள்ளலாம்.

ஆனந்த்: ***தான் சமைக்கின்ற இந்த நல்ல வகை உணவில் இருந்து சஃபைய்யாவுக்கும் சாப்பிடக் கிடைக்குமா?***

ராம்சந்த்ரா: இந்த உணவை பெற்றுக்கொள்ளலாம் என எதுவும் எழுதி வைக்கப்படவில்லை, ஆனால் எனக்கு நியமிக்கப்பட்ட சஃபைய்யாவுடன் நான் உணவை பங்கிட்டு வந்திருக்கிறேன். எங்களுக்கு நான்கு முட்டைகள் வழங்கப்பட்டன என்றால், நான் சஃபைய்யாவிடம் இரண்டு தனித்தனி டபுள்-ஆம்லெட்டுகள் போடச் சொல்வேன்: ஒன்று அவருக்கு ஒன்று எனக்கு. விதிமுறைப்படி, சஃபைய்யா தன்னுடைய பாசறைக்கு சென்று அவருக்கு வழங்கப்பட்ட உணவைத்தான் எடுத்துக்கொள்ள வேண்டும். ஆனால், எனக்கு சமைத்த உணவிலேயே அவரை எடுத்துக்கொள்ளச் சொல்வேன். இயல்பாகவே மற்ற பாசறைகளில் வழங்கப்படுகின்ற பருப்பு மற்றும் காய்கறிகள் தரக்குறைவாகத்தான் இருக்கும். அதனால் எனக்கு நியமிக்கப்படுகின்ற சஃபைய்யா எப்போதுமே மகிழ்ச்சியாகத்தான் இருப்பார்.

ஆனந்த்: ***உங்களுக்கு நியமிக்கப்பட்ட சஃபையாக்களில் யாருடைய பெயராவது ஞாபகம் இருக்கிறதா?***

ராம்சந்த்ரா: [சற்று நிதானித்து சிந்திக்கிறார்] பாண்டே என்ற பெயரில் ஒருவர் இருந்தார். இருங்கள், எனக்கு ஞாபகம் வருகிறது... முன்ஷிலால் என்ற பெயரில் ஒரு சஃபைய்யா இருந்தார். அவர் அயோத்திக்கு அருகில் இருக்கும் சரயு நதிக்கரையில் உள்ள கிராமத்தை சேர்ந்தவர். மல்லா சாதியைச் சேர்ந்தவர். ஃபைஸாபாத் சிறையில் நான் இருந்த காலத்தில், சில வருடங்கள் இடைவெளிக்குப் பின்னர் அவர் மறுபடியும் சிறைக்கு திரும்பினார். ஒருசில சமயங்களில் அவர் எனக்கு சஃபைய்யாவாக பணிபுரிந்திருக்கிறார். உள்ளூர் போலீஸ் பக்கத்து ஊர்களைச் சேர்ந்த இளைஞர்களை சில்லரை வழக்குகளில் கைதுசெய்து சிறையில் அடைப்பதுண்டு. முன்ஷிலாலும் அவர்களில் ஒருவர். அவர் தன்னுடைய வீடு, குடும்பம், சமூகம் மற்றும் பின்னணி குறித்து எப்போதுமே பேசிக்கொண்டிருப்பார். மற்றொரு சஃபைய்யா இருந்தார், அவருடைய பெயர் இப்போது மறந்துவிட்டது. அவர் பிக்பாக்கெட் அடித்து சிறைக்கு வந்தவர். ஓரளவுக்கு நேர்மையான அவருடைய நேர்கொண்ட பார்வையால்

அவர் எனக்கு ஒரு பிக்பாக்கெட் போன்று தோன்றியதேயில்லை. அவர் அப்பாவி என்றும், பொய்யாக குற்றம்சாட்டப்பட்டிருப்பார் என்று நினைத்தேன். ஒரு குளிர்கால நாளில், ஒரு கட்டையில் உட்கார்ந்து நான் வெயில்காய்ந்து கொண்டிருந்தேன். அவரும் என் அருகில் வந்து உட்கார்ந்தார். அவரை அப்பாவி என்று எப்படி நினைக்கிறேன் என்று நான் சொன்னபோது அவர் சொன்னார், 'ஆமாம், இந்த விஷயத்தில் நான் உண்மையிலேயே அப்பாவிதான். ஏழ்மையும் மோசமான கூட்டும்தான் இதை நோக்கி என்னைத் தள்ளிக்கொண்டே இருக்கிறது.' எப்படி பிக்பாக்கெட் அடிக்கிறீர்கள் என்று நான் கேட்டபோது அவர் சிரித்துக்கொண்டே சொல்ல மறுத்துவிட்டார். பிறகு நாங்கள் பல விஷயங்களைப் பற்றிப் பேசினோம். சூரியன் அகன்றபோது அவர் கிளம்புவதற்காக எழுந்து நின்றார். 'சார், இதோ இதை எடுத்துக்கொள்ளுங்கள்.' தன்னுடைய முட்டியை திறந்த அவர் இரண்டு ரூபாய் நோட்டை என்னிடம் கொடுத்தார். 'இது உங்களுடைய நோட்டுதான்,' என்றார். நான் சட்டென்று என் பையை ஆராய்ந்து பார்த்தபோது அதிலிருந்த இரண்டு ரூபாய் நோட்டை காணவில்லை. 'நாம் சுவாரஸியமாக பேசிக்கொண்டிருக்கும்போது, இதை எப்படி செய்வதென்று காட்டுவதற்காகத்தான் உங்கள் பையில் இருந்து எடுத்தேன்,' என்றார். நான் ஆச்சரியப்பட்டேன் என்றாலும் அவர்மீது கோபப்படவில்லை.

நான் அங்கிருந்த சமயத்தில் சில பிற்போக்குவாத பண்ணையார்களும் இருந்தனர். அகில் பாரதீய குஷ்தி மஹாசங் [இந்திய மல்யுத்த கூட்டமைப்பு] தலைவர் என ஒருவர் இருந்தார் – பிரிஜ் பூஷன் சரண் சிங். அவர் சிறையில் இருந்து வெளியே சென்றதும் பாரதீய ஜனதா கட்சியின் பாராளுமன்ற உறுப்பினரானார், பிறகு சமாஜ்வாடி கட்சியில் சேர்ந்துவிட்டார். சுற்றியிருப்பவர்களிடம் தன் பலத்தை காண்பிப்பார், மற்றபடி சரியான ஆள்தான். அவர் சஃபையய்யாவுடன் மிக கொஞ்சமாகவே பேசுவார். அவர்களை தொலைவிலேயே வைத்திருப்பார்... எங்களுக்கு வேட்டியும் துண்டுகளும் தரப்பட்டிருந்தன, குளிர்காலத்தில் எங்களுக்கு கோட்டும், கதகதப்பான துணிகளும் தரப்பட்டன. இவை எல்லாமே காதி பந்தரில் இருந்து வரவழைக்கப்பட்டவை. குளிர்காலம் வருவதற்கு சற்று முன்பாக நான் விடுதலையாக இருந்த சமயத்தில், என்னுடைய வெதுவெதுப்பான துணிகளையும் கோட்டையும் நானே வைத்துக்கொள்ள தீர்மானித்தேன்.

பண்டகசாலைக்கு பொறுப்பாளரான துணை சிறையாதிகாரி என்னிடம் இவையெல்லாம் சிறைச்சாலை பொருட்களாயிற்றே என்றார். எனக்கும் அது தெரியும்தான், ஆனால் என்னை இந்தக் குளிரில் இப்படியே வெளியே விட்டால் நான் எப்படி சமாளிப்பது? என்று அவரிடம் கேட்டேன். அதனால் அவை என்னுடனே இருந்துவிட்டன.

ஆனந்த்: ***விடுதலையானதும் நீங்கள் செய்த முதல் வேலை என்ன? உங்களை வரவேற்க யாராவது வந்தார்களா?***

ராம்சந்த்ரா: யாரும் வரவில்லை. என் அம்மாவை சென்று பார்த்ததுதான் நான் செய்த முதல் காரியம். அவர் கான்பூரில் வசித்துவந்தார். அங்குதான் இந்தப் புத்தகம் முடிகிறது. பிறகு நான் அங்குமிங்கும் சுற்றிக்கொண்டிருந்தேன். ஒரு அரசமரத்தின் இலை மரத்திலிருந்து விழுந்து திசையோ நோக்கமோ இல்லாமல் மிதப்பதைப் போல் இருந்தேன்.

ஆனந்த்: ***கபீர்தான் இப்படி சொல்லியிருக்கிறார்: இலையானது மரத்தை விட்டுப் பிரிகிறது, காற்று அதை விடுவிக்கிறது.***

ராம்சந்த்ரா: வாழ்க்கைக்கு அதற்கேயான நோக்கம் இருக்கிறது. ஆனால் இப்போது கட்சியில் நிறைய குழுக்கள் இருப்பதை நீங்களே பார்க்கலாம். கனு சன்யால் தன் கண்ணோட்டத்தை முன்வைக்கிறார், சிபிஆர் குழு மற்றொரு வழியில் செல்கிறது. நான் சிறையில் இருந்து திரும்பும்போது காம்ரேடுகள் என்னை வரவேற்பார்கள் என்றும், அவர்களுடன் சேர்ந்து புதிதாக ஏதாவது செய்யலாம் என்றுதான் நினைத்திருந்தேன்... ஆனால் அது இதுவரை நடக்கவில்லை.

ஆனந்த்: ***எல்லா காம்ரேடுகளும் எங்கே போய்விட்டார்கள்?***

ராம்சந்த்ரா: அவர்கள் சிதறிப் போய்விட்டார்கள். சிலர் மத்திய-தர வாழ்க்கையில் நிலைபெற்றுவிட்டார்கள். இறுதியாக நான் சந்திர புல்லா ரெட்டி (சிபிஆர்) குழு உறுப்பினர்களை சந்தித்தேன். ஷிவ் குமார் சர்மா சிபிஆர் குழுவில்தான் இருந்தார்; பஞ்சாபை சேர்ந்த ஹர்பஜன் சிங் என்றொருவர் இந்தப் பகுதியில் செயல்பட்டுக் கொண்டிருந்தார். ராகேஷ் திவேதி இந்த வட்டத்தில்தான் இருந்தார் என்றாலும் அவரை உடனடியாக சந்திக்க முடியவில்லை. பிறகு நாங்கள் வேறொரு நிலைப்பாடு எடுத்தோம், அதாவது முக்கிய விஷயங்களுக்காக வெகுமக்களை திரட்டுதல். தெராய்

பிரதேசத்தில் ஹரித்துவாருக்கு அருகே உள்ள ரெய்வாலா என்ற இடத்தில் நடந்த ஒரு விவகாரத்தை எடுத்துக்கொண்டோம். அங்கே, பன்ஞ்வாணி என்பவர் 900 ஏக்கர் கிராமத்து நிலத்தை ஆக்கிரப்பு செய்திருந்தார். அங்கே அவர் ஒரு மா ஆனந்தமயி ஆசிரம் கட்டியிருந்தார். அரசு அதிகாரிகளுடன் கூட்டுசேர்ந்து அந்த நிலத்தை கைப்பற்றியிருந்தார். அந்த நிலத்தை மீட்பதற்கான இயக்கத்தின் முக்கியத் தலைவர்களாக ஷிவ் குமார் சர்மா, ராகேஷ் திவேதி மற்றும் பக்வந்த் சிங் ஆகியோர் இருந்தனர். இது தூண் காட்டி சங்கர்ஷ் என்ற பெயரில் பிரபலமாகியிருந்தது. அதன்பிறகு அலகாபாத்தில் பண்ணையார்களுக்கு எதிராக விவசாயத் தொழிலாலர்களை ஒன்றுசேர்ப்பதில் ராகேஷ் சிறப்பான பணியாற்றினார். ஹர்தோய் மாவட்டத்தில்கூட நாங்கள் வெகுமக்களிடம்தான் வேலை செய்தோம். இவை எல்லாவற்றிலும் நான் சம்பந்தப்பட்டிருந்தேன். புமுஹின் கிஸான் சங்கர்ஷ் சமிதி [நிலமற்ற விவசாயத் தொழிலாளர்கள் மன்றம்] என்று சிபிஆர் குழுவும் ஒன்றை உருவாக்கியிருந்தது. அதனுடைய முதலாவது மாநாடு பங்கார்மாவில்தான் நடந்தது. ராகேஷ் திவேதி அதனுடைய மண்டல கமிட்டித் தலைவராக தேர்ந்தெடுக்கப்பட்டார், நானும் அந்த கமிட்டியில் இருந்தேன். குறைந்தபட்சம் ஆறுமுதல் ஏழாயிரம் பேர் கலந்து கொண்டார்கள். நிறைய தலித்துகள் மற்றும் பல்வேறு மாவட்டங்களைச் சேர்ந்த பிற்படுத்தப்பட்ட சாதி பெண்களும் கலந்துகொண்டனர். என்னுடைய இப்போதைய மனைவியும்கூட அந்த மாநாட்டில் கலந்துகொண்டிருக்கிறார். அந்த மாநாட்டிற்காக அவரும், உள்ளூர் பெண்களும்தான் சமையல் வேலைகளை கவனித்துக் கொண்டனர்... சொல்லுங்கள், இந்தப் படுக்கை நீங்கள் தூங்குவதற்கு வசதியாக இருக்குமா?

ஆனந்த்: ஓ. ஆமாம், நான் ஏறக்குறைய வசதியாகவே இருக்கிறேன்.

ராம்சந்த்ரா: இது *நீந்த் நா ஜானே டூட்டி காத்* என்று நாங்கள் சொல்வது போன்றே இருக்கிறது.

ஆனந்த்: ம். தூக்கத்திற்கு கிழிந்த பாயைப் பற்றி கவலையில்லை. இது தொழிலாளர் வர்க்கத்தில் இருந்துதான் வந்திருக்க வேண்டும். இதற்கு மேலும் இருக்கிறதா?

ராம்சந்த்ரா: இஷ்க் நா ஜானே ஜாத்-குஜாத். பூக் நா ஜானே ஜூத்தா பாத். இதற்கு மேலும் நீங்கள் சேர்த்துக்கொண்டே போகலாம்.

ஆனந்த்: *சாதி-சாதிய உட்பிரிவைப் பற்றி காதல் கவலைப்படாது. மிச்சமிருப்பவற்றை பட்டினி அலட்சியப்படுத்தாது.*

ராம்சந்த்ரா: நாம் எங்கே விட்டோம்?

ஆனந்த்: *தூண் காட்டி அந்தோயன் பற்றி பேசிக்கொண்டிருந்தீர்கள் ...*

ராம்சந்த்ரா: ஆமாம், பிற்போக்குவாத ஆதிக்கத்தினருக்கு எதிராக அப்போது அலகாபாத்திற்கு அருகில், விவசாயத் தொழிலாளர்கள் உரிமைகளுக்கான பாரா-கர்ச்சனா இயக்கம் இருந்தது. ராகேஷ் அதன் தலைமைப் பொறுப்பில் இருந்தார். கட்சியின் அமைப்புரீதியான நோக்கங்கள் வலுப்பட்டிருந்தன. எனக்கு அதில் பங்கிருந்தது. அந்தக் கட்சியின் மாநிலக் கமிட்டி உறுப்பினராக இருந்தேன். பரேலியில் இந்தக் கட்சிக்கு ஒரு அலுவலகம் இருந்தது, என்னை அங்கே வேலைசெய்ய நியமித்தார்கள். அதேநேரம், என் மனைவி என் தம்பியும் அப்பாவும் இருந்த பங்கார்மாவில் கூட்டுக்குடும்பமாக தங்கியிருந்தார். என் அப்பா உதவிகரமாக இருந்தார், நாங்கள் எப்படியோ சமாளித்து வந்தோம். ராகேஷ் திவேதி ஆசிரியராக இருந்த ஹிராவல் தஸ்தா செய்தித்தாள் முதலில் அலகாபாத்தில்தான் பதிப்பிக்கப்பட்டு வந்தது. அது சீக்கிரத்தில் நின்றுபோகவே, அதனை பரேலி அலுவலகத்தில் இருந்தபடி புதுப்பித்தோம். மாநிலக் கமிட்டி இரண்டு வருடங்களுக்கு என்னை அதன் ஆசிரியராக வைத்திருந்தது. ஏறக்குறைய 1984 வருடத்தின்போது என நினைக்கிறேன், என்னுடைய சிறைக்குறிப்பு ஷான்-இ-சஹாராவில் தொடராக பதிப்பிக்கப்பட்டது. இந்த வழக்கமான வேலைகளை நிரந்தரமாக்கிக் கொண்டதும் என் மனைவியையும் உடன் அழைத்துக்கொண்டேன். ஒருவருடத்திற்கும் மேலாக பரேலியில் தங்கியிருந்தோம். பிலிபிட்டில் ஒரு கட்சி அலுவலகம் தொடங்குவது என்றும், அதனால் நாங்கள் நாட்டுப்புற உட்பகுதியில் வேலை செய்ய வேண்டும் எனவும் கட்சி முடிவெடுத்தது. மாநிலச் செயலாளரான ஹர்பஜன் சிங் என்ற ஜஸ்வந்திற்கு அங்கே ஒரு இடம் இருந்தது. அதனால் நான் பிலிபிட் அலுவகத்திற்கு இடம்மாறினேன். இவை எல்லாவற்றிற்கும் மத்தியில், கட்சிக்குள்ளே ஒரு மோசமான மனப்போக்கு தொற்றிக்கொண்டு பரவிவருவதை நான் கவனித்தேன். தலைமையானது பெரிதும் சுய-நலன் கொண்டதாக ஆகிக்கொண்டிருந்தது. பலரும் தங்களுடைய சொந்த

நலனைப் பற்றியே சிந்திக்கலானார்கள். ஜஸ்வந்தும்கூட இந்த மனப்போக்கிற்கு பலியானார்.

ஆனந்த்: சரியாக, அவர்கள் எப்படி சுயநலமிகளாக மாறினார்கள்? தங்களுடைய வாழ்க்கைக்குத்தான் அவர்கள் அதிகப்படியான முக்கியத்துவம் அளித்தார்களா?

ராம்சந்த்ரா: சரியாகச் சொன்னீர்கள். அவர்களுடைய தனிப்பட்ட விஷயங்களுக்கு முன்னுரிமை தரப்பட்டது. நாம் புரட்சியிலோ அல்லது சமூக மாற்றத்திலோ வைத்திருக்கும் நம்பிக்கையை இழந்துவிடும்போதும், எதுவும் மாறப்போவதில்லை என்று நாம் நினைக்கும்போதும் இது நடக்கத்தான் செய்யும். பிலிபிட்டில் இன்னும் மோசமான சூழ்நிலைகளில்தான் நான் வேலை செய்தேன். அந்த நாட்களில் பிலிபிட்டை 'குட்டி பஞ்சாப்' என்று அழைத்தார்கள். அங்கே ஒரு தீவிரவாத செயல்பாடு நிரம்பியிருந்தது – காலிஸ்தான் இயக்கம். கம்யூனிஸ்ட்டுகளும்கூட அதனுடைய இலக்காக இருந்தனர். நான் தீவிரவாதம் என்ற வார்த்தையைப் பயன்படுத்துவதற்கு காரணம், அவர்களுடைய கோரிக்கை மத அடிப்படையிலான தனி நாடு, தேசத்தை உருவாக்க வேண்டும் என்றிருந்ததுதான். பஞ்சாப் மக்களில் பெரும்பாலானவர்கள்கூட இதற்கு எதிராகத்தான் இருந்தனர். இந்த எதிர்தரப்பினரில் இருந்த கம்யூனிஸ்ட் தலைவர்கள் குறிவைத்து கொல்லப்பட்டனர். சிபிஐ-எம்எல்-இன் சிபிஆர் குழு தலைவர்கள் பலர் மீதும் தாக்குதல் நடந்தது – பல்தேவ் சிங் மன், சரப்ஜித், ஜெய்மால் சிங் படா ஆகியோர் இப்படி கொல்லப்பட்டனர். அச்சமயத்தில், பல்தேவ் சிங் மன் தன்னுடைய மகளுக்கு எழுதியிருந்த கடிதம் மிகவும் புகழ்பெற்றிருந்தது. நீங்கள் அதை படித்ததோ கோள்விப்பட்டதோ உண்டா?

ஆனந்த்: இல்லை, நான் கேள்விப்பட்டதில்லை. அதுபற்றிச் சொல்லுங்கள்.

ராம்சந்த்ரா: அவர் அமிர்தசரஸில் உள்ள பகா கலா எனும் கிராமத்தில் இருந்தார். அவருடைய ஒன்றுவிட்ட உறவினர்கள், பிலிபிட் மாவட்டத்தின் சிதாபூர் கிராமத்தில் வாழ்ந்துவந்தார்கள் என நினைக்கிறேன். அவருடைய மனைவியும் அங்குதான் இருந்தார், அவருக்கு ஒரு மகள் பிறந்திருந்தார். இந்த செய்தி மன்னுக்கு கிடைத்தவுடன் அவர் தன் மகளுக்கு ஒரு கடிதம் எழுதினார். அதை அனுப்பவும் இருந்தார். அதை தன் பையில்தான் வைத்திருந்தார். பிறகுதான் அவர் காலிஸ்தான் படையால்

கொல்லப்பட்டார். இது 1986-இல் என்று நினைக்கிறேன். பின்னர், அந்தக் கடிதம் அவருடைய சட்டைப் பையில் இருந்ததை போலீஸ் கண்டுபிடித்தது. அந்தக் கடிதம் பதிப்பிக்கப்பட்டு உலகம் முழுவதும் மிகுந்த பிரபலமானது. இத்தகைய சூழ்நிலைகளில்தான் நாங்கள் பிலிபிட்டில் வேலை செய்துகொண்டிருந்தோம்... பிறகு அங்கிருந்து நாங்கள் திரும்பிவிட்டோம். பங்கார்மாவிலேயே நான் கட்சிக்கு வேலை செய்யத் தொடங்கினேன். இந்தப் பிரதேசத்தில் மஹாவீர் சிங் என்ற பயங்கரமான பண்ணையார் இருந்தார், ஒரு தாகூரான அவர் தலித்துகளையும் ஏழைகளையும் கொடுமைப்படுத்தி வந்தார். அது ஒரு பிற்போக்குவாத பயங்கரம். அவர் ஒரு யானையும் வைத்திருந்தார். அங்கே பாஸி சமூகத்தை சேர்ந்த ஹைரா என்ற ஒருவனும், சாமர் சமூகத்தைச் சேர்ந்த தாகுரி என்ற மற்றொருவனும் இருந்தனர். அவர்களுடைய தாத்தாக்கள் ஏறக்குறைய இருபத்தி மூன்று வருடங்களுக்கு முன்னர் அந்த பண்ணையாரிடமிருந்து தானியம் பெற்றிருந்தனர். அந்த தலித்துகளால் கடனை திருப்பிச் செலுத்த முடியவில்லை. ஹைராவும் தாகுரியும் வயல்களுக்கு கொண்டுசெல்லப்பட்டு, அந்த பண்ணையாருக்காக நாள் முழுவதும் கொத்தடிமைகளாக இலவச வேலைவாங்கப்பட்டனர். அதுதான் பெகர், அடமானத் தொழிலாளர். இந்த விவகாரத்தை கையில் எடுத்துக்கொண்ட நாங்கள் அடமானத் தொழிலாளர்களை விடுதலை செய்தோம். ஹைராவும் தாகுரியும் இறந்துபோய்விட்டாலும்கூட, அவர்களுடைய உடல்களை *சைரா* செய்து – வெல்லப்பாகை உடல் முழுவதும் பூசிவிடுதல் – அவற்றை தன்னுடைய நாய்களை விட்டு நக்கவிடுவேன் என்றார் மஹாவீர் சிங். ஆனால் நாங்கள் எப்படியோ ஹைராவையும் தாகுரியையும் அவருடைய பிடியில் இருந்து விடுவித்தோம். அதை எப்படிச் செய்தோம் என்பது ஒரு பெரிய கதை. இப்போது நாம் உறங்கச் செல்லலாம். வழக்கமாக நீங்கள் எப்போது எழுந்திருப்பீர்கள்?

ஆனந்த்: ***வழக்கமாக காலை 6 மணிவாக்கில். நாளைக்கு நாம் எப்போது லக்னோ புறப்படலாம்?***

ராம்சந்த்ரா: நாம் காலை 9 மணிபோல் புறப்படலாம். பரவாயில்லை என்றால் நாம் காரிலேயே பேசலாம். காரில் பதிவுசெய்ய முடியும்தானே?

ஆனந்த்: ஆமாம், செய்ய முடியும், நாம் ஜன்னல்களை ஏற்றிவிட வேண்டியிருக்கும்.

[அப்போது இரவு 10.36, நாங்கள் இருவருமே உறங்கிப்போனோம். மறுநாள் திரும்பிப் போகும்போது டாக்ஸியில் செய்த பதிவுகள் தெளிவாக இல்லை.]

ஒரு நினைவுக்குறிப்பில் பலரது வாழ்வு

மொழிபெயர்ப்பாளர் பின்னுரை

மது சிங்

லக்னோவில் உள்ள தஸ்தாவேஜ் பிரகாஷனில்தான் 2012-இல் *ராம்சந்த்ரா சிங்கின் தேரே ஹூ தேரா சாஸ் (1970 - 83)* நாட்குறிப்புகளை எதிர்பாராதவகையில் கண்டெடுத்தேன். இந்த இடம், கல்வியாளர்கள், ஆராய்ச்சியாளர்கள் மற்றும் மாணவர்களுக்கு விருப்பமான, அவர்கள் அதிகம் நடமாடுகின்ற புத்தகங்களின் புதையல் மாளிகை. சிங்கின் நாட்குறிப்புகள், குறுகிய காலமே வெளிவந்த *சம்கலீன் தஸ்தாவேஜ்* [தற்கால ஆவணம்] என்ற ஹிந்தி இலக்கிய இதழில் பதிப்பிக்கப்பட்டது. அந்த இதழின் பக்கங்கள் மஞ்சளடைத்துப்போய், நான் அதில் கையை வைத்தபோது உடைந்துபோகக் கூடியதாய் மாறிவிட்டிருந்தது. லேண்ட்ஸ்கேப் வடிவத்தில், ஸ்டேப்ளர்கள் போடப்பட்டிருக்கும் இந்த மாதாந்திரியின் பெயர் விவரக் குறிப்பில்: இதழ் 12, வருடம் 1, மே 1991 என்ற விவரத்தை கொண்டிருந்தது. அடிப்பகுதியில்: 3/29 பத்ரகார் புரம் [பத்திரிகையாளர் குடியிருப்பு], கோம்தி நகர், லக்னோ, 226001, தொலைபேசி 391610 என்று குறிப்பிட்டிருந்தது. பத்திரிகையாளரான பிரஷாந்த் குமார் இந்த இதழின் ஆசிரியர்.

சம்கலீன் தஸ்தாவேஜ், "அங்காரே" (தணல்கள்) என்று தலைப்பிடப்பட்டு ஏப்ரல் 1991-இல் முதன்முதலாக வெளியானது. இதில், 1932-ஆம் ஆண்டு இடப்பெயரைக் கொண்டதும் சர்ச்சைக்குரியதுமாக ஒன்பது சிறுகதைகள் மற்றும் ஒரு நாடகம் தேவநாகரிக்கு ஒலிபெயர்ப்பு (ஷகீல் சித்திக் என்பவரால்) செய்யப்பட்ட தொகுப்பு இடம்பெற்றிருந்தது. இது அஹமத் அலி, மஹ்முதுஸபார், ரஷீத் ஜஹான் மற்றும் பிறருடைய பங்களிப்புடன் சஜத் சஹீர் என்பவரால் தொகுக்கப்பட்டிருந்தது. முன்னேற்ற எழுத்தாளர்கள் இயக்கத்தின் தயாரிப்பான முதல் அங்காரே லண்டனில் கண்டுபிடிக்கப்பட்டு, ஆல்-இண்டியா ஷியா கான்பரன்ஸின் சார்பாக 1933-இல் காலனிய பிரிட்டிஷ் அரசாங்கத்தால் தடைசெய்யப்பட்டது.

தன்னுடைய தொடக்க ஆசிரியர் பக்கத்தில், "மாற்றுப் பத்திரிக்கைத்துறையின்" எழுச்சி மற்றும் வீழ்ச்சி குறித்து பிரஷாந்த் குமார் கவனம் செலுத்தியிருந்தார். அதில் அவர், *உத்தர்கதா* (மதுரா), *வர்த்மான் சாகித்யா* (காஸியாபாத்), *சம்கலீன் ஜன்மத்* (பாட்னா) போன்ற ஹிந்தியில் வெளியான சமூக மாற்றத்தை இலக்காக கொண்ட "சிறு பத்திரிக்கைகள்" தேவையை வலியுறுத்தியிருந்தார். தனக்கு முன்பிருக்கும் கடினமான பாதையை இந்தப் பத்திரிக்கை முழுமையாக அறிந்திருந்தது:

சம்கலீன் தஸ்தாவேஜ் சில இதழ்களுக்குப் பின்னர் தொடர்ந்து வெளிவரலாம் அல்லது நிறுத்தப்படலாம். ஆனால், இந்த போராட்டத்திற்காக நாங்கள் பல வருடங்களாக தயார்படுத்தி வந்திருக்கிறோம், அதை முன்னோக்கி எடுத்துச் செல்ல நாங்கள் எங்களால் ஆன எல்லாவற்றையும் செய்வோம். அர்த்தமுள்ள ஆவணங்களுடன் நாங்கள் ஒவ்வொரு மாதமும் உங்களை சந்திப்போம். ஒவ்வொரு இதழும் சிறப்பிதழாகவே வெளிவரும். எளிய மொழி மற்றும் பாணியில் சிக்கலான உண்மைகளை உங்கள் முன் வைக்கப்போகிறோம் – அத்துடன் புலனாய்வு அறிக்கைகள், கட்டுரைகள், புள்ளிவிவரங்கள், கதைகள், கவிதைகள், கற்பனைகள் மற்றும் கார்ட்டூன்களும் இடம்பெறும். புதிய மற்றும் பழைய ஆவணங்களை வைத்து பழைய மற்றும் புதிய கட்டுக்கதைகளை உடைக்கப்போகிறோம். உங்களுடைய எழுத்துகள், பரிந்துரைகள் மற்றும் ஆதரவை எப்போதும் எதிர்பார்த்துக் காத்திருக்கிறோம்.

சிறப்பு-ஆசிரியராக வீரேந்திரா யாதவ் பங்கேற்ற மூன்றாவது இதழ் "பார்டிஷன் ஜாரி ஹை" – பிரிவினை நடந்துகொண்டிருக்கிறது – என்று அழைக்கப்பட்ட பத்து கதைகளின் தொகுப்பு "இந்து-முஸ்லீம் உறவுநிலைகளையும், மதப்பற்றின் பல்வேறு அம்சங்களையும் ஆய்வுக்கு உட்படுத்தியது." இதில் புகழ்பெற்ற எழுத்தாளர்களான ஸ்ரீலால் சுக்லா, அமர்காந்த், குல்ஷர் கான் ஷானி, அப்துல் பிஸ்மில்லா, மன்சூர் இதேஷம், ஹபீப் கைஃபி மற்றும் முகம்மது தாஹிர் போன்றவர்களுடைய எழுத்துக்கள் வெளியாகியிருந்தன, இதனுடைய அட்டைப்படத்தை அமெரிக்க ஓவியரான பால் டேவிஸ் வரைந்து கொடுத்திருந்தார் (*ரோலிங் ஸ்டோன்* மற்றும் *தி நியூ யார்க்கர்* போன்றவற்றில் இவரது படைப்புகள் இடம்பெற்றுள்ளன). நிதிவகையில் திறம்பெற்றிராத *சம்கலீன் தஸ்தாவேஜ்* ஐந்து இதழ்களுக்குப் பின்னர் கடையை மூடியது, 1970-களின் ஆரம்பத்தில் தொடங்கப்பட்ட தஸ்தாவேஜ்

பிரகாஷனில்தான் இந்த நின்றுபோன பத்திரிக்கையின் பழைய இதழ்களை இப்போதும் காண முடியும்.

சம்கலீன் தஸ்தாவேஜ் தன்னுடைய இரண்டாவது இதழ் முழுவதையும் ராம்சந்த்ரா சிங்கின் சிறைக் குறிப்புகளுக்கே அர்ப்பணித்திருந்தது, ஓம் ஜிங்ராம் படங்களுடன் இந்த பாராட்டுக்குரிய படைப்பு பல தொகுதிகளாக வெளிவந்தது. லக்னோவில் இருந்து வெளியான ஒரு வாராந்திரியான ஷான்-இ-சஹாராவில் முதலாவதாக பதிக்கப்பட்ட, தொடராக வெளிவந்த நக்ஸலைட்டின் சிறைக்குறிப்பு பதிப்பின் திருத்தப்பட்ட பதிப்பே இந்த சிறைக்குறிப்புகள் என ஆசிரியர் பக்கம் தெரிவித்தது. பிரஷாந்த் குமார் இந்த சிறைக்குறிப்பை மறுபதிப்பு செய்வதன் முக்கியத்துவத்தை உணர்ந்திருந்தார்: "சிறைச்சாலை மற்றும் சிறைச்சாலை நிலை பற்றிய நம்பத்தகுந்த விவரங்கள் அதிகம் கிடையாது. இந்தியாவில், தங்களுடைய சிறைச்சாலை நினைவுகளை எழுதிய பிரபலமான அரசியல் தலைவர்கள், சிறைச்சாலைகளின் மோசமான, ஊழல்நிரம்பிய நிலையைப் பற்றி பொதுவாகவே அறியாதவர்களாக இருந்திருக்கிறார்கள். அத்துடன், அவர்கள் பெரும்பாலும் தங்களைப் பற்றியோ அல்லது தங்களுடைய கட்சி அரசியலைப் பற்றியோதான் எழுதியிருக்கிறார்கள்." மேலும் அவர், "சிறை வைக்கப்பட்டிருக்கும் சாமானிய கைதிகள் மற்றும் விசாரணைக் கைதிகளின் போராட்டங்கள் மற்றும் பாதிப்புகள் குறித்து சமூகத்திற்கு தெரிவிக்கின்ற இத்தகைய பதிவுகளை நாம் அரிதாகத்தான் காணமுடியும்," என்பதையும் உணர்ந்திருக்கிறார். மேலும், "அடக்குமுறையான சிறைச்சாலை அமைப்பின் மீது வெளிச்சத்தை பாய்ச்சுகின்ற வகையில் ஹிந்தி பத்திரிக்கைத்துறை அல்லது இலக்கியத்தில் பெரிய முயற்சிகள் எதுவும் செய்யப்படவில்லை."

இப்படிப்பட்ட விவரம்தான் என் ஆர்வத்தை தூண்டியது. நக்ஸலைட் கிளர்ச்சியோடு தொடர்புகொண்டுள்ளதாக சிறிதளவே அறியப்பட்ட உத்திரப் பிரதேசத்தின் ஒரு பகுதி எனும் இதனுடைய பின்னணி கவர்ந்திழுக்க கூடியது. என்னுடைய ஒன்றுவிட்ட உறவினர்கள், இந்தப் புத்தகத்தில் குறிப்பிட்டுள்ள சம்பவம் நடக்கின்ற இடத்தைச் சேர்ந்தவர்கள் என்பதுடன் சிங்கும் அவருடைய காம்ரேடுகளும் 'அழித்தொழிக்க' சென்ற அதே வர்க்கத்தை சேர்ந்தவர்களும் ஆவர். சிங் 1970-இல் சிறை வைக்கப்பட்டபோது நான் அவருடைய உலகத்திலிருந்து வெகு தொலைவில் இருந்தேன் – 'லவ் இன் டோக்கியோ' என்று

எழுதப்பட்ட ரப்பர் பேண்டுகளால் கட்டப்பட்ட குதிரைவால் சடைகள் போட்டுக்கொண்டு, உள்ளூர் கான்வெண்ட் பள்ளியில் ஆறாம் வகுப்பு படித்துக்கொண்டிருந்த ஒரு ஒல்லியான மத்தியதர வர்க்கத்து பெண். 1975-இல் விதிக்கப்பட்ட எமர்ஜன்ஸியும், அதைத் தொடர்ந்து வந்த அடக்குமுறையும், இந்த நாட்டின் பல்வேறு பகுதிகளிலும் நக்ஸலைட்டுகள் பாதுகாத்து வைத்திருந்த சின்னஞ்சிறு செல்வாக்கிற்கு எதிராக எப்படி திருப்பிவிடப்பட்டன என்பதை அவருடைய விவரணை நமக்கு எடுத்துக்கூறுகிறது. 'நக்ஸல் சிவப்பு பிராந்தியம்' *(Red Corridor)* என்று குறிப்பிடப்படும் பகுதிக்குள் உத்திரப் பிரதேசம் வரவில்லை எனும் நிலையில், இந்தியாவில் நக்ஸலைட் இயக்கத்தின் வரலாற்றியலில் உள்ள இடைவெளியை இணைப்பதற்கு சிங்கின் நாட்குறிப்புகள் ஒரு அதிமுக்கிய ஆவணமாக விளங்குவதாக எனக்குத் தெரிகிறது.

நான் படித்துக்கொண்டிருக்கும்போது எனக்குத் தெளிவாக தெரிந்த விஷயம் என்றால் அது இந்திய கம்யூனிஸ்ட் கட்சியின் (மார்க்சிஸ்ட்-லெனினிஸ்ட்) தலைமை குழப்பத்தில் இருந்தபோது சிங்கின் சித்தாந்த நிலைப்பாடு தடுமாற்றத்திற்கு ஆளாகியிருந்தது என்பதுதான். 1969-க்குப் பின்னர், இந்த நாட்டை துடைத்துச் சென்ற சாரு மஜும்தாரின் 'அழித்தொழிப்பு' திட்டத்திற்கு எதிர்ப்பு தெரிவித்த காம்ரேட் ஷிவ் குமார் மிஷ்ராவால் சிங் வழிநடத்தப்பட்டார்; அந்த திட்டத்தின் வறட்டுத்தனத்தை வெளிப்படுத்த குமார் சில கட்டுரைகளையும் எழுதியுள்ளார்.

தன்னுடைய பதிமூன்று வருட சிறைவாசத்தை உத்திரப் பிரதேசத்தின் ஐந்து சிறைச்சாலைகளில் அனுபவித்த ராம்சந்த்ரா சிங், சிறைச்சாலையானது பலமான காலனிய மயக்கத்தினால் ஒரு வழக்கொழிந்த நிறுவனமாகிவிட்டதையும்; அது அடக்குமுறை, ஊழல் மற்றும் எல்லாவகையான சுரண்டல்களாலும் பீடிக்கப்பட்டுள்ளதையும்; அது சமூகத்திற்கோ அல்லது சிறைவாசிகள் மற்றும் அவர்களது உறவினர்களுக்கோ, சொல்லப்போனால் அதிகார வர்க்கத்திற்கோகூட எத்தகைய பயனையும் அளிக்கவில்லை என்பதை உணர்ந்துகொண்டார். மக்களுக்கு தாங்கள் மீண்டுவரவோ அல்லது சீரமைத்துக்கொள்ளவோ சிறிதளவே இருக்கின்ற வாய்ப்பையும் ஒட்டுமொத்தமாக அழித்துவிடுகின்ற ஒரு அமைப்பினால் எத்தகைய நன்மையும் ஏற்பட்டுவிடாது.

மனித உணர்வுகளின் ஆட்டம் மற்றும் அடைத்துவைக்கப்பட்ட சிறை வெளிக்குள் உருவாகின்ற சிக்கலான உறவுநிலைகளின் இயல்பு ஆகியவற்றையும் தாண்டி, இடைவிடாத கண்காணிப்பிற்கென்று உள்ள செயல்பாடுகள் மற்றும் உத்திகளைக் கொண்டு சிறையின் 'கண்காணிப்புக்கு உட்படுத்தப்பட்ட' நிலை, சித்திரவதை மற்றும் தனிமைப்படுத்தல் ஆகியவையும் என் கவனத்தை ஈர்த்தன. இது உண்மையிலேயே ஒடுக்குமுறை மற்றும் அதிகார ஆட்டத்தின் திகில் கதைதான் – இடைவிடாமல் 'உற்றுப் பார்க்கப்படும்' சிறைவாசிகள், "அதிகாரம் தன்னிச்சையாக செயல்படுவதை உறுதிப்படுத்துகின்ற ஒரு பிரக்ஞையுள்ள நிலை மற்றும் நிரந்தரமான வெளிப்படை நிலையில் உள்ளவர்கள்," என்று தன்னுடைய ஒழுக்கமும் தண்டனையும்: சிறைச்சாலையின் பிறப்பு என்ற புத்தகத்தில் ஃபூக்கோ கூறியிருக்கிறார். அவர்களுக்குப் பின்னால் சிறைக் கதவுகள் அறைந்து சாத்தப்பட்டவுடன் அவர்கள் ஒருவகையான பாதாள உலகத்திற்குள்தான் இருப்பார்கள், வெளியில் உள்ளவர்களுக்கு புலப்பட மாட்டார்கள், அதேநேரம் உள்ளேயோ அவர்கள் சுதந்திரத்தை இழந்தவர்களாக, ஒரு தண்டனை பெற்றவர், ஒரு குற்றவாளி, ஒரு சிறைவாசி என்பதற்கும் அப்பால் எந்த ஒரு அடையாளமும் இல்லாதவர்களாகவே இருப்பார்கள். மிக முக்கியமாக, நொறுங்கிப்போதல், பேரதிர்ச்சி மற்றும் பலமற்ற நிலை ஆகியவற்றினால் ஏற்பட்ட நீடித்த அனுபவங்களின் ஊடாகவே சுயத்தை மீட்டெடுப்பதன் மூலமாகவே இந்த தினசரி-நினைவுக்குறிப்பானது கடந்த காலத்துடன் உடன்பாட்டிற்கு வருகிறது. இது ஆற்றுப்படுத்துவதற்கான ஒரு அதிமுக்கிய அடியும், மிகவும் தேவைப்படுகின்ற ஒரு அறவியல் செயல்பாடும் ஆகும்.

நான் மொழிபெயர்க்கத் தொடங்கும்போது, கலைச்சொற்கள், குறிப்பிட்ட சூழ்நிலைக்கேற்ற சொற்பதங்கள் மற்றும் கோஷங்கள், இந்த 'அசல்' படைப்பு செயல்படுகின்ற நுட்பமான சமூக மற்றும் அரசியல் பொருத்தப்பாடு, மற்றும் நான் அவ்வளவாக அறியப்பெறாத சித்தாந்த விவகாரங்கள் மற்றும் அக்கறைகள் ஆகியவற்றிற்கு சமமான பொருத்தமுள்ள வார்த்தைகளுக்கு நான் போராடத்தான் வேண்டியிருந்தது. இதற்கு ராம்சந்த்ரா சிங்குடன் நான் பேசிய தொலைபேசி உரையாடல்கள் மற்றும் லக்னோவில் உள்ள இந்தியன் காபி ஹவுஸில் நடந்த பெரும்பாலான சந்திப்புகள் உதவியாக இருந்தன. நான் அவரை முதன்முதலில் சந்தித்தபோது எனக்கேற்பட்ட மிகவும் அதிர்ச்சியான விஷயம்

அவருடைய முகத்தில் இருந்த ஆழமான வெட்டுத் தழும்புதான்; அது எனக்கு உடனடியாக இந்தப் புத்தகத்தின் ஆரம்ப வரிகளை நினைவுபடுத்தியது. அவர் நொண்டிக்கொண்டும் நடந்தார். அவருடைய தழும்பு சிறையில் அவருடைய ஆரம்ப நாட்களின் நினைவுப்பரிசாய் இருந்த நிலையில், அவருடைய நடைக்கு சமீபத்தில் நடந்த சாலை விபத்தே காரணம் – ஆனால் அவருடைய வேகம் மட்டும் எப்போதும்போல் துணிவுடன் இருந்தது. தான் பேசுவதற்கு முன்னர் ஆழமாக சிந்திக்கின்ற கண்ணாடியணிந்த இனிமையான மனிதராக சிங்கிடம் கூர்மையான நிழற்பட நினைவாற்றலும், சில நொடிகளிலேயே கடந்தகால நிகழ்வுகள் மற்றும் மனிதர்களை நினைவுக்கு கொண்டுவரும் ஆற்றலும் இருந்தன.

மொழிபெயர்ப்பு தயாரானவுடன், பதிப்பாளரைத் தேடிய எனக்கு கிடைத்த எதிர்வினைகள் மிகுந்த உற்சாகமூட்டுவதாக அமையவில்லை. அமெரிக்காவில் நடந்த ஒரு கல்வித்துறை மாநாட்டில்தான் எனக்கு புது டெல்லியில் உள்ள நவாயனா பற்றி தெரிய வந்தது. அதனுடைய பதிப்பாசிரியரான எஸ்.ஆனந்த் இந்தக் கையெழுத்துப் பிரதியை படித்துப் பார்த்தவுடனே அதை பதிப்பிக்க தயாராய் இருந்தார். குறைந்தளவே வாசிக்கப்பட்ட *சம்கலீன் தஸ்தாவேஜில்* 1991-இல் கடைசியாக பதிப்பிக்கப்பட்ட ராம்சந்த்ரா சிங்கின் நாட்குறிப்புகள் மீக நீண்டகாலமாகவே அநாமதேயமாக கிடந்து, புத்துயிர் பெறுவதற்காக காத்திருந்தது.

பங்கார்மாவில் ராம்சந்த்ரா சிங்குடன் ஒருநாள் முழுவதும் ஆனந்த் மேற்கொண்ட நேர்காணலைத் தொடர்ந்து, 1984-இல் ஷான்-இ-சஹாராவில் துணையாசிரியராக இருந்த ஆனந்த ஸ்வரூப் வர்மாவை சந்திக்க நான் முடிவுசெய்தேன். வர்மாதான் சிங்கின் கதையை தொடராக்கி, அதனை ஹிந்தி பேசும் மக்களிடத்தில் கொண்டுசென்றதற்கு பின்னணியில் இருந்தவர். அவரை சந்திக்காவிட்டால் மொழிபெயர்ப்பாளராக என்னுடைய பயணம் முழுமைபெறாது என்பதை நான் உணர்ந்தேன். ஒரு ஆக்கப்பூர்வமான மொழிபெயர்ப்பாளர் என்பதுடன் ஒரு எழுத்தாளர், விமர்சகர் மற்றும் ஒரு கவிஞருமாகிய அவர் *சம்கலீன் தீஸ்ரி துனியா* ('தற்கால மூன்றாம் உலகம்') என்ற ஹிந்தி பத்திரிக்கையில் தற்போது ஆசிரியராக செயல்பட்டு வருகிறார். சிங்கின் கதையை பதிப்பிக்க அவருக்கு உத்வேகமாக இருந்தது என்ன என்று நான் அவரிடம் கேட்பதற்கு முன்பே, நான் ஏன் ஒரு நக்ஸலைட்டின் நாட்குறிப்புகளை மொழிபெயர்க்க

தேர்வு செய்தேன் என்று அறிந்துகொள்ள அவர் ஆர்வமாக இருந்தார். நம் காலத்தின் முக்கிய பிரச்சினைகளோடு எனக்கு கல்விப்புல சம்பந்தம் மட்டும்தான் இருக்கிறது என்பதை நான் ஒப்புக்கொண்டேன். ராம்சந்த்ராவின் கதையும், அதில் அடங்கியுள்ள பல கதைகளும் பரவலான வாசகர்கள் படிப்பதற்கு தகுதிபெற்றவை என்பது மிகவும் முக்கியம். எனக்கு மொழிபெயர்ப்பு என்பது புதிய களத்தை கண்டடைவதுதான். இது, பரவலாக பதிவு செய்யப்பட்ட மாவோயிச போராட்டங்களின் சுயவிவர-விவரணைக்கும் அப்பாற்பட்டு விளிம்புநிலை மக்களைச் சேர்ந்த நுண்-விவரணைகளை தாமாக அமைத்துக்கொள்கிறது.

டெல்லிக்கு அருகாமையில், நொய்டாவில் உள்ள ஆனந்த் ஸ்வரூப் வர்மாவின் கச்சிதமான அலுவலகத்திற்கு நான் சென்றபோது ராம்சந்த்ரா சிங்கும் என்னுடன் இருந்தார். வர்மாவுக்கு இடதுபக்கத்தில் செல்லரித்துப்போன, வரிசையான திறந்தநிலை அலமாரிகளில் அற்புதமான புத்தகங்கள் அடுக்கி வைக்கப்பட்டிருந்தன: மூன்றாம் உலக நாடுகளைச் சேர்ந்த, குறிப்பாக ஆப்பிரிக்க புத்தகங்கள்; ஹிந்தி மற்றும் ஆங்கிலத்தில் முன்னேற்ற, செவ்வியல் மற்றும் தற்கால இலக்கியங்கள்; உலகம் முழுவதிலும் பிற மொழிகளில் இருந்து மொழிபெயர்க்கப்பட்ட புத்தகங்கள்; பழைய இதழ்கள் மற்றும் பத்திரிக்கைக் கட்டுகள். 1977-இல் அவர் மேரி டைலரின் *இந்தியச் சிறையில் என் வருடங்கள்* என்ற புத்தகத்தை ஹிந்திக்கு *(பாரதீய ஜெய்லோன் மெய்ன் பான்ச் சால்)* மொழிபெயர்ப்பு செய்தார். ஒரு பெங்காலி பெண்ணை திருமணம் செய்துகொண்ட, பிரிட்டிஷ் குடிமகனான டைலர், பிஹாரில் உள்ள ஹஸாரிபாக் சிறைச்சாலையில் ஒரு 'நக்ஸலைட்' கைதியாக ஐந்து வருடங்களை கழித்தவர். பின்னாளில், லக்னோவில் வைத்து அப்போதுதான் சிறையில் இருந்து வெளிவந்திருந்த ராம்சந்த்ரா சிங்கை வர்மா சந்தித்தபோது தான் ஒரு நினைவுக்குறிப்பு எழுதியிருப்பதாக சிங் கூறியுள்ளார். சிங் ஏற்கனவே பல்வேறு சிறைச்சாலைகளில் தன்னுடைய நாட்குறிப்புகளை வைத்திருந்தார் என்பதுடன் எப்படியோ அவற்றை வெளியே கொண்டுவரவும் செய்திருந்தார். இந்தச் சிதறிய பகுதிகளை வைத்து அவர் மறுகட்டமைப்புச் செய்த நினைவுக்குறிப்பு, அதற்கு முன்னர் சிறையிலிருந்த பிரபலங்கள் மற்றும் அரசியல் தலைவர்கள் அளித்தவற்றைக் காட்டிலும் மிகுந்த வலுவுள்ள, விவரமும் பிடிமானமும் கொண்ட ஒரு மதிப்புமிக்க ஆவணமாக விளங்கியது. தொடராக வெளியிடப்பட்ட இந்தக்

கதைக்கு கிடைத்த வரவேற்பு சற்றே குறிப்பிடத்தக்க அளவில் இருந்திருக்கிறது. இதுகுறித்து வர்மாவே சொல்வதுபோல்:

இந்த நாட்குறிப்புகளின் அத்தியாயங்கள் வரத்தொடங்கியபோது, அவருடைய படைப்பு நான் ஏற்கனவே படித்திருந்தவற்றில் இருந்து உண்மையிலேயே மிகவும் வேறுபட்டிருப்பதை என்னால் நிச்சயமாக உணர முடிந்தது. சிறைச்சாலை அனுபவங்களையும் போராட்டங்களையும் ராம்சந்த்ரா சிங் மிகத்துல்லியமாக இணைத்திருந்தார்... வாசகர்களின் எதிர்வினை மிகுந்த உற்சாகமளிப்பதாக இருந்தது... ஒவ்வொரு வாரமும் வரவேண்டிய அத்தியாயங்களுக்காக அவர்கள் காத்திருந்தனர்.

வர்மாவின் அலுவலகத்தில், ஏப்ரல் 1, 1984 தேதியிட்டு வெளியான ஷான்-இ-சஹாராவின் முதல் இதழ் மற்றும் இந்த 'அத்தியாயங்களை' சுமந்துவந்த அடுத்தடுத்த வெளியீடுகளையும் கண்டுபிடித்தது என்னுடைய அதிர்ஷ்டம்தான். அந்த வாராந்திரியின் அகலமான தாள்கள் மஞ்சளடைந்து, உடைந்துபோகக்கூடிய வகையில் இருந்தாலும், அச்சு தெளிவாகவே இருந்தது. வர்மா அதற்கு கொடுத்திருந்த தலைப்பு "*Umr qaid ke seenkhachon se: Ek naxalvadi ki jail diary*" (கம்பிகளுக்கு பின்னால் வாழ்க்கை: ஒரு நக்ஸலைட்டின் நாட்குறிப்புகள்). வெளியீட்டுரையானது இந்தக் கதையை, "கற்பனைக்கும் அப்பாற்பட்டது, சாகசம் நிரம்பியது, நினைவைவிட்டு அகலாதது" என அறிவித்து, இதன் எழுத்தாளரை சிறைச்சாலை கொடூரத்தால் பாதிக்கப்பட்ட ஒருவர் என அறிமுகப்படுத்தியிருந்தது. இந்த நாட்குறிப்புகள் ஒரு 'சி-வகுப்பு' கைதியால் ரகசியமாக எழுதப்பட்ட சோதனையான சூழ்நிலைகளையும், இந்த அத்தியாயங்கள் கடுமையான பாதுகாப்புக்கு மத்தியிலிருந்து கடத்தி வரப்பட்டதையும் இது விவரிக்கிறது.

மொழிபெயர்ப்பாளர் ஒரு படைப்பை மற்றொரு புதிய மொழிக்கு ஆக்கியளிக்க முயற்சிக்கும்போது இரண்டு மொழிகள் மற்றும் கலாச்சாரங்களுக்கு உள்ளேயும் வெளியேயும் புலம்பெயர்ந்து அந்த செயலுக்கு நியாயம் செலுத்த வேண்டியிருக்கும். மர்லின் காடிஸ் ரோஸ் தன்னுடைய *Translation and Literary Criticism Translation as Analysis* என்ற புத்தகத்தில் கூறியுள்ளதுபோல், ஒரு மொழிபெயர்ப்பாளராக "நான் ஒரு மொழியிலோ அல்லது ஒரு கலாச்சாரத்திலோ குடியிருப்பதில்லை, இரண்டு மொழிகளும் குறுக்கிடுகின்ற 'இடைப்பட்ட பாதைவழியில்' அல்லது நடுப்

பகுதியில்தான் இருக்க வேண்டியிருக்கும்," என்றே நான் உணர்கிறேன். மொழிபெயர்ப்பில் வாழ்வது எனக்கு இரட்டை வாழ்க்கை.

இந்தப் படைப்பில் வேலை செய்துகொண்டிருக்கும்போது, ராம்சந்த்ரா சிங்கின் கதையும்கூட தனக்கேயுரிய பலதரப்பட்ட வாழ்வை பெற்றிருப்பதை உணர்ந்துகொண்டேன். இது மூன்றுமுறை பிறந்திருக்கிறது – ஹிந்தியில் இரண்டுமுறை, கடைசியாக ஆங்கிலத்தில் ஒருமுறை. ராம்சந்த்ரா சிங்கின் 1984 மற்றும் 1991 பதிப்புகள் காலவழியை தக்கவைத்திருக்கிறது, புதிய பார்வையாளரை அடையும் நோக்கில் ஒவ்வொரு காலகட்டமும் திருத்தப்பட்டு புதுப்பிக்கப்பட்டு, ஆசிரியர்-பதிப்பாளரால் உதவிகரமான விளக்கங்களால் குறிக்கப்பட்டுள்ளது. இப்போதுள்ள இந்த புத்தகப் பதிப்பில், பதிப்பாளரால் எழுப்பப்பட்ட கேள்விகளுக்கு அளிக்கப்பட்ட பதில்களைக் கொண்டு இதன் ஆசிரியராலேயே அவருடைய சிறை வாழ்க்கை குறித்த புதிய உள்ளீடுகள் நிறைவாகச் சேர்க்கப்பட்டு ஹிந்தியில் இருந்து ஆங்கிலத்திற்கு மீண்டும் ஒருமுறை மறுபடைப்பு செய்யப்பட்டுள்ளது.

பதிமூன்று வருடங்கள்: ஒரு நக்ஸலைட்டின் சிறைக்குறிப்புகள் (1970 - 1983) இப்போது புதிய வாசகரின், பரவலான வாசகர்களின், ஒரு புதிய வாழ்வின் தேடலைத் தொடங்கிவிட்டது. இதில் நானும் என் பங்கை ஆற்றியிருப்பதை நினைத்து மகிழ்கிறேன்.